எஸ்கோபர் பெயர் என்

என் பெயர் எஸ்கோபர்

பா. ராகவன்

Title : En peyar Escobar
Author's Name : PA. Raghavan

Published by Ezutthu Prachuram

Ezutthu Prachuram
(An imprint of Zero Degree Publishing)
No.55(7), RBlock,
6th Avenue, Anna Nagar
Chennai - 600040

Website: www.zerodegreepublishing.com
E Mail id: zerodegreepublishing@gmail.com
Phone : 98400 65000

Ezutthu Prachuram First Edition: February 2021
ISBN : 978-81-949735-9-1
TITLE NO EP : 182

Cover Art : Rajan PR
Layout : Vidhya Velayudham

Author's Home Page: https://writerpara.com
Email: writerpara@gmail.com

பொருளடக்கம்

1. இது வேறு உலகம்

எல்டொராடோ சர்வதேச விமான நிலையத்திலிருந்து சரியாக இருபது கிலோ மீட்டர் தொலைவில் கிழக்கே தேசிய நெடுஞ்சாலை ஓரம் நின்றுகொண்டிருந்தது அந்த லாரி. ரிப்பேர் ஆகியிருப்பது போல ஒரு செட்டப். நாலு டயர்களுக்கும் பக்கத்தில் நாலு செங்கல்கள். கீழே படுத்து ரிப்பேர் பண்ணுகிற பாவனையில் ஒரு குட்டித்தூக்கம் போட்டுக்கொண்டிருந்தான் டிரைவர். கொடித்தோன்றும் தோரணவாயில் காப்போனாக அந்த லாரியின் க்ளீனர் பையன் கையில் ஒரு பெரிய டார்ச் லைட்டை வைத்துக்கொண்டு போகிற வருகிற வண்டிகளின் மீதெல்லாம் விளக்கடித்துப் பார்த்துக்கொண்டிருந்தான்.

இருட்டு. நல்ல இருட்டு. தவிரவும் தோலை உரித்தெடுக்கும் குளிர். மணி இரவு இரண்டைக் கடந்திருந்தது. அரை மணிக்கு ஒருதரம் அலறிக்கொண்டு போகும் ரோந்து ஜீப்புகளுக்கு ஏனோ சந்தேகம் வரவில்லை. இன்னும் எத்தனை நேரம் அண்ணன் லாரிக்கடியில் படுத்திருக்கவேண்டும் என்று க்ளீனர் பையனுக்குத் தெரியவில்லை. குளிருக்குச் சூடாக ஒரு தேநீர் அருந்திவிட்டு ஒரு சுருட்டைப் பற்றவைத்துக்கொண்டால் பிரமாதமாக இருக்கும். தேநீர் இப்போது இல்லை. ஆனால் சுருட்டு இருக்கிறது. ஏனோ அண்ணன் வேண்டாம் என்று சொல்லிவிட்டார். சகித்துக் கொண்டு அவரே லாரிக்கடியில் இரண்டு மணிநேரமாகப் படுத்திருக்கும்போது க்ளீனராகப்பட்டவன் தம்மடிக்க

முடியாது. கொருக்குப்பேட்டையானாலும் கொலம்பியாவானாலும் விதியென்றால் விதி ஒன்றுதான்.

இன்றைக்கு நடக்கப்போகிற விஷயம் என்னவென்று அந்தப் பையனுக்குப்புரியவில்லை. அண்ணன்விளக்கம்சொல்லவில்லை. எப்போதும் இலை மூட்டைகளை ஏற்றிக்கொண்டு லாரி போகும் பாதை இல்லை அது. சாண்டாரீடாவிலிருந்து சாலை வழியே ஒரு தம் பிடித்து மிதித்தால் ஒரு ராத்திரியில் சர்வதேச நெடுஞ்சாலையைத் தொட்டு, மறுநாள் ராத்திரி ரெண்டு மணி சுமாருக்குவெனிசூலாஎல்லையைத்தாண்டிவிடலாம். எல்லையில் ப்யூர்டோகரனோவில் பழக்கமான சூதாட்ட விடுதியில் கொஞ்சம் ரிலாக்ஸ் பண்ணிக்கொண்டு குளித்து முழுகிப் பகல் பத்து மணி சுமாருக்குப் புறப்பட்டால் போதும். அடுத்த நாற்பத்தியெட்டு மணி நேரத்தில் சரக்கைக் கப்பலில் ஏற்றிவிட்டு சௌக்கியமாக வீடு திரும்பிவிடலாம்.

ஒரு டிரிப் என்பது ஒருவார காலம் எடுத்துக்கொள்ளக் கூடியது. ஆனால் அடுத்த ஒரு மாதத்துக்கு சாப்பாட்டுப் பிரச்னை ஏதும் கிடையாது. முட்ட முட்டக் குடித்துவிட்டு மூலையில் உருண்டு கிடக்கலாம். திரும்பவும் முதலாளிகள் கூப்பிட்டு வேலை கொடுக்கும்போது போனால் போதும். ஒரு பிரச்னை கிடையாது. வம்பு வழக்குகள் கிடையாது. போலீஸ் ரெய்டு, அடிதடி ஏதும் கிடையாது. கொலம்பியாவின் மூலை முடுக்குகளெங்கும் நிறைந்திருக்கும் காவல் தெய்வங்களுக்கு வேளை தவறாமல் படையல் நடந்துகொண்டிருக்கிறது.

தேசத்தின் மொத்தப் பரப்பளவு சுமார் ஒரு கோடி சதுர கிலோமீட்டர் என்றால் அதில் கொகெயின் தயாரிக்கத் தேவையான கோகா விளையும் பூமி மட்டும் சுமார் ஒரு லட்சம் சதுர கிலோமீட்டர். இந்தக் கணக்கு அரசாங்கத்துக்குத் தெரியாது. *Plan Colombia* என்று பெத்தபெயர் வைத்து கொலம்பிய போதைத் தடுப்புத் திட்டம் என்று ஒன்றைத் தூக்கிக்கொண்டு பூச்சி காட்டும் அமெரிக்காவுக்குக் கூடத் தெரியாது. அவர்கள்கணக்குப் படி அதிகபட்சம் ஐம்பதாயிரம் சதுர கிலோமீட்டர் பரப்புக்கு கோகா விளைகிறது. நல்லது. அவர்களுக்கு மங்களம் உண்டாகட்டும். இப்போது அதுவல்ல முக்கியம். அண்ணன் எதற்காக இப்படி மெயின் ரோடு ஓரத்தில் அனந்த சயனக்கோலம் கொள்ளவேண்டும்?

டிரைவர் லாரியின் அடியிலிருந்து தலையை நீட்டி வெளியே பார்த்தான்.

'ஏய், மணி என்ன?'

'இரண்டு இருபது.'

'இன்னும் மூன்று நிமிடத்தில் நீல நிற ஜீப் ஒன்று இந்த வழியே வரும். ராணுவ ஜீப். கண்ணில் பட்டதும் ஆறு முறை டார்ச்சைப் போட்டுப் போட்டு அணை.'

சொல்லிவிட்டு மீண்டும் உள்ளே புகுந்துகொண்டான்.

நீல நிற ஜீப், டார்ச் சிக்னல் எல்லாம் பழக்கம்தான். ஆனால் இதென்ன புதுக்கதை? ராணுவ ஜீப் என்கிறாரே? ஒன்றும் புரியவில்லை. காலை கண் விழித்ததிலிருந்து நடக்கிற எல்லாம் குழப்பமாகவே இருக்கிறது. பொதுவாக எப்போதும் கொகெய்ன் பொட்டல மூட்டைதான் எல்லை தாண்டும். இம்முறை என்னவோ வினோதமாக ரா மெட்டீரியல் மூட்டைகள் போகின்றன. போகிற பாதை புதிது. விமான நிலையப் பாதை. செக்யூரிடி அதிகம் உள்ள பாதை. இதுவும் குழப்புகிறது. மூன்றாவது குழப்பம், ராணுவ ஜீப். என்ன நடக்கிறது?

க்ளீனர் பையன் காத்திருந்தான். அதென்ன கணக்கோ? சொல்லி வைத்த மாதிரி மூன்றாவது நிமிடத்தில் நீல நிற ஜீப் ஒன்று வேகம் குறைத்து வருவது தெரிந்தது. பையன் டார்ச் விளக்கை ஆறு முறை ஆன்,ஆஃப் செய்து அடுத்த நடவடிக்கைக்காகக் காத்திருந்தான்.

ஜீப் நின்றது. டிரைவர் லாரிக்கு அடியிலிருந்து எழுந்து வெளியே வந்து ஜீப் டிரைவரிடம் சென்று ஏதோ பேசினான். ஜீப்புக்குள் இருப்பது யார்?

க்ளீனர் பையனுக்கு அது சரியாகத் தெரியவில்லை. யாரோ அதிகாரி என்று மட்டும் நினைத்தான். டிரைவர் அவருக்கு சல்யூட் வைத்தான். ஏறு என்று அவனுக்குக் கட்டளையிட்டுவிட்டு, லாரியை ஸ்டார்ட் செய்தான். ஜீப்பைப் பின் தொடர்ந்து லாரி விமான நிலையத்தை நோக்கிப் போனது.

எண்ட்ரன்ஸில் தடுக்கப்படவில்லை. உள்ளே செக்யூரிடி க்ளியரன்ஸில் கேள்வி கேட்கவில்லை. ராணுவ ஜீப் நேரே விமானத்

தளத்துக்குப் போனது. லாரியும் பின் தொடர்ந்து போனது. ஒரு பெரிய பஃபல்லோ கேட் அருகே நிறுத்தி இறங்கச் சொன்னார்கள். இறங்கினார்கள். எத்தனை மூட்டை என்று கேட்டார்கள். பதில் சொல்லப்பட்டது.

செக்யூரிடி கண் காட்ட, ஆள்கள் வேகமாக வந்து லாரியிலிருந்து சரக்கை இறக்கி, கார்கோ விமானம் ஒன்றில் ஏற்றினார்கள். பாஸ் கிடையாது. ரசீது கிடையாது. போய்ச் சேருமா, எங்கே போய்ச் சேரும், அங்கே யார் வந்து இறக்குவார்கள், இலையை வைத்துக்கொண்டு அவர்கள் என்ன செய்வார்கள்?

அடுக்கடுக்கான கேள்விகள் எதற்கும் அந்த டிரைவருக்கோ, க்ளீனருக்கோ பதில் தெரியாது.

சொன்ன வேலையென்ன? நீல நிற ஜீப் வரும் வரை காத்திரு. வந்ததும் அருகே போய் சங்கேத வார்த்தையைச் சொல். ஜீப்பைப் பின் தொடர்ந்து வண்டியை ஓட்டிப்போ. விமானத் தளத்தில் சரக்கு இறக்கிவைக்கப்படும்வரை இரு. கார்கோவில் ஏறுவது தெரிந்ததும் புறப்பட்டுக் காணாமல் போ. அவ்வளவுதான். போய்விட்டான்.

க்ளீனருக்கு மட்டும் குறுகுறுப்பு அடங்கவில்லை. அவன் தொழிலுக்குப் புதிது. கிளம்புமுன் அந்த ராணுவ ஜீப் டிரைவரிடம் மெதுவாக விசாரித்தான். ஜீப்பில் வந்தது யார்?

'கர்னல் ஆல்பர்ட்டோ பொரீரோ.'

பகீரென்றது அவனுக்கு. அடக்கடவுளே! அவரா? தலை சுற்றுவது போலிருந்தது. அவர் எப்படி இதில்?

ஜீப் டிரைவர் முறைத்துவிட்டுப் போய்விட்டான். க்ளீனர் பையன் வேகவேகமாகக் கணக்குப் போட்டான். லாரியில் வந்தது மொத்தம் இருபத்தி ஐந்து மூட்டைகள். என்றால் இரண்டாயிரத்து ஐந்நூறு கிலோ கோகா இலைகள். அழகான, வடிவான, வனப்பான, இளம் இலைகள். அதன் முனையில் இருக்கிறது விஷயம் அல்லது விஷம். அதன் பெயர் கொகெய்ன். அமெரிக்காவிலும் ஐரோப்பிய நாடுகளிலும் மக்கள் பைத்தியம் பிடித்தமாதிரி அதற்கு அடிமையாகிக் கிடக்கிறார்கள். விருந்து கேளிக்கை என்றால் கோகெய்ன் இல்லாமல் கிடையாது. முதலில் மரிஜ்ஜுவானா இருந்தது. இடத்தை இது கைப்பற்றிவிட்டது.

ஆனால் அவர்களுக்கு அசல் கோகெய்னின் சுவை தெரியாது. தெரியவும் வேண்டாம். கொலம்பிய மலைவாசி மக்கள் காப்பி, டீக்கு பதில் அதனைத்தான் பயன்படுத்துகிறார்கள். அப்படியே இலையின் நுனியைக் கிள்ளி தண்ணீரில் போட்டுக் கொதிக்கவைத்து, அரை ஸ்பூன் கருப்பட்டி சேர்த்துச் சாப்பிட்டால் அமிர்தமேதான். சுறுசுறுவென்று அடுத்த மூன்று மணி நேரத்துக்கு என்ன வேலை பார்த்தாலும் உற்சாகமாகப் பார்க்கமுடியும்.

அந்த ருசி அமெரிக்கர்களுக்கும் ஐரோப்பியர்களுக்கும் தெரியாது. அவர்களுக்குத் தெரிந்ததெல்லாம் வெள்ளை நிற கொகெய்ன். கொகெய்ன் ஹைட்ரோக்ளோரைட் என்று ரசாயன வாத்தியார்கள் சொல்லுவார்கள். கோகா இலையின் நுனியுடன் பேக்கிங் சோடா, லேக்டோஸ் அல்லது டெக்ஸ்டிரோஸ், ஐனோசிடோல், மானிடால் என்று என்னென்னவோ சேர்த்துத் தயாரிக்கப்படுகிற பொடி. வெள்ளைப் பொடி. முழு வெள்ளை என்றுகூடச் சொல்லமுடியாது. அரை வெள்ளை அல்லது பழுப்பு. அம்மோனியா, சோடியம் பைகார்பனேட் என்று சேருகிற ரசாயனத்தின் தன்மையைப் பொறுத்தது அது.

பொகோடாவில் கொகெய்ன் தயாரிப்பதற்கான சமையல் குறிப்புகளைச் சொல்லக்கூடியவர்கள் எப்படியும் பத்தாயிரம் பேர் இருப்பார்கள். அது ஒரு குடிசைத் தொழிலாக ஆரம்பித்து பெரிய கார்ப்பரேட்டாகி, தேசத்தின் தனிப்பெரும் அடையாளமாகிவிட்ட விஷயம். என்னமோ கொதிக்கவைத்து, வடிகட்டி, ஆறவைத்து, மீண்டும் வடிகட்டி, உப்பு சேர்த்து, ரசாயனம் சேர்த்து, காயவைத்து, பொடியாக்கி, உலர்த்தி, வெப்பத்தில் போட்டு எடுத்து..

நமக்கு எதற்கு அந்தக் கண்றாவியெல்லாம்? கிடைத்த கூலியை வாங்கிக்கொண்டு க்ளீனர் பையன் சரக்கு அடிக்கப் போய்விட்டான். பொகோடா விமான நிலையத்திலிருந்து கார்கோ விமானம் மூலம் புறப்பட்ட அந்த இருபத்தி ஐந்து மூட்டை கொகெய்ன் இலைகள் பத்திரமாக மறுநாள் காலை அமெரிக்காவின் லாஸ் ஏஞ்சலீஸ் விமானநிலையத்தில்தரையிறங்கின. பரமாத்மாக்கள்அலுங்காமல் குலுங்காமல் எடுத்துப் போய்விட்டார்கள்.

கிளம்பிய இடத்தில் அந்த மூட்டைகளின் மொத்த விலை அறுபதாயிரம்டாலர்கள்.வெனிசூலாஎல்லையைத்தாண்டியபோது

ஆறு லட்சமாகியிருந்தன. விமானத்தில் ஏறியபோது ஒன்பது லட்சம். லாஸ் ஏஞ்சலீஸில் இறங்கியதும் நாற்பது லட்சம். இலை நுனிகள்கிள்ளப்பட்டு ரசாயனங்கள்சேர்ந்து வெள்ளைகொகெயின் ஆகி பாக்கெட்டுகளில் அடைக்கப்பட்ட கணத்தில் அதன் மொத்த விலை ஒன்றே கால் கோடி அமெரிக்க டாலர்கள்.

அந்தப் பணம் ஹவாலா மூலம் முன்னதாக கொலம்பியாவுக்கு வந்து சேர்ந்திருந்தது. பணம் வந்தபிறகுதான் சரக்கு நகரத் தொடங்கும். சினிமாக்கள்காட்டுவதுபோல்கடற்கரையோரம்சரக்கை எண்ணிப் பார்த்து பெட்டி மாறும் நாடகமெல்லாம் சாத்தியமே இல்லை. கையில் காசு. வாயில் கொகெயின்.

–

United Self-Defense Forces of Colombia என்கிற 'உலகப்புகழ்' பெற்ற கொலம்பிய தேசத்துத் தீவிரவாதக் குழுக்களின் கூட்டமைப்பைக் குறித்துக் கேள்விப்பட்டிருக்கிறீர்களா? எல்லா தீவிரவாதக் குழுக்களைப் போலவேதான் இவர்களுடைய செயல்பாடுகள் என்றாலும், இந்தக் குழு இன்றைக்கு அதிகம் பேசப்படுவதற்கான காரணம், போதைக் கடத்தல். உலகில் உலவும் மொத்த போதை வஸ்துக்களில் அறுபது சதவீதத்தை சப்ளை செய்கிற மெகா கூட்டம் இது.

ஒரு வகையில் கொலம்பியாவின் மொத்த பொருளாதாரத்தைவிட இந்த போதை சாம்ராஜ்ஜியத்தின் பொருளாதாரம் பெரிது. ஒரு சின்ன தகவல் கேளுங்கள். இந்தத் தீவிரவாதக் கூட்டமைப்பில் உறுப்பினர்களாக இருக்கிற இருபத்தி இரண்டாயிரம் பேருக்கும் அடையாள அட்டை கொடுத்திருக்கிறார்கள். அத்தனை பேருக்கும் அட்டண்டன்ஸ் எடுக்க ஆபீஸ் இருக்கிறது. டிரெய்னிங்கெல்லாம் அங்கேதான். மாதம் பிறந்தால் ஒவ்வொருவருக்கும் லெட்ஜரில் கையெழுத்துப் போட்டு, சம்பளம் உண்டு. வருஷத்துக்கு மூன்று போனஸ் உண்டு. வயித்தால் போனால் லீவு லெட்டர் எழுதிக்கொடுத்துவிட்டுத்தான் வீட்டில் படுக்கமுடியும். வருஷத்துக்கு 20 நாள் கேஷுவல் லீவு. ஆறு நாள் மெடிக்கல் லீவு உண்டு. இந்த விடுமுறைகளை எடுக்காமல் இருந்தால் என்கேஷ் செய்துகொள்ள முடியும். 50 வயதில் பணி ஓய்வு அளிக்கப்படும். அப்போது பென்ஷன் உண்டு. பி.எஃப். உண்டு. கிராஜுவிடி உண்டு.

இன்னும் ஒரு விஷயம். இவர்களது வருட வருமானத்தில் *60* சதவீதம் டி.டி.எஸ். பிடிக்கப்படுகிறது!

என்றால் வருமானம் என்னவாக இருக்கும் என்று பார்த்துக்கொள்ளவும். டி.டி.எஸ். பிடிப்பது கொலம்பிய அரசு இல்லை. *AUC*ன் அரசாங்கம். அது ஒரு தனி ராஜாங்கம்.

2. உலகின் ஏழாவது பணக்காரன்

பொழுதுபோகாத கொலம்பஸ் கப்பல் ஏறி எங்கெங்கோ சுற்றினார். நிறைய நிலப்பரப்புகளைக் கண்டுபிடித்தார். அதாவது, அந்தண்ட ஊர்க்காரர்களுக்கு அப்புறம் அந்தப் பிரதேசங்களை முதல் முதலில் அவர்தான் பார்த்தார். சரித்திரப் புஸ்தகங்களில் அவர் பெயரை ஏற்றியாகிவிட்டது. கொலம்பியா மட்டும் அவர் பெயரை ஞாபகமாகத் தன் பெயரில் சேர்த்துக்கொண்டுவிட்டது.

உலக வரைபடத்தில் அழகான கோன் ஐஸ் மாதிரி வட அமெரிக்காவுக்குக் கீழே தொங்கிக்கொண்டிருக்கும் தென்னமெரிக்கக் கண்டத்தில் கொலம்பியா ஒரு தேசம். கண்டத்தில் அர்ஜண்டைனா, பிரேசில், பெருவுக்கு அப்புறம் நான்காவது பெரிய தேசம்.

கோன் ஐஸ் என்று சொல்லியாகிவிட்டது. சும்மா கிடக்கிற கோன் ஐஸை யாராவது பார்த்துக்கொண்டு சும்மா இருப்பார்களா? கொலம்பஸ் வந்து போன சூட்டோடு ஸ்பெயின் வந்து எடுத்துச் சாப்பிட்டுவிட்டது. கொலம்பியாவை மட்டுமில்லை. தென் அமெரிக்கக்கண்டத்தின் பெரும்பாலான நிலப்பரப்பை. ஸ்பெயின் சாப்பிட்டதுபோக மிச்சம் இருந்த நிலங்களை போர்ச்சுகீசியர்கள் சாப்பிட்டார்கள். டச்சுக்காரர்கள் வந்து கொஞ்சம் சாப்பிட்டார்கள். யார் யாரோ வந்தார்கள். ஆளுக்குக் கொஞ்சம் ஆண்டார்கள். காலனியாதிக்கம் பற்றியெல்லாம் பேசத் தொடங்கினால் அது தனித்தொடர் ஆகிவிடும். இங்கே வேண்டாம். கொலம்பியாவைக்

கொஞ்சம் போல் அறிமுகம் செய்துகொண்டு நாம் நேரே AUCக்குப் போய்விடுவோம். சென்ற அத்தியாயத்தில் பார்த்தோமே, போதைக் கூட்டமைப்பு? அது.

பொதுவாக நூறு இருநூறு வருஷத்துக்குக் குறைந்து எந்த காலனியாதிக்க அரசும் இடத்தைக் காலி பண்ணியதாக சரித்திரமில்லை. இது நமக்கே தெரியும். கொலம்பியா விஷயத்திலும் அப்படித்தான். கொலம்பியாவின் இயற்கை வளங்களைத் திகட்டும் அளவுக்குச் சாப்பிட்டுத் தீர்த்துவிட்டு, பத்தொன்பதாம் நூற்றாண்டில்தான் ஸ்பெயின் இடத்தை காலி பண்ண ஆரம்பித்தது. அதுகூடத் தானே இல்லை. நூற்றுக்கணக்கான போராளி இயக்கங்கள் தோன்றி, தினசரி மூன்று வேளை தொல்லை கொடுத்து, புரட்சியெல்லாம் பண்ணி, விட்டால் போதும் என்றுதான் ஓடவைத்தார்கள். சைமன் பொலிவர், ஃப்ரான்ஸிஸ்கா டி' பவுலா பேரெல்லாம் கேள்விப்பட்டிருப்பீர்களே! புரட்சியாளர்களாக இருந்து, சுதந்தரக் கொலம்பியாவின் முதல், இரண்டாம் பிரசிடெண்டுகளானவர்கள்.

எல்லா லத்தீன் அமெரிக்க நாடுகளையும்போல கொலம்பியாவிலும் சுதந்தரத்துக்குப் பிறகு நிறைய உள்நாட்டுக் குழப்பங்கள். சிவில் யுத்தம். எல்லைத் தகராறுகள். வெனிசுலா பிரிந்து போனது. அப்புறம் ஈக்வடார் கழண்டுகொண்டது. ஆயிரம் நாள் யுத்தம் ஒன்று நடந்தது. அமெரிக்க அண்ணாச்சி உள்ளே வந்தார். பனாமா யுத்தம் என்று அந்தக் கால்வாய் கட்டுமானத் திட்டத்தை முன்வைத்து ஒரு சண்டை போட்டார்கள். அப்புறம் பெருவுடன் ஒரு சண்டை. அது ஒரு வருஷம்.

எப்படியோ சமாளித்து இருபதாம் நூற்றாண்டில் காலெடுத்து வைத்தபோது கொலம்பியா ஒரு வளரும் தேசமாகத்தான் அடையாளம் காணப்பட்டது. ஆனால் *1940*லிருண்டு *1950* வரை அங்கிருந்த இரண்டு அரசியல் கட்சிகளுக்கு இடையே ஏற்பட்ட அதிகார யுத்தத்தின் காரணமாக தேசமே ரணகளமாகிப் போனது. வன்முறை வருடங்கள் *(La Violencia)* என்று சரித்திரம் இதனைச் சொல்லுகிறது.

வன்முறை என்றால் கொஞ்ச நஞ்ச வன்முறை அல்ல. கிராமம் கிராமமாகக் கொளுத்திப் போட்டார்கள். மந்தை மந்தையாக ஆடு

மாடுகள் கொல்லப்பட்டன. மக்களை ஓட ஓட விரட்டி, கம்பத்தில் கட்டிவைத்து நிஜமாகவே தோலை உரித்தார்கள். ஒரே ரத்தக்களறி. பத்து வருஷத்தில் மொத்தமாக ஒரு லட்சத்தி எண்பதாயிரம் பேர் இந்தக் களேபரத்தில் கொல்லப்பட்டிருக்கிறார்கள். கொலம்பியாவின் மூலை முடுக்குகளிலெல்லாம் தாதாக்கள். இவர்கள்தான் பின்னாளில் தோன்றிய தீவிரவாத இயக்கங்களின் தாத்தாக்கள்.

உள்ளூர் அரசியல் கட்சிகள் முதல் தலைமுறை தாதாக்களை வளர்த்துவிட, பின்னாளில் அமெரிக்கா தன் திருப்பாதங்களைப் பதித்து நவீன தாதாக்களை உற்பத்தி செய்துவைத்தது.

எதற்கு?

அமெரிக்க - சோவியத் பனிப்போரின் அத்தியாயங்களில் அதுவும் ஒன்று. கொலம்பியாவில் அப்போது (என்றால் 1950லிருந்து 70 வரை) இடது சாரிகளும் வலது சாரிகளும் சம பலத்தில் இருந்தார்கள். அமெரிக்காவுக்கு வேண்டியது என்ன? வலது சாரிகள் ஆட்சியமைக்க வேண்டுமென்பதைவிட, இடதுசாரிகள் அமைத்துவிடக் கூடாது என்பது அதிமுக்கியம். எங்கெல்லாம் கம்யூனிஸ்டுகள் ஆட்சியமைக்கக் கூடிய சூழல் உருவாகிறதோ, அங்கெல்லாம் சி.ஐ.ஏ. தன் இடதுகாலை எடுத்துவைத்துவிடும்.

ஒரே டெக்னிக்தான். உள்ளூர் பொறுக்கிகளைக் கூப்பிட்டுப் பேசுவார்கள். என்ன வேண்டும் உங்களுக்கு? பணம்? ஆயுதம்? புரட்சியாளர் பட்டம்? அட ஆட்சியையே கொடுக்கிறோம். வருகிறீர்களா, ஒரு ஆட்டம் ஆடிவிடுவோம்?

கூப்பிட்டுக்கொண்டுபோய் ஏதாவது ஒரு காட்டுப் பகுதியில் டிரெயினிங் கொடுப்பார்கள். துப்பாக்கி சுட. குண்டு வெடிக்க. கொளுத்திப் போட. கொலை செய்ய. கலவரம் நடத்த.

இப்படிப் பயிற்சி கொடுத்து, ஆயுதங்களுடன் அவர்களை நகருக்குள் அனுப்பிவைத்துவிட்டுப் பின்னால் இருந்து உதவி செய்வார்கள். இடது சாரிகளுக்கு எதிரான இந்த அரை டிக்கெட்டுகளின் கலாட்டாக்கள் உடனடியாக ‘புரட்சி’ என்று அமெரிக்க மீடியாக்களில் ஃப்ளாஷ் ஆகும். அவர்களுக்கு உண்மையில் தாங்கள் என்ன சாரி என்றுகூடத் தெரியாது. பெரும்பாலும் படிப்பறிவில்லாத முரட்டு

இளைஞர்களாகத்தான் பிடிப்பார்கள். யுத்தம் என்று ஏற்றிவிட்ட பிறகு, காட்டடி அடிப்பார்கள்.

இதனால் இடதுசாரிகளிலும் நிறைய கெரில்லா இயக்கங்கள் உருவாக ஆரம்பித்தன. சித்தாந்தமும் அரசியலும் பேசிக்கொண்டு அமைதிவழி ஆட்சிக்கு உழைக்கிற கூட்டம் ஒன்று. ஆயுதம் தூக்கிக்கொண்டு இந்த அமெரிக்க அடியாள்களை அடித்துவிரட்டும் கோஷ்டி ஒன்று. இந்த இரண்டு தரப்பின் நித்திய அடிதடிகளுக்கு கொலம்பியாவின் அமைதி பலியாகிப் போனது. அடிக்கடி ஆட்சி மாற்றம், ராணுவப் புரட்சி என்று மக்கள் படாதபாடு பட்டுக்கொண்டிருந்தார்கள்.

தொழிற்சாலைகள் அதிகம் கிடையாது. இருக்கிற கொஞ்சத்தில் உற்பத்தி கிடையாது. விவசாயத்துக்கு நிறைய வழி இருப்பினும் களத்தில் இறங்கி ஏர் பிடிக்க ஆள் கிடையாது. அதான் எல்லாரும் ஆயுதம் தூக்கிக்கொண்டு புரட்சி பண்ணப் போய்விட்டார்களே!

இந்தச் சூழலில்தான் விளைநிலங்களைக் கொஞ்சம் கொஞ்சமாக போதை பயிரிடப் பயன்படுத்த ஆரம்பித்தார்கள்.

ஏழை விவசாயிகள், விவசாயம் செய்ய முடியாமல் நிலத்தை வைத்துக்கொண்டு சும்மா இருப்பதைப் பார்த்துக்கொண்டே இருந்த சிலருக்கு அது உறுத்தத் தொடங்கியதன் விளை. எளிய காசுக்கு அவர்கள் நிலங்களை விற்க முன்வருவதைக் கண்டார்கள். ஆங்காங்கே வளைத்துப்போடும் வேலைகள் ஆரம்பமாயின. மலைக் கிராமங்களைத்தான் முதலில் குறிவைத்தார்கள். ஈரப்பதத்துக்கும் மண்ணின் வளமைக்கும் பஞ்சமே இல்லாத பிராந்தியம். தின்றுவிட்டுக் கொட்டையைத் துப்பினால் தானே முளைத்துவிடும் பூமி. தவிரவும் போலீஸ் பிரச்னை, ரெய்டு, கெடுபிடி என்றெல்லாம் ஒன்றுமே இல்லை. அரசியல்வாதிகள் எல்லாம் பதவி நிலைக்கப் பாடுபட்டுக்கொண்டிருக்கிறார்கள். புரட்சியாளர்கள் அவர்கள் தூக்கத்தைக் கெடுத்துக்கொண்டிருக்கிறார்கள்.

இந்தப் புரட்சியாளர்களுக்கு நிறைய ஆயுதங்கள் வேண்டியிருக்கிறது. ஆயுதம் வாங்கக் காசு வேண்டியிருக்கிறது. கொலம்பியாவில் காப்பியும் தேயிலையும் கோகாவும் முளைக்கும். காசு எங்கிருந்து முளைக்கும்?

எனவே காசை கோகாவிலிருந்து முளைக்கச் செய்யலாம் என்று நினைத்தார்கள். கோகா என்றால் கொகெயினின் தாய். கொழிக்கும் காசு. கொப்பளிக்கும் வளமை. கொலம்பியாவில் போதை அடிமைகள் கிடையாது. அதெல்லாம் அமெரிக்காவுக்குத்தான் வேண்டியிருக்கிறது. பல ஐரோப்பிய தேசங்களுக்கு அத்தியாவசியமாக இருக்கிறது.

அப்புறம் என்ன? போடு கோகா தோட்டம்! விளைவதை அறுத்து, இலையின் நுனி கிள்ளி, உரிய ரசாயனம் சேர்த்து கொகெயின் தயாரித்து பார்சல் பண்ணி அனுப்பு அமெரிக்காவுக்கு!

முதலில் அங்கொன்றும் இங்கொன்றுமாக, சிறிய அளவில்தான் போதைப் பயிர் ஆரம்பித்தது. ஆனால் மிகக் குறுகிய காலத்தில் அது கொடுத்த பணத்தை போராளி இயக்கங்கள் ருசி பார்த்துவிட்டதன் பலன், கொலம்பியாவையே ஒரு மாபெரும் போதைத் தோட்டமாக மாற்றிவிட முடிவு செய்துவிட்டார்கள்.

இதில் கவனிக்கவேண்டிய விஷயம் ஒன்று உண்டு. கொலம்பிய போராளி இயக்கங்கள் அனைத்துக்கும் போதைப் பணம் இருந்ததே தவிர, அனைத்து இயக்கங்களும் போதைத் தோட்டம் வைத்திருந்தார்களா என்றால் இல்லை! சிறிய இயக்கங்கள் சுயதொழில் செய்து தம்மால் இயன்ற கொகெயினை உற்பத்தி செய்து சம்பாதித்துக்கொண்டிருந்தன. பெரிய இயக்கங்களுக்குப் பல பெரும்புள்ளிகள் நிதியுதவி செய்வதற்கென்றே போதைத் தோட்டங்களை அமைத்தார்கள்.

அவர்கள் அனைவருக்கும் அரசியல் நோக்கங்கள் இருந்தன. ஏதோ ஒரு புரட்சிப்படை யுத்தத்தில் ஜெயிக்கப்போகிறது. யுத்தம் என்பது வருஷத்துக்கு 365 நாளும் நடக்கப்போகிறது. இன்றைக்கு இவன் ஜெயிப்பான். நாளைக்கு அவன் ஜெயிப்பான். அடுத்த வாரம் வேறொருவன் ஜெயிப்பான். தொடர்ந்து ஜெயிப்பவனே ஆட்சியைப் பிடிப்பான். ஆட்சியைப் பிடித்தும் பலம் குன்றாமல் இருக்கிறவன் ஆட்சியில் நிலைப்பான். அப்படி நிலைப்பதற்கு அமெரிக்க சப்போர்ட் வேண்டும்.

இப்படியெல்லாம் சங்கிலிக் கணக்குப் போட்டுப்பார்த்தால் இன்னார் ஜெயிப்பான், இன்னார் தோற்பான் என்றே உறுதி

சொல்ல முடியாது. எனவே எல்லா இயக்கங்களுக்கும் எல்லா தொழிலதிபர்களும் பணம் தருவது வழக்கமாகியிருந்தது. யார் ஜெயித்து ஆட்சிக்கு வந்தாலும் தங்களுக்கு லாபம் என்கிற கணக்கு.

எழுபதுகளின் மத்தியிலிருந்தே இந்த அரசியல் சூதாட்டம் கொலம்பியாவில் சூடுபிடித்துவிட்டிருந்தது. பனிப்போர் நாயகர்களான அமெரிக்காவும் சோவியத் யூனியனும் எல்லா தேசங்களைப் போலவே கொலம்பியாவிலும் கூடாரம் அடித்து இருந்தார்கள். ஜெயிப்பது நீயா நானா என்பதுதான் விளையாட்டு. ஆனால் பகடைக்காயாக இந்த அப்பாவி தேசத்தை வைத்துக்கொண்டிருக்கிறோமே என்றெல்லாம் அவர்கள் நினைத்துப்பார்க்கவில்லை. கொலம்பியா மட்டுமா? ஒட்டுமொத்த லத்தீன் அமெரிக்க நாடுகளையுமே அவர்கள் தாயக்கட்டைகளாகத் தான் நினைத்தார்கள். உருட்டி விளையாடும் கருவிகள்.

கொலம்பியர்கள் விவரம் புரியாமல் இந்த சூழ்ச்சிக்குப் பலியாகிப் போனார்கள். போதை மூலம் பணம் திரட்டும் யோசனையை சி.ஐ.ஏவே பல போராளி இயக்கங்களுக்குச் சொல்லிக்கொடுத்திருக்கிறது. இதோ பார், நீ போதை அடிமை இல்லை. உனக்கு அந்தப் பொருள் வேண்டாம். உனக்கு சாராயம் போதும். ஆனால் வேறு யார் யாருக்கோ எங்கெங்கோ வேண்டியிருக்கிறது. உனக்கென்ன போச்சு? கோகா பயிரிடு. கொகெயின் தயாரிப்பது படு சிம்பிள். சொல்லித்தர வாத்தியார்கள் இருக்கிறார்கள். கூப்பிட்டு வருவது என் பொறுப்பு. நமக்கு வேண்டியது என்ன? உங்கள் புரட்சி வெற்றி பெறப் பணம். அதுதான். அது ஒன்றுதான். முதல் பணம் நான் போட்டேனல்லவா? தொடர்ந்து போராடவும் பணம் வேண்டும். அதில் உன் பங்களிப்பும் இருப்பதுதான் உன் எதிர்காலத்துக்கு நல்லது. நாளைக்கு நீயே ஆட்சி அமைக்கிறாய் என்றால் உனக்கு ஒரு தன்னம்பிக்கை வேண்டாமா? சாதிக்க முடியும் என்று எதனை வைத்து முடிவுக்கு வருவாய்? இன்றைக்கு இயக்கத்தைக் காப்பாற்றப் பணம் சம்பாதிக்கக் கற்றால்தான் நாளைக்கு தேசத்தைக் காப்பாற்றும் வல்லமையைப் பெறுவாய்.

போதித்தார்கள். நேரடியாகவும் மறைமுகமாகவும் பல்வேறு இயக்கங்களுக்கு இந்த போதனை தொடர்ந்து நடத்தப்பட்டது.

சி.ஐ.ஏ. சொல்லி இந்தக் காரியத்தில் இறங்கியவர்கள் கொஞ்சமென்றால், யாரும் சொல்லாமலேயே போதைப் பணத்தை ருசிக்க ஆரம்பித்தவர்களும் பலபேர் இருந்தார்கள்.

ஆனால் அவர்கள் செய்ததெல்லாமே சிறுதொழில் மாதிரிதான். முதல் முதலில் கொகெயின் உற்பத்தியை, விற்பனையை ஒரு கார்ப்பரேட்டாக கொலம்பியாவில் அறிமுகப்படுத்தியது - கண்ணுக்கெட்டும் தொலைவெல்லாம் கோகா பயிரிட்டு, காசை அறுவடை செய்தது, அந்தப் பணத்தைப் பல தீவிரவாதக் குழுக்களுக்கும் ஆட்சியாளர்களுக்கும் அளித்து, கொலம்பிய அரசியலையே தீர்மானிக்கும் சக்தியாக விளங்கியது ஒரு தனிநபர். அவனிடமிருந்துதான் நியாயமாக இந்தக் கதை தொடங்குகிறது.

*1989*ம் ஆண்டின் உலகின் ஏழாவது பெரிய பணக்காரர் என்று ஃபோர்ப்ஸ் சுட்டிக்காட்டிய அவனது பெயர் பாப்லோ எஸ்கோபர். இன்றைய *AUC*யின் தாத்தா. போதைத் தொழிலை ஒரு கார்ப்பரேட் ஆக்கமுடியும் என்று செய்து காண்பித்து, கொலம்பியா மட்டுமில்லாமல் உலகில் இயங்கும் பல்வேறு தீவிரவாதக் குழுக்களுக்கும் போதை மூலம் வருமானம் என்னும் ஆதிபாடத்தை போதித்தவன்.

எஸ்கோபர் கொள்கைப்பிடிப்புள்ள, ஏதேனுமொரு இயக்கம் சார்ந்த போராளியெல்லாம் இல்லை. வெறும் போதைக் கடத்தல். அதுதான் அவன் தொழில், வாழ்க்கை. ஆனால் பல போராளி இயக்கங்களுக்கு அவன் காட்ஃபாதராக இருந்திருக்கிறான். பணம் கொடுத்து வாழவைத்திருக்கிறான். நாய் விற்ற காசும் கொகெயின் விற்ற காசும் பொதுவாகக் குரைப்பதில்லை. புரட்சிகளுக்குக் காசுதான் முக்கியம். குரைக்காத காசு அல்ல. குறையாத காசு. அது போதையில் கிடைக்கும் என்று முதல் முதலில் சுட்டிக்காட்டியவன் எஸ்கோபர்.

கொலம்பிய சரித்திரத்தில், அதன் ஆட்சியாளர்களைக் காட்டிலும் அங்கு நடந்த மாபெரும் உள்நாட்டு யுத்தத்தைக் காட்டிலும் அதிக பக்கங்களை ஆக்கிரமிக்கக்கூடியவன் எஸ்கோபர். செய்த காரியம் மட்டுமல்ல காரணம். வாழ்ந்த வாழ்க்கையும் கூட.

3. கார் திருடன்

'**எ**மில், சீக்கிரம் சொல். உன்னால் முடியுமா முடியாதா என்று. இப்போது விட்டால் இந்தக் காரை நம்மால் இன்னொருமுறை நெருங்க முடியாமல் போகலாம்.'

அவன் பதில் பேசவில்லை. பணக்காரர்கள் மட்டுமே வசிக்கும் மெடேலின் *(Medellin)* நகரத்தின் அந்த முக்கியமான காலனியில், சாலையெல்லாம் பூக்கள் சொரிந்திருந்தன. அத்தனையும் பன்னீர்ப் பூக்கள். பிங்க் நிறப் பூக்கள். வெளிர் மஞ்சள் நிறப் பூக்கள். இளம்பச்சை நிறப் பூக்கள். எல்லா வீட்டு வாசலிலும் குறைந்தது இரண்டு பன்னீர் மரங்கள் இருந்தன. ஒவ்வொரு மரமும் வேளைக்கு லட்சம் பூக்கள் பூக்கின்றன. பூக்களால் நிறைந்த பாதையை கார்கள் அலங்கோலப்படுத்துகின்றன.

யார் கேட்பது? அத்தனையும் பணக்கார கார்கள். வேகம் குறைக்காமலேயே காலனிக்குள் புகுந்து, யாரோ துரத்துவது போலப் பாய்ந்து விரைந்து தத்தம் வீடுகளுக்குள் அடைக்கலமாகி விடுகின்றன. முன்னதாக, காவல்காரர்கள் சல்யூட் அடித்துக் கதவைத் திறந்து வைத்திருக்கிறார்கள். கார்கள் நுழைந்ததும் பெரிய கதவுகளை இழுத்துச் சாத்திவிடுகிறார்கள்.

எமிலும் அவனது நண்பனும் ஒருவார காலமாக தினசரி அந்தக் காலனியைச் சுற்றிவந்துகொண்டிருக்கிறார்கள். ஒரே இலக்கு. பூக்கள் அல்ல. அந்தக் கார்களில் ஒன்று. மெர்சிடஸ் பென்ஸ்.

காரா அது? சத்தியமாகத் தேரேதான். என்ன அழகு. என்ன சொகுசு. என்ன லகு! இதனைமட்டும் திருடிக்கொண்டு போய்விட முடிந்தால் அடுத்த ஆறு மாத காலத்துக்குப் பணப்பிரச்னையே இருக்காது. முதலாளி எப்படியும் பத்தாயிரம் பெசோக்களாவது கொடுத்துவிடுவார். காரின் விலை என்னவாக வேண்டுமானாலும் இருக்கட்டும். ஆனால் தன் பங்கு என்றைக்கு மூவாயிரம் பெசோக்களைத் தாண்டியிருக்கிறது?

மாட்டுவதெல்லாம் லொட்டை கார்கள். ஆஸ்துமா பிடித்த கிழட்டுச் சனியன் போல் கதறும் கார்கள். பிரேக் இருந்தால் கியர் இருக்காது. சீட் இருந்தால் டாப் இருக்காது. எல்லாம் சரியாக இருந்து நல்ல கண்டிஷனில் ஒரு சமயம் ஒரு காரைத் தள்ளிக்கொண்டு போனபோது, பார்த்தமாத்திரத்தில் முதலாளி சொல்லிவிட்டார். அடேய், இதுவே திருட்டுக் கார். அதை நீ திருடிவிட்டாயா? எந்தப் பங்காளி இன்றைக்குச் சண்டைக்கு வரப்போகிறான் என்று தெரியவில்லை. ஓடிப்போ. போய்விடு. நாலு நாள் திரும்ப வராதே.

முதலாளி ஒரு காரைப் பார்த்தமாத்திரத்தில் அதன் பூர்வோத்திரங்கள் தெரிந்தவராக இருக்கிற விஷயம் எப்போதும் அவனுக்கு வியப்புத் தருவது. நம்பர் ப்ளேட் தவிரவும் ஒரு காரை ஒரிஜினலா, திருட்டுச் சரக்கா என்று கண்டுபிடிக்க நாலைந்து லட்சணங்கள் உண்டு என்று முதலாளி எப்போதும் சொல்வார். அது என்ன என்று கேட்டால் மட்டும் சொல்லமாட்டார். அனுபவம் சொல்லித்தரும் என்று சொல்லிவிடுவார்.

அனுபவம் இதுவரை கஷ்டங்களை மட்டுமே சொல்லிக் கொடுத்துவந்திருக்கிறது. முதுகுத் தண்டு கழண்டு விழுகிற அளவுக்கு தர்ம அடிகள். மாட்டிக்கொண்டால் முடியைப் பிடித்து இழுத்து இழுத்து ஆட்டுவார்கள். சட்டையைக் கிழித்துக் கீழே தள்ளி பூட்ஸ் காலால் உதை உதை என்று உதைப்பார்கள். ஒரே அதிர்ஷ்டம். மாட்டிக்கொள்ளும் வேளைகளில் பெரும்பாலும் யாரும் போலீஸில் பிடித்துக்கொடுப்பதில்லை. அடித்துத் துவைப்பதிலேயே திருப்தியடைந்து விரட்டிவிடுகிறார்கள்.

எப்போதாவதுதான் போலீஸ் ஸ்டேஷன் தரிசனம் வாய்க்கிறது. திருடும்போது தற்செயலாக எந்த போலீஸ்காரனிடமாவது சிக்கிக்கொள்ள நேர்ந்துவிடுகிறது. லாக்கப்பில் கழிக்கும்

இரவுகள் அத்தனை சிலாக்கியமாக இருப்பதில்லை. கொசுக்கடி. தவிரவும் மூத்திர நெடி. கைதிகள் கொஞ்சம் கூட சுகாதாரம் தெரியாதவர்களாகவே பெரும்பாலும் இருக்கிறார்கள். திருடுபவர்கள், கொள்ளையடிப்பவர்கள், கொலை செய்பவர்களானாலும் அடிப்படை சுகாதாரம் பழகவேண்டாமா?

எமில் அந்த விஷயத்தில் படு சுத்தம். லாக்கப்பில் இருக்க நேரும்போதெல்லாம் சுத்தமாக நகத்தை வெட்டிக்கொள்வான். முடி வெட்டிக்கொள்வதும் அப்போதுதான். தலையெழுத்தே என்று லாக்கப்பை பினாயில் ஊற்றிக் கழுவிவிடுவான். ஊதுபத்தி கொளுத்திவைத்து கொஞ்சம் வசிக்கத் தகுந்த இடமாக மாற்றுவான். உலகத்தில் பல கான்ஸ்டபிள்கள் உத்தமர்களாகவே இருக்கிறார்கள். எமிலின் இத்தகு நடவடிக்கைகளைக் கண்டு மனம் மகிழ்ந்து அவர்கள் குளிக்க வெந்நீர் தருவார்கள். கொஞ்சம் காசு கொடுத்தால் துணிகளைத் துவைத்து இஸ்திரி பண்ணிக் கொண்டுவந்து கொடுப்பார்கள். சிறையிலும் இம்மாதிரியான சௌகரியங்கள் அவசியம் இருக்கும். ஆனால் போனதில்லை. போகும் சந்தர்ப்பம் வந்ததில்லை. ஒருவாரம், பத்து நாள் லாக்கப்பில் வைத்திருந்துவிட்டு அனுப்பிவிடுவார்கள். கார் திருட்டு கேஸெல்லாம் ஒரு கேஸா?

யோசனையில் இருந்த எமிலை மீண்டும் அவனது நண்பனின் குரல் கலைத்தது. 'டேய், வருகிறாயா இல்லை, நான் போகட்டுமா?'

எமில் அப்போதுதான் சுய உணர்வு பெற்றவன் போல அந்தக் காரையும் நண்பனையும் பார்த்தான். சட்டென்று சொன்னான்: 'வேண்டாம்பெர்ட்டினண்ட். இனிநான்கார்திருடப்போவதில்லை.'

'என்ன உளறுகிறாய்?'

'யோசித்துப் பார்த்தேன். மூவாயிரம் பெசோக்களுக்காக நான் இதுவரை வாங்கிய தர்ம அடிகள் எத்தனை என்று எண்ணிக் கொண்டிருந்தேன். எப்படியும் முப்பதாயிரத்துக்குக் குறையாது என்று நினைக்கிறேன்.'

'அதனால்?'

'கஷ்டப்படுவது எனக்குப் பெரிய விஷயமில்லை. ஆனால் பலன் குறைவாக இருப்பது பிடிக்கவில்லை. நான் நிறைய கஷ்டப்படத்

தயார். ஆனால் நிறையப் பணமும் வேண்டும். உனக்கென்ன? குடிசை வீட்டிலிருந்து ஓட்டு வீட்டுக்குப் போகிற கனவுதான் உன்னை இந்த வேலை செய்யவைக்கிறது. எனக்கு ஒரு சிட்டாடல் கட்டவேண்டும். அன்றைக்குப் பார்த்தோமே ஒரு கிரீஸ் நாட்டுத் திரைப்படம்! ஞாபகமிருக்கிறதா? அதில் ஒரு மாளிகை கண்டோமே? அந்தமாதிரி! எனக்காகவே ஒரு சிட்டாடல்! எனக்குப் பிடித்த எல்லாம் அதில் இருக்கும். மாளிகையைச் சுற்றிலும் வாசலில் நூறு மெர்சிடிஸ் கார்கள் நின்றுகொண்டிருக்கும். தினசரி ஒரு காரில் ஏறி நான் போகவேண்டும். உலகத்தில் உள்ள அத்தனை பேரழகிகளும் என் அந்தப்புரத்தில் வசிக்கவேண்டும். நான் தினசரி உண்ணும் உணவு பக்கிங்காம் அரண்மனையில் நடைபெறும் விழாக்களின்போது பரிமாறப்படும் உணவுபோல இருக்கவேண்டும்.'

நண்பன் அவனைக் கேவலமாகப் பார்த்தான். 'இதோபார் எமில், நீ தகுதிக்குமீறி கனவு காண்கிறாய். இதெல்லாம் நல்லதுக்கில்லை. இப்போது வருகிறாயா இல்லை நான் மட்டும் போகட்டுமா? அந்தக் கனவான் லஞ்ச்சுக்கு வந்திருக்கிறார். கார் இன்னும் இருபது நிமிடங்கள்தான் வாசலில் நிற்கும். அதற்குள் வேலையை முடிக்கவேண்டும்'

பேசியபடியே தன் உபகரணங்களை ஒருதரம் தொட்டுப்பார்த்துக் கொண்டான். ஒரு சாவிக்கொத்து. ஒரு ஸ்பேனர். ஒரு ஸ்குரூ டிரைவர். ஒரு ஸ்பிரே. தப்பித்தவறி மாட்டிக்கொண்டால் எதிராளி முகத்தில் அடித்துவிட்டு ஓடிவிட அது உதவும். மிளகாய்ப்பொடி நீர்.

'இல்லை பெர்ட்டினண்ட். நீ போ. நான் வரவில்லை.'

'போடா சோம்பேறி. முதலாளி கேட்டால் என்ன சொல்ல?'

'பாப்லோ எமிலியோ எஸ்கோபர் வேலையிலிருந்து நின்று விட்டான் என்று சொல். மேற்கொண்டு என்ன செய்யப்போகிறான் என்று கேட்டால் கோகா தோட்டத்தில் வேலை பார்க்கப் போகிறேன் என்று சொல்.'

–

டிசம்பர் 1, 1949ம் ஆண்டு பிறந்த எஸ்கோபர் தனது கார் திருட்டுத் தொழிலை விட்டுவிட்டு கொகெயின் உலகத்தில் குடியேறியது 1965ம் ஆண்டு.

எஸ்கோபரின் குடும்பப் பின்னணி குறித்த விவரங்கள் ஏதும் இன்றைக்கு நமக்குக் கிடைப்பதில்லை. பொதுவாக ஏழைக் குடும்பம். அப்பாவும் அம்மாவும் என்னவாக இருந்தார்கள், உடன் பிறந்தோர் என்று யாரும் உண்டா, அவன் ஒரு சுயம்புவா, அரசமரத்தடியில் தானே முளைத்தவனா என்றெல்லாம் தெரியாது. எஸ்கோபர் குறித்த தகவல்கள் அனைத்தும் 65ம் ஆண்டுக்குப் பிறகு மட்டுமே பதிவாகியிருக்கின்றன. ஒரு சில பேட்டிகளில் அவனே தன் பழைய கார் திருட்டுத் தொழில் குறித்துச் சொல்லியிருப்பதால் அந்த விவரம்.

கொலம்பியாவின் தேசிய அடையாளமாக அப்போது மாறியிருந்த கோகா தோட்டங்களில்தான் எஸ்கோபர் தன் ‘கேரியரை’த் தொடங்கினான். அதிகம் படிப்பு கிடையாது. முரட்டுத்தனம் என்பது பிறவி சுபாவம். ‘ஒருவனை அடிப்பதற்கும் கொல்வதற்கும் எனக்கு அதிக வித்தியாசம் கிடையாது. வீழ்த்துவது ஒன்றுதான் நோக்கம் என்றானபின் மண்ணில் வீழ்த்தினால் என்ன? மேலே அனுப்பினால் என்ன?’

சந்தேகமில்லாமல் அவன் பணத்துக்காக வாழ்ந்தான். பணத்துக்காக என்னவும் செய்யத் தயாராக இருந்தான். இருபத்தி ஐந்து வயதுக்குள் நான்கு கொலைகளை வெற்றிகரமாக அவனால் செய்துமுடிக்க முடிந்திருக்கிறது. எல்லாம் தான் வேலை பார்த்த முதலாளிக்காக. இந்தத் தொழிலில் கொலைக்குத் தயங்காதவன் சீக்கிரம் முன்னுக்கு வந்துவிட முடியும் என்பது எஸ்கோபருக்குப் புரிந்தது 1969ம் வருடத்தில்.

ஒரு கஸ்டம்ஸ் ஆபீசர் இருந்தார். ரொம்பக் குடைச்சல் கொடுத்துக் கொண்டிருந்த ஆபீசர். எஸ்கோபரின் முதலாளி லஞ்சம் கொடுக்கத் தயங்காதவர். எத்தனை கேட்டாலும். என்ன கேட்டாலும். ஆனால் அஞ்சு பெசோ லஞ்ச வாங்கமாட்டேன் என்று அழிச்சாட்டியம் பண்ணுகிற ஆபீசரை என்ன பண்ணுவது?

தினசரி குறைந்தது ஐந்து லட்சம் பெசோக்கள் மதிப்புள்ள சரக்காவது அவரைக் கடக்கவேண்டியிருக்கிறது. ஒவ்வொருமுறையும் பிரச்னை. ஒவ்வொரு முறையும் சிக்கல். என்ன செய்யலாம்?

இருபது வயது எஸ்கோபர் அப்போது சொன்ன யோசனை: 'கொன்று, நதியில் வீசிவிடலாம்.'

சொன்னதுடன் நிறுத்தாமல், செய்தும் காட்டியதில் அவனது அந்தஸ்து உயர ஆரம்பித்தது. குடிசையிலிருந்து மாடி வீட்டுக்குப் போனான். ஒன்றுக்கு மேற்பட்ட வீடுகள் சாத்தியமாயின. அடுத்த ஒரு வருடத்தில் தொழிலின் நெளிவு சுளிவுகள் பழகி 1970ம் ஆண்டிலிருந்து தனியே செயல்படத் தொடங்கிவிட்டான்.

கொலம்பியாவில் ஒரு போதை சாம்ராஜ்ஜியத்தை உருவாக்கத் தேவைகள் மிகவும் குறைவு. ஐம்பதாயிரம் பெசோக்கள் இருந்தால் போதும். மலைப்பகுதியில் பயிரிடத் தொடங்கிவிடமுடியும். அந்தக் காசுகூட ரேஞ்சர்களுக்குக் கொடுக்கத் தான். கோகா தோட்டத்தில் வேலை செய்ய வருகிறவர்கள் யாரும் தினக்கூலி கேட்பதில்லை. ரொட்டி கொடுத்தால் போதும். அறுவடை சமயத்தில் உரிய சம்பளம் தந்துவிட வேண்டும். அது முக்கியம். தவிரவும் அத்தனை 'விவசாயிகளுமே' அந்தத் தொழிலில் பார்ட் டைம் செய்கிறவர்கள்தான். முழுநேரம் அவர்களுக்கு காப்பித் தோட்ட, தேயிலைத் தோட்ட வேலைகள்இருக்கும். லஞ்சடயத்தில் வந்து பார்த்துக்கொள்வார்கள் போலிருக்கிறது.

எஸ்கோபருக்கும் அதற்குமுன் கொலம்பிய போதைத் தோட்டங்களை நிர்வகித்துவந்தவர்களுக்கும் இருந்த அடிப்படை வித்தியாசம் ஒன்று மிக முக்கியமானது.

முதலாளிகள் அத்தனை பேரும் அடியாள்கள் வைத்திருந்தார்கள். அனைத்து விதமான கெட்டகாரியங்களுக்குமான அடியாள்கள். அவர்களுக்குச் சம்பளம் கொடுப்பதுதான் அங்கே பெரிய வேலை. மாபெரும் தாதாக்களை வேலைக்கு வைத்துவிட்டு அவர்கள் சொல்கிறபடியெல்லாம் ஆடியாக வேண்டும். பணம் கேட்டால் பணம். பெண் கேட்டால் பெண். சொகுசு கேட்டால் சொகுசு. ஒரு குறிப்பிட்ட தாதா, தான் வேலைபார்த்த கொகெயின் கோட்டைக்கு ஐந்நூறு மீட்டர் தள்ளி தனக்கொரு சிறு தேயிலைத் தோட்டம் அமைத்துக்கொடுக்கச் சொல்லி முதலாளியை மிரட்டி, அவர் மறுத்ததால் கொலையே செய்திருக்கிறான்.

எஸ்கோபர் விஷயத்தில் இந்தப் பிரச்னையே இல்லை. தானே முதலாளியாகவும் தொழிலாளியாகவும் அவன் இருந்தது பெரிய

வசதியாகிப் போனது. சந்தேகத்துக்கு இடமில்லாமல் அவன் ஒரு பெரிய தாதா. அடித்தால் இடி போல் விழும். கழுத்தை நெரித்தால் எலும்பு நொறுங்கும் சத்தம் கேட்கும். அடித்துக் கொன்று மலைச் சரிவுகளில் கடாசிவிட்டுப் போவது அவனுக்கு பீடா போட்டுக் குதப்பித் துப்புவது போல.

மிகையே இல்லை. இப்படித்தான் இருந்திருக்கிறான். சரசரவென்று தன் சாம்ராஜ்ஜியத்தை அவன் விஸ்தரித்துக்கொண்டு போனபோது எல் எஸ்பரேட்டர் என்கிற ஒரு கொலம்பியப் பத்திரிகை ஒரு செய்தி வெளியிட்டது:

‘எஸ்கோபர் எப்போதும் தன்னுடன் எடுத்துச் செல்லும் ப்ரீஃப்கேஸை மட்டும் தானமாகக் கொடுக்க முன்வருவாரேயானால் ஐந்நூறு ஏழைக் கொலம்பியர்கள் மூன்று வருடங்கள் பசியின்றி வாழமுடியும்.’

இதே எஸ்கோபர் ஐந்நூறல்ல. பல்லாயிரக்கணக்கான கொலம்பியர்களின் பரமபிதாவாகவே பின்னாளில் அறியப்படுவான் என்று அப்போது அந்தப் பத்திரிகை எண்ணிப் பார்த்திருக்காது!

4. போதையின் பாதை

பாப்லோ எஸ்கோபரின் பிசினஸ் மாடலைப் புரிந்துகொள்வது, கொலம்பிய போதை மார்க்கெட்டின் தன்மையை அறிய மிகவும் உதவிகரமாக இருக்கும். ஒருவகையில் இன்றைய கொலம்பிய போதை மார்க்கெட்டின் தந்தை என்றே அவனைச் சொல்லலாம்.

எஸ்கோபர் போதைத் தொழிலை இரண்டாகப் பிரித்துக் கொண்டான். கோகா பயிரிட்டு, இலைகளைக் கிள்ளி ரசாயன சமாஸ்ரயணங்கள் செய்து வெள்ளை கொகெயின் ஆக்கி, பாக்கெட் போட்டு பார்சல் அனுப்பும் முழு நீளத் தொழில் ஒன்று. ஏற்கெனவே இருக்கிற போதை பிசினஸ்காரர்களுக்கு மார்க்கெடிங் & சேல்ஸ் உதவிகள் செய்வது இன்னொன்று.

இரண்டுக்கும் தனித்தனி ஆபீஸ். தனித்தனி ஊழியர்கள். தனித்தனி அக்கவுண்ட்.

மேற்சொன்ன இரண்டு தொழில் தவிர மூன்றாவதாகவும் ஒரு தொழிலைச் சில வருட காலங்கள் மட்டும் நடத்தினான். அதாகப்பட்டது, மற்ற போதைக் கடத்தல்காரர்களிடமிருந்து சரக்கை மொத்தமாக வாங்கி, தன் ரூட்டில் அதிக விலை வைத்து விற்று கூடுதல் பணம் சம்பாதிப்பது.

கொஞ்சம் குழப்புகிறது இல்லையா? விளக்கிவிடலாம்.

தனக்கென சொந்தமாக ஒரு நெட் ஒர்க் வைத்துக்கொண்டு உலகம் முழுதும் வியாபாரம் செய்யும் ஒரு ஆசாமி எதற்காக

அடுத்தவர் சரக்கையும் காசு கொடுத்து வாங்கி அதிக லாபத்துக்கு விற்கவேண்டும்? அதில் என்ன அப்படி லாபம் வந்துவிடப் போகிறது?

விஷயம் இருக்கிறது.

கொலம்பியாவில் எழுபதுகளில் கொகெயின் உற்பத்தி இருந்த அளவுக்கு ஏற்றுமதி சௌகரியங்கள் கிடையாது. எல்லாம் கள்ளத்தோணி மூலம்தான் கண்டம் கடந்து வட அமெரிக்காவை அடையவேண்டும் என்றாலும் அது அத்தனை சுலபமில்லை. பனிப்போர் உச்சத்தில் இருந்த காலம். எல்லா கடல் பிராந்தியங்களிலும் அமெரிக்கப் போர்க்கப்பல்கள் ரோந்து போய்க்கொண்டே இருக்கும். மாட்டினால் மரணத்தைத் தவிர இன்னொன்றை நினைத்துப் பார்க்கக் கூட முடியாது.

என்னடா இது, சி.ஐ.ஏவே ஆசீர்வாதம் பண்ணி பிசினஸ் ஆரம்பித்துக் கொடுக்கும் என்று இரண்டு இஷ்யூக்கள் முன்னால் பார்த்தோம், இப்போது அந்தர் பல்டியாக இருக்கிறதே என்று தோன்றலாம். விஷயம் உண்டு.

சி.ஐ.ஏ. என்ன செய்யும், என்ன செய்யாது என்று பொதுவாக அத்தனை சுலபத்தில் யூகிப்பது கஷ்டம். கொஞ்சம் ரூட்டு பிடித்து யூகித்துப் பார்த்தால் கண்டிப்பாக அதன் ஒவ்வொரு நடவடிக்கைக்குப் பின்னாலும் ஒரு கிரிமினல் யோசனை இருந்தே தீரும்.

கொலம்பிய காப்பி, தேயிலை எல்லாம் நல்ல சரக்குதான். ஆனால் உலகில் பல தேசங்களில் அதற்கு நிகரான, அதனைவிட மேலான சரக்குகள் உண்டு. ஆனால் கொலம்பிய கொகெயினுக்கு நிகரே சொல்லமுடியாது. சி.ஐ.ஏவின் எண்ணம், கொகெயின் பயிரிட்டு, கிழக்கு ஐரோப்பிய தேசங்களுக்கும் ரஷ்யாவுக்கும் விற்பதன்மூலம் கம்யூனிச - கம்யூனிச ஆதரவு தேசங்களின் பொருளாதாரத்தையும் வாழ்க்கைத் தரத்தையும் சீர்குலைக்கலாம் என்பது.

குறிப்பாக அன்றைய கிழக்கு ஜெர்மனி. சாப்பாட்டுக்கு சிங்கி அடித்துக்கொண்டிருந்த மக்களுக்குப் பசி மறக்க போதை அவசியம் என்றொரு அபாரமான கண்டுபிடிப்பை முன்வைத்து அதற்காவன செய்யும் திருப்பணியில் சி.ஐ.ஏவின் ஜெர்மானியப் பிரிவு மிகத் தீவிரமாக இறங்கியிருந்தது.

சோவியத் ஆதரவு தேசங்கள் மட்டுமல்லாமல், நல்ல பணக்கார தேசங்கள் வேறு சிலவற்றின்மீதும் அவர்கள் கண் வைத்திருந்தார்கள். தூரக் கிழக்கு நாடுகளுக்கும் கொகெயின் அனுப்ப உத்தேசித்திருந்தார்கள். போதைப் பொருளாதாரம் என்பது கற்பனையே செய்யமுடியாத ஒரு இந்திரஜாலம். உற்பத்திச் செலவு பத்து பைசா பெறாது. அதையே மார்க்கெட்டுக்கு அனுப்பி பத்து லட்சம் சம்பாதித்துவிட முடியும். செய்கிற திருட்டுக் காரியத்தை எத்தனை நேர்த்தியாகச் செய்து முடிக்கிறார்கள் என்பதைப் பொறுத்த விஷயம் அது. அந்த ரிஸ்குக்குத்தான் காசே தவிர, சரக்குக்கு அல்ல.

அது ஒரு பக்கம் இருக்க, உண்மையில் கொலம்பிய போதை வியாபாரிகளுக்கு ஐரோப்பிய தேசங்களைக் காட்டிலும் அமெரிக்காவில்தான் தங்கள் சரக்குக்கு நல்ல மார்கெட் என்று தெரிந்துபோனது. அமெரிக்காவின் ஹிப்பி கலாசாரம், டிஸ்கோ கலாசாரம் எல்லாம் போதையில்லாமல் சாத்தியமில்லை. தவிரவும் பணம் வெள்ளமெனப் பெருக்கெடுத்து ஓடிக்கொண்டிருக்கும் தேசம். சி.ஐ.ஏ. கிடக்கிறார்கள். அவர்கள் கண்ணில் மண் தூவ வழியா இல்லை?

எனவே ஐரோப்பிய தேசங்களுக்குச் சரக்கு அனுப்பும் பாதைகளைத் தவிர்த்து, ரகசியப் பாதைகள் மூலம் அமெரிக்காவுக்கும் கொலம்பியாவிலிருந்து சரக்கு போகத் தொடங்கியது.

காதமா? தூரமா? ஒரு சர்வதேச பர்மிட் வாங்கிக்கொண்டு லாரி பிடித்தால் கொலம்பியாவின் மெடேலின் நகரத்திலிருந்து மூன்று தினங்களில் கோஸ்டரீகா. அங்கிருந்து நிகரகுவா வழியே கவுதமாலா. எட்டிப்பிடித்தால் மெக்சிகோ. அமெரிக்காவின் தென்மேற்கு எல்லையில் சாண்டியாகோவில் இறங்கி ஒரு சாய் குடித்துவிட்டு இன்னொரு மிதி மிதித்தால் லாஸ் ஏஞ்சலீஸ்.

மெக்சிகோ வரைக்கும் சாலை வழியில் சரக்கு போவது பெரிய காரியமல்ல. வட அமெரிக்க எல்லையைத் தொடும்போதுதான் சிக்கல் வரும். அதற்கு அங்கிருந்து ஆள்கள் வரவேண்டும். சரக்கை இறக்கி, அவர்கள் லாரியில் ஏற்றிச் செல்லவேண்டும். செக்கிங்கில் மாட்டாதிருக்கவேண்டும்.

பெரிய காரியம்தான். ஆனாலும் செய்தார்கள். அவ்வப்போது நிறைய பிரச்னைகள் வந்தன. கோடிக்கணக்கில் இழப்புகளும் ஏற்பட்டன. அதைவிட ஆள் இழப்புகள். அது மிக அதிகம். போதை என்றால் பணம். போதைப்பணம் என்றால் மரணத்தின் வாசல். எந்தக் கணத்தில் யார் துப்பாக்கியைத் தூக்கி நெற்றிப்பொட்டில் வைப்பார்கள், ஏன், என்னத்துக்காக வைப்பார்கள் என்றே சொல்ல முடியாது.

கொலம்பிய வியாபாரிகள் இந்தத் தடத்தில் நூற்றுக்கணக்கான தேர்ந்த ஊழியர்களை இழந்திருக்கிறார்கள்.

இந்தப் பிரச்னையிலிருந்து தப்பிக்கத்தான் அவர்களுக்கு பாப்லோ எஸ்கோபரின் உதவி தேவைப்பட்டது. எத்தனையோ இழப்புகள் எல்லோருக்கும் ஏற்படுகின்றன. ஆனால் இந்த ஆசாமிக்கு மட்டும் எப்படி ஒரு பைசா நஷ்டமும் இல்லாமல் தொழில் கனஜோராக நடக்கிறது?

எஸ்கோபர் ஐரோப்பாவுக்கு நேரடியாக சரக்கு அனுப்புகிற வழக்கமே இல்லை. அவனது எல்லை அமெரிக்காவோடு முடிந்துவிடுகிறது. அங்கிருந்து அது ஐரோப்பா போனாலும் ஆஸ்திரேலியா போனாலும் அவனுக்கு எந்தச் சம்பந்தமும் இல்லை. அமெரிக்கா அவனது மிகப்பெரிய மார்க்கெட். கொள்ளை கொள்ளையாகக் கொட்டிக்கொடுக்கிற மார்க்கெட். எந்தப் பிரச்னையும் கிடையாது. மெடேலின் நகரத்திலிருந்து அவனது சரக்குகள் புறப்படுவது தெரியும். தெருமுனை திரும்புவது வரைக்கும்தான். அதன்பின் அவை எந்தப் பாதையில் போகின்றன என்பது ஒருத்தருக்கும் தெரியாது.

சாலை வழியா, கப்பலா, படகா, விமானமா, மாட்டுவண்டியா? மூச். உனக்கென்ன வேண்டும்? உன் சரக்குகள் விற்கவேண்டும். அவ்வளவுதானே? கொண்டுவா என்னிடம். அமெரிக்கா போய் இந்தச் சரக்குகள் உனக்கு என்ன லாபத்தைக் கொண்டுவந்து கொடுக்கும்? அதனை நான் இங்கேயே கொடுத்துவிடுகிறேன். சரக்கை வைத்துவிட்டு இடத்தை காலி பண்ணு.

பைசா பாக்கியில்லாமல் கொடுத்துவிட்டு சரக்கை வாங்கிக் கொண்டுவிடுவான். சொல்லிவைத்த மாதிரி மறுவாரமே அவை அமெரிக்கா போய்ச் சேர்ந்துவிடும்.

எப்படிப் போகிறது?

புரியாது. ஒருத்தருக்கும் தெரியாது. தன் சரித்திரத்தில் ஒருமுறை கூடப் பிரச்னை என்று ஒன்று வந்து, இழப்பைச் சந்திக்காத ஒரே கடத்தல்காரன், எஸ்கோபர். நீண்ட நெடுநாள் கழிந்தபின்னர்தான் எஸ்கோபரின் ரூட் மற்றவர்களுக்குப் புரிபட்டது. வியப்பில் வாய்பிளந்தார்கள்.

எல்லா கொலம்பியக் கடத்தல்காரர்களும் சரக்கு எடுத்துச் செல்லப் பயன்படுத்தும் பாதைகளை எஸ்கோபர் முற்றிலும் தவிர்த்துவிடுவதே வழக்கமாக இருந்திருக்கிறது. மாறாக, மெடேலினிலிருந்து கடல் மார்க்கமாக கிழக்கே க்யூபாவுக்குச் சென்று ஹவானாவில் இறக்கி, இன்னொரு கப்பல் மாற்றி, அங்கிருந்து அமெரிக்காவின் மியாமிக்கோ, நியூ ஆர்லியன்ஸுக்கோ அனுப்பிக்கொண்டிருந்திருக்கிறான்!

க்யூபா என்றால் கம்யூனிஸ்டு க்யூபா. ஃபிடல் காஸ்டிரோவின் க்யூபா. எனவே அமெரிக்கா வரிந்துகட்டிக்கொண்டு அங்கே குட்டித் தீவிரவாத இயக்கங்களை உருவாக்கும் பணியில் மும்முரமாக இருந்த சமயம் அது. இடதா,வலதா என்னசாரிகள் என்று தெரியாத ரொட்டிசாரிகள் அவர்கள். கூலிக்குப் புரட்சி செய்யப் பயிற்றுவிக்கப்பட்டு, புரட்சியெல்லாம் சாத்தியமில்லாததால் கள்ளத்தோணி ஓட்டிக்கொண்டிருந்தவர்கள். அவர்கள் அத்தனை பேருக்கும் காஸ்டிரோவைப் பிடிக்காது என்பதுதான் ஒரே விஷயம்.

அவர்களுக்கு இருந்த சௌகரியம், சுலபமாகப் படகுகளில் அமெரிக்க எல்லைவரை போய்வரமுடியும் என்பது. முன்னதாக சி.ஐ.ஏவின் பயிற்சிகளுக்காக அவ்வப்போது போய்வந்தவர்கள் இல்லையா? எனவே அமெரிக்க கடலோரப் பாதுகாப்புப் படையில் அத்தனை பேரும் அவர்களுக்கு மாமன், மச்சான், சகலைகள் மாதிரி.

எஸ்கோபர் இதனைத்தான் தனக்குச் சாதகமாகப் பயன்படுத்திக் கொண்டான்.

இதோபார், உனக்கு என்ன வேண்டும்? பணம். நீ புரட்சி பண்ணுகிறாயா, புரோட்டா சுடுகிறாயா என்பது எனக்கு முக்கியமில்லை. என்ன எழவோ பண்ணிக்கொள். என் சரக்கு மியாமிக்குப் போய்ச் சேரவேண்டும். உன் படகுகளில் எடுத்துச்

சென்று சேர்த்தால் பிரச்னை வராது. மேலுக்கு ஒரு லோடு கரும்பு ஏற்றிக்கொள். அல்லது சர்க்கரை மூட்டைகள் உத்தமம். சந்தேகமே வராது. பிசினஸ்மேன் மாதிரி போய் இறங்கி, உன் சரக்கை நீ விற்றுக்கொள். என் சரக்கை வாங்கிச் செல்ல அங்கே ஆள் வருவான். அவனிடம் கொடுத்துவிட்டு வந்து சேர். அவ்வளவுதான்.

ஒரு ரசீது கிடையாது, மண்ணாங்கட்டி கிடையாது. வாய்வார்த்தை பிசினஸ். ஆனால் போவதோ பலகோடிக்கணக்கான சரக்கு. எஸ்கோபர் கவலையே படமாட்டான். தொழில் வெண்ணெய் மாதிரி வழுக்கிக்கொண்டு ஓடியது. எப்போதாவது யாராலாவது பிரச்னை என்று வருமானால் யோசிக்கிற வழக்கமே அவனுக்குக் கிடையாது. கொல். கொன்றுவிடு. அவ்வளவுதான்.

*1975*ம் ஆண்டு ஒரு சம்பவம் நடந்தது. ஃபேபியோ ரெஸ்டிரெப்போ *(Fabio Restrepo <http://en.wikipedia.org/w/index.php?title=Fabio_Restrepo&action=edit>)* என்றொரு கடத்தல்காரனிடமிருந்து எஸ்கோபர் *14* கிலோ கொகெயின் வாங்கியிருந்தான். அன்றைய தேதியில் அந்தச் சரக்கின் விலை இருபத்திரண்டு லட்சம் டாலர்கள்.

ரெஸ்டிரெப்போ அந்தச் சரக்கை அமெரிக்காவுக்குத்தான் அனுப்ப எண்ணியிருந்தான். பலமுறை முயற்சி செய்தும் செக்யூரிடி பிரச்னைகளால் அது முடியாமல் தள்ளிக்கொண்டே போனது.

அந்தச் சமயத்தில்தான் எஸ்கோபர் உதவுவதாகச் சொல்லி சரக்கை வாங்கிக்கொண்டான். முன்னதாக முழுத்தொகையையும் கொடுத்து விட்டுத்தான் வாங்கியிருந்தான். ஆனாலும் ரெஸ்டிரெப்போவுக்கு நப்பாசை. பணம் கைக்கு வந்துவிட்டது. எஸ்கோபாரிடம் கொடுத்த சரக்கையும் லவட்டிக்கொண்டு வந்துவிட முடிந்தால் எத்தனை நன்றாக இருக்கும்*?*

பரபரவென்று திட்டம் தீட்டினான். எஸ்கோபர் அந்தச் சரக்கை எங்கே முதலில் அனுப்புகிறான் என்று கண்டறிய தேசம் முழுதும் ஒற்றர்களை நியமித்தான். தகவல் கிடைத்தது. சரக்கு அமெரிக்கா போகவில்லை. மாறாக ஈக்வடாருக்குத்தான் போகிறது.

ஹுர்ரே என்று குதித்த ரெஸ்டிரெப்போ, ஈக்வடாரில் இருக்கும் தன் ஏஜெண்ட் ஒருவன் மூலம் போலீசுக்குத் தகவல் சொல்லி, எல்லை கடந்து வருகிற எஸ்கோபரின் ஆளைப் பிடிக்க

ஏற்பாடு செய்திருந்தான். பிறகு போலீசிடமிருந்து சரக்கைப் பெறுவதெல்லாம் ஒரு பெரிய விஷயமா என்ன?

திட்டமிட்டபடி ரெஸ்டிரெப்போ சாதித்துக்கொண்டுவிட்டான். ஆனால் விஷயம் எஸ்கோபருக்குத் தெரிந்துவிட்டது.

ஓஹோ, அப்படியா சமாசாரம்? அன்றைய இரவே ரெஸ்டிரெப்போவின் வீட்டுக்கு நான்கு பேர் போனார்கள். தூங்கிக் கொண்டிருந்தவனைக் குடும்பத்தோடு கொளுத்திவிட்டு இருக்கிற சொத்துபத்துகள் அனைத்தையும் அள்ளி வாரிச் சுருட்டிக்கொண்டு எஸ்கோபர் வீட்டுக்கு வந்துவிட்டார்கள்.

மறுநாள் எஸ்கோபர் ரெஸ்டிரெப்போவிடம் வேலை பார்த்துக்கொண்டிருந்தவர்களுக்கு ஒரு தகவல் அனுப்பினான். ‘இனி நான் தான் உங்கள் முதலாளி. அடுத்தமாதத்திலிருந்து என்னிடம் நீங்கள் சம்பளம் வாங்கிக்கொள்ளலாம்.’

போலீஸ் விசாரணை என்று வந்தபோது ரெஸ்டிரெப்போவின் ஊழியர்கள், தங்கள் முதலாளி தொழில் நஷ்டம் காரணமாகக் குடும்பத்தோடு தற்கொலை செய்துகொண்டுவிட்டார் என்று சொல்லிவிட்டார்கள்.

5. இரண்டாவது முடிவு

ரெஸ்டிரெப்போவின் விசுவாச ஊழியர்கள் எஸ்கோபரிடம் நின்னைச் சரணடைந்தேன் கண்ணம்மா என்று சரண்டர் ஆனது ஒரு பக்கம் இருக்க, ஈக்வடாருக்குப் போன அந்தப் பதினாலு கிலோ சரக்கைக் கொஞ்சம் பின் தொடரவேண்டியிருக்கிறது. எஸ்கோபரின் வாழ்க்கையில் புதியதொரு அத்தியாயத்தைத் தொடங்கிவைத்த சரக்கு அது.

அந்தப் பதினாலு கிலோ அக்மார்க் கொகெயினை ரெஸ்டிரெப்போ தன் ஈக்வடார் தொடர்புகள் மூலம் போலீசில் சிக்கவைத்தான் என்று பார்த்தோம். சரக்கு போலீசிடமிருந்து இன்னும் அவன் ஆள்கள் கைக்கு வந்து சேர்ந்திருக்கவில்லை. அதற்குள் விஷயம் தெரிந்துதான் எஸ்கோபர் தன் படையை அனுப்பி ரெஸ்டிரெப்போவைத் தீர்த்துக்கட்டியதெல்லாம் நடந்தது. ரெஸ்டிரெப்போ ஒழிந்தான் என்று அத்துடன் விட்டுவிட முடியுமா? பதினாலு கிலோவாச்சே? யார் வூட்டு சொத்து?

எனவே எஸ்கோபர் தன் நம்பிக்கைக்குரிய ஏழெட்டு ஆள்களுடன் தானே ஈக்வடாருக்குப் புறப்பட்டான். கிளம்புமுன் எந்த இடத்தில் சரக்கு கைப்பற்றப்பட்டது, எந்த ஸ்டேஷன் இன்ஸ்பெக்டர் மடக்கினார், இப்போது எங்கே இருக்கிறது, யார் பொறுப்பு, அன்னாரது பலம், பலவீனம் என்ன என்று ஏகப்பட்ட ஒருவரிக் கேள்விகளைத் தொலைபேசியில் பலரிடம் கேட்டு பதில் பெற்று, எதற்கும் தயாரான நிலையில்தான் புறப்பட்டான்.

ஈக்வடார், கொலம்பியாவுக்குத் தெற்கே இருக்கிற தேசம். பசிபிக் பெருங்கடலைத் தொட்டுத் தடவிக்கொண்டு டான்ஸ் ஆடுகிற ஐம்பது வயசு மாமி மாதிரி மேப்பில் தெரியும் பாருங்கள். அந்த தேசத்தின் துறைமுக நகரமான சாண்டியாகோ வாஜாகில் நகரில் (இங்கிலீஷ் ஸ்பெல்லிங் *Santiago de Guayaquil*. ஆனால் வாஜாகில் என்றுதான் படிக்கவேண்டும்.) தான் சரக்கு இருக்கிறது என்று தெரிந்தது.

வாஜாகில் பிரமாதமான ஊர். ஊர்மணம் என்பது அந்த ஊரைப் பொறுத்தவரை உணவு மணம்தான். மக்கள் எல்லோரும் பிரமாதமான சாப்பாட்டுராமர்கள். என்செபொலேடோ என்று ஒருவித கடல் பாசியையும் நாலைந்து ரக மீன்களையும் பட்டாணியையும் சேர்த்துப் போட்டு அண்டாவில் சூப் காய்ச்சி நாளெல்லாம் குடிப்பார்கள். ஃப்ரிட்டாடா என்று ஒரு பதார்த்தம் அங்கே இன்னும் ஃபேமஸ். வெண்பன்றிக் கறியுடன் புதினாவைச் சேர்த்து அரைத்து சப்பாத்தி மாவு மாதிரி பதத்துக்குக் கொண்டுவந்து, இரண்டு பன்களுக்கு நடுவே வைத்து மூடி மைக்ரோவேவ் அவனில் கொஞ்சம் போல் வேகவைத்து எடுத்து தேனில் தோய்த்துச் சாப்பிடுவார்கள்.

இங்கே இதெல்லாம் என்னத்துக்கு என்று அந்தராத்மா கேள்விகேட்டால் அடக்கிவைக்கவும். வேறு எந்த ஜென்மத்தில் நாம் ஈக்வடாரையெல்லாம் தெரிந்துகொள்ளப்போகிறோம்?

மேற்படி சூப்பையும் ஃப்ரிட்டாடாவையும் சாப்பிட்டுவிட்டு நாளெல்லாம் கால்பந்து உதைத்துக்கொண்டிருப்பது அவர்களுக்கு ரொம்ப இஷ்டம். பெரிய பிசினஸ் நகரம். முக்கியமான துறைமுக நகரமும் கூட அல்லவா? பணம் தண்ணீராகப் பெருகுகிற பிராந்தியம். காப்பி, டீ, சணல், சோளம் தொடங்கி, சிகரெட், சுருட்டு, சாராயம் வரைக்கும் கண்டதையும் ஏற்றுமதி பண்ணிக்கொண்டே இருப்பார்கள்.

அந்த நகரத்தில்தான் எஸ்கோபரின் பதினாலு கிலோ கொகெயின் இறக்குமதி ஆனபோது மாட்டிக்கொண்டிருந்தது.

எஸ்கோபர் தன் படையுடன் வந்து வாஜாகிலில் கடற்கரையோரம் ஒரு ஹோட்டலில் ரூம் போட்டுவிட்டு, அங்கே தங்காமல் ஒரு

மீனவக் குடியிருப்புக்குப் போய் அங்கே தங்கிக்கொண்டான். சம்பந்தப்பட்ட இன்ஸ்பெக்டருக்கு ஒரு போனைப் போட்டு மூன்றாம் மனிதன் மாதிரி விசாரித்துப் பார்த்தான். ஒன்றும் தகவல் பெயரவில்லை. இறுதியில், நான் எஸ்கோபர் பேசுகிறேன். நீ பிடித்திருப்பது என் சரக்கு. மருவாதியாகக் கொண்டுவந்து கொடுத்துவிட்டுப் போகிற வழியைப் பார் என்று தன் வழக்கமான பாணியில் ஒரு மிரட்டல் விடுத்தான்.

அந்த இன்ஸ்பெக்டர் யோசித்தார். வந்திருப்பது லோக்கல் கால். ஆனால் எஸ்கோபர் பேசுகிறேன் என்று சொல்கிறான். என்றால்?

சரி, ஒரு ஆட்டம் ஆடிப்பார்க்கலாம் என்று முடிவு செய்து, ‘என்னங்க? எஸ்கோபரா? நீங்களா? நெசமாவா?’ என்று பேரைக்கேட்டாலே ச்சும்மா அதிர்ந்ததுபோல் நடித்தார்.

எங்கே எப்போது வந்து சரக்கை ஒப்படைக்கவேண்டும் என்று கேட்டுக்கொண்டு, எதற்கும் இருக்கட்டும் என்று, ‘நான் புள்ளக்குட்டிக்காரங்க. நம்மள ஒண்ணும் பண்ணீராதிங்க’ என்றும் சொல்லிவைத்தார்.

எப்போதும் புத்திசாலித்தனத்துடன் நடந்துகொள்ளும் எஸ்கோபர் அந்த ஒரு சந்தர்ப்பத்தில் மட்டும் தத்தி மாதிரி ஏமாந்துபோனான். வந்த காரியம் இத்தனை சுலபமாக முடிகிறதே என்று மகிழ்ந்து, சரக்கை அந்த ஹோட்டல் ரூமுக்குக் கொண்டுவந்துவிடும்படிச் சொல்லிவிட்டு, கூடவே கித்தாப்பாக, ‘உங்களுக்கு என்ன வேண்டும்? என்ன கேட்டாலும் கிடைக்கும்.’ என்றும் சொல்லி வைத்தான்.

சேச்சே, உங்க அன்பு ஒண்ணு போதாதா என்று இன்ஸ்பெக்டர் ஓவராக உருகி போனை வைத்துவிட்டுப் படை திரட்டினார்.

நிர்ணயித்த நேரம் ராத்திரி எட்டே முக்கால். ரிசப்ஷனில் வந்து இன்ஸ்பெக்டர் தகவல் தரவேண்டியது. மறக்காமல் மஃப்டியில் வரவேண்டும். கூட வேறு யாரும் கூடாது. அந்தப் பதினாலு கிலோ சரக்கையும் ஒரே சூட்கேசில் வைத்துக் கொண்டுவரவேண்டும். செய்து முடித்தால் மூன்று லட்சம் அன்பளிப்பு என்று எஸ்கோபர் சொல்லியிருந்தான். தவறி ஏதாவது ஜேம்ஸ்பாண்ட் காரியம் செய்ய முயற்சிசெய்தால் கண்டிப்பாக கைமாதான் என்றும் மறக்காமல் எச்சரித்து இருந்தான்.

அப்படியே ஆகட்டும் எஜமானே என்று சொல்லிவிட்டு, ஆத்மசுத்தியுடன் ஒரு பெரும்படையை மஃப்டியில் திரட்டி ஹோட்டலைச் சுற்றி சாயங்காலம் ஆறு மணிக்கே நிற்கவைத்துவிட்டார். ஒருத்தன் இஸ்திரி தேய்த்துக்கொண்டிருந்தான். இன்னொருத்தன் பிச்சை எடுத்துக் கொண்டிருந்தான். வேறொருவன் சாலையில் மிக்கி மவுஸ் படம் வரைந்து பைசா கேட்டுக்கொண்டிருந்தான். நாலைந்து பேர் பிளம்பர்கள் போலக் கையில் ஆயுதங்களுடன் ஹோட்டல் பைப்லைனை ரிப்பேர் செய்யும் பாவனையில் மேலே ஏறி உட்கார்ந்துகொண்டிருந்தார்கள்.

இன்ஸ்பெக்டர் முன்னதாக ஹோட்டல் நிர்வாகத்திடம் போனில் பேசியிருந்தார். எஸ்கோபர் வந்திருக்கிறான் அல்லது கிறானா?

பதில் ஏதும் விவரமாக இல்லை. எந்த கோயிந்து தன் சொந்தப்பெயரில் ரூம் எடுக்கும்? ஆகவே கொலம்பியப் பெயர்களில் யார் யார் அறை எடுத்திருக்கிறார்கள் என்று பார்த்தார்கள். ம்ஹூம். ஒருத்தர்கூட இல்லை. எஸ்கோபர் படு ப்ரில்லியண்டாக ஈக்வடாரில் அதிகம் புழக்கத்திலுள்ள பெயர் ஒன்றையே அளித்திருந்தான். அவனது ஆள்களும் ஆவடி மருதன், தூத்துக்குடி சிவசுப்பிரமணியன், மாயவரம் முத்துக்குமார், சத்தியமங்கலம் நவநீதகிருஷ்ண கண்ணன், அம்பத்தூர் சுஜாதா முத்துராமன் என்று எஃப்.எம். ரேடியோக்களுக்கு நேயர் விருப்பம் கேட்கிறவர்கள் மாதிரியே பெயரளித்திருந்தார்கள்.

சரி, இங்குதானே வரச்சொன்னான், பார்த்துவிடுவோம் என்று காத்திருந்தார்கள்.

மணி எட்டேமுக்கால் ஆனது. எஸ்கோபர் ஒரு வாடகை டாக்சியில் வந்து இறங்கினான். ஸ்டைலாகத் தொப்பி ஒன்றை மாட்டிக்கொண்டு வாயில் சுருட்டு புகைய, ரிசப்ஷனுக்குப் போய் வேவு பார்த்தான். யார் இன்ஸ்பெக்டர்? கொஞ்சநேரம் அமர்ந்திருந்தான்.

இன்ஸ்பெக்டர் தூர இருந்து பார்த்துக்கொண்டே இருந்தார். அவன் தான் என்று தெரிந்துவிட்டது. போட்டோவில் பார்த்த முகம். படு ஆபத்தானவன் என்று கொலம்பிய போலீஸ் சொல்லியிருக்கிறது. கையில் என்ன ஆயுதம் வைத்திருப்பான் என்று சொல்லமுடியாது.

சுற்றி வளைத்தால் ஏதாவது விபரீதம் நிகழலாம். அவன் சுட்டால் கூட் ஹோட்டல் களேபரமாகிவிடும். அமைதி குலையும். பிரச்னையில்லாமல் கைதுசெய்ய ஏதும் வழியுண்டா என்று யோசித்தார்.

சட்டென்று பொறிதட்ட எழுந்து அவனருகே சென்று, ஹலோ என்று கைநீட்டினார்.

'நீங்கள்?'

'இன்ஸ்பெக்டர் நான் தான். இங்கே வேண்டாம். வெளியே பின்புறம் போய்விடலாம். பெட்டி அங்கே இருக்கிறது.'

எஸ்கோபர் தயங்கினான்.

'நீங்கள் என்னை நம்பலாம். பைதவே, எனக்கு நீங்கள் தருவதாகச் சொன்னதை எடுத்துவந்திருக்கிறீர்களா?' என்று போலிக்காதலுடன் எஸ்கோபரின் ப்ரீஃப்கேஸைப் பார்த்தார்.

சே, இவ்வளவுதானா என்று எஸ்கோபர் தட்டிக்கொண்டு எழுந்து, வாருங்கள் போகலாம் என்று முன்னே நடந்தான்.

இன்ஸ்பெக்டரும் எஸ்கோபரும் ஹோட்டலுக்கு வெளியே வந்து, சுற்றிக்கொண்டு பின்புறம் போனபோது, ரெடியாகக் காத்திருந்த கமாண்டோ ஒருவன் ஒரு மரத்தின் பின்னாலிருந்து சீறிப் பாய்ந்து வந்து எஸ்கோபரின் கழுத்தில் ஒருவெட்டு, தோளில் ஒருவெட்டு, இடுப்பில் ஒரு வெட்டு. வெறும் கைதான் ஆயுதம். சுருண்டு விழுந்த எஸ்கொபரை அள்ளி எடுத்து ஜீப்பில் போட்டுக்கொண்டு போயேவிட்டார்கள்.

ஒரு ஈ, எறும்புக்கு விஷயம் தெரியாது. அத்தனையும் இருட்டில் நடந்த சம்பவம். எஸ்கோபரால் குரலெடுத்துக் கத்தக்கூட முடியவில்லை. கழுத்தில் விழுந்த அடி அப்படிப்பட்டது. மிகத் தேர்ந்த கமாண்டோவின் உதவியால் அது சாத்தியமானது.

மறுநாள் தென் அமெரிக்கக் கண்டம் முழுவதிலும் அத்தனை நியூஸ் பேப்பரிலும் இதுதான் தலைப்புச் செய்தி. கொலம்பியக் கடத்தல் மன்னன் எஸ்கோபர் ஈக்வடாரில் கைது. அமெரிக்கா நம்பவில்லை. ஐரோப்பா வியந்தது. எஸ்கோபருடன் பிசினஸ்

தொடர்பு வைத்துக்கொண்டிருந்த அத்தனை பேரும் ராவோடு ராவாக அண்டர்கிரவுண்டுக்கு ஓடிப்போனார்கள். கொலம்பிய போலீஸே மூக்குமேல் விரல் வைத்தது. நிஜமா? உண்மைதானா? எஸ்கோபரையா கைது செய்துவிட்டார்கள்? எப்படி?

மாட்டிக்கொண்டபோது பதறினானே தவிர எஸ்கோபர் சில மணிநேரங்களில் சுதாரித்துக்கொண்டுவிட்டான். இதுவும் கடந்து போகும். அடுத்து என்ன செய்யவேண்டும்? அது முக்கியம்.

தனக்காக வாதாட ஒரு வழக்கறிஞரைப் பிடிக்கவேண்டும். அதற்குமுன்னால்... அதற்குமுன்னால்...

நீதிமன்றத்தில் ஆஜர்படுத்தப்பட்டு, வழக்கு பதிவு செய்யப்பட்டு சிறையில் அடைக்க உத்தரவிடப்பட்டவுடன் எஸ்கோபர் ஒரு காரியம் செய்தான்.

ஏப்பா, ஜெயிலர், அந்த நீதிபதி வூட்டு போன் நம்பர் என்ன?

ஐயா, வணக்கமுங்க. நான் எஸ்கோபர் பேசுறேன். நீங்க ரொம்ப நேர்மையான நீதிபதின்னு கேள்விப்பட்டேன். நல்லதுங்க. என்னிய மட்டும் வெளில வுட்டுட்டிங்கன்னா ரொம்ப நல்லா இருப்பிங்க. சும்மா வேணாம். நீங்க என்ன கேக்கறிங்களோ, தரேன். இல்லாங்காட்டி, உங்களால கேக்கவே முடியாத தொகைய நானே தரேன். எப்படி வசதி? அப்பால நீங்க வேலைக்கே போகவேணாம். நாலு தலைமுறைக்கு வூட்ல குந்திக்கினு ஃப்ரிட்டாடா துண்ணுக்கினு இருக்கலாம். இல்லன்னா சொல்லுங்க. ஸ்விட்சர்லாந்துல நமக்கு ஒரு எஸ்டேட்டு இருக்குது. அத்த உங்க பேருக்கு எழுதிக்குடுத்துடறேன். குடும்பத்தோட போயி செட்டில் ஆயிரலாம். சமைச்சிப்போட ஆளுங்க வெச்சிருக்கேன். உங்கள நல்லா பாத்துக்குவாங்க. யோசிச்சி பதில் சொல்லுங்க. இதென்னங்க, போதை கேசுதானே? முழு தண்டனை பீரியடும் நான் உள்ள இருக்கறதுன்னாக்கூட ஏழு வருசத்துல வந்துருவேன். அதுக்கு அவசியம் இருக்காது. எப்படியும் ஏழு நாள்ள நான் வெளிய போயிருவேன். அப்பால நீங்க இருக்கமாட்டிங்க. உங்க புள்ளகுட்டிங்கஇருக்காதுங்க. நாலும்தெரிஞ்சமனுசன். உங்களுக்கு நான் சொல்லணுங்களா?

ஈக்வடார் சரித்திரத்தில் ஒரு நீதிபதிக்கு விடப்பட்ட முதல் வெளிப்படையான மிரட்டல் அது. துணிச்சல்காரரான அந்த நீதிபதி

விஷயத்தை மீடியாவுக்குச் சொல்லிவிட்டார். அரசாங்கத்துக்குச் சொல்லிவிட்டார். இப்படிப்பட்ட கிரிமினல்களை விடவேகூடாது என்று கங்கணம் கட்டிக்கொண்டார்.

வழக்கு நடக்கத் தொடங்கியது. கடுப்பான எஸ்கோபர் தன் ரஜகததுரகபதாதிகளை ஏவிவிட்டுத் தன்னைக் கைது செய்த இன்ஸ்பெக்டரையும் அந்தக் கட்டேலபோற கமாண்டோவையும் போட்டுத்தள்ளினான். நீதிபதியைக் கொல்லவும் சில முயற்சிகள் மேற்கொண்டு முடியாமல் போனது.

ஆனால் ஒன்பது மாதங்களுக்குள் ஈக்வடார் காவல்துறையில் பெரும்பாலான அதிகாரிகளை அவனால் முற்றிலுமாக வளைத்து விட முடிந்தது. வழக்குப் போட்ட காவல்துறையே, ஆதாரங்களைச் சமர்ப்பிப்பதில் வேண்டுமென்றே சொதப்பி, கேஸை ஒன்றுமில்லாமல் செய்துவிட அவனால் முடிந்தது. எத்தனை கோடிகள்!

விடுதலை ஆகி வெளிவந்ததும் எஸ்கோபர் இரண்டு முடிவுகள் எடுத்தான். இனி தன் பிசினஸில் அரசாங்கமோ, காவல்துறையோ தலையிடவே கூடாது. அதற்கு ஒரே வழி, தன் தொழிலை ஒரு தனி அரசாங்கமாக்கிவிடுவதுதான். இரண்டாவது முடிவு - ஒரு பாதுகாப்புக்குத் தானே அரசியலிலும் இறங்கிவிடுவது!

6. மக்கள் என் பக்கம்

ராபின் ஹூட்டைக் கேள்விப்பட்டிருப்பீர்கள். நாயகன் படம் பார்த்திருப்பீர்கள். இரண்டையும் ஒருவரியில் சாரம் சொல்லவும் என்று கேட்டால் என்ன சொல்வீர்கள்?

கொள்ளையடித்து ஏழைகளுக்குக் கொடுப்பவன். இதானே?

இதை ஒரு வார்த்தையிலும் சொல்லலாம். எஸ்கோபர்.

ஏராளமான ஹாலிவுட் திரைப்படங்களுக்கு எஸ்கோபரின் வாழ்க்கை கருப்பொருளாகியிருக்கிறது. மனுஷன் அப்படியொரு கேரக்டர். போதைப் பொருள் வியாபாரம்தான். சர்வதேசக் கடத்தல் மன்னன் தான். மாபெரும் கிரிமினல் குற்றவாளிதான். ஆனாலும் அவன் வாழ்ந்த 44 வருடங்களில் முதல் பத்துப் பதினைந்து வருடங்களைக் கழித்துவிட்டு மிச்சத்தை மட்டும் கணக்கிலெடுத்துக் கொண்டாலும் கொலம்பியாவின் நிகரற்ற மக்கள் நாயகன் அவன் தான்.

எஸ்கோபரிடம் யார் வேண்டுமானாலும் வந்து என்ன வேண்டுமானாலும் கேட்கலாம். உடனே கிடைக்கும். குறிப்பாக ஏழைகள். வெறும் பணம் காசு மட்டும் இல்லை. வீடு கட்டிக்கொடுப்பான். சாலை போட்டுக்கொடுப்பான். கிணறு வெட்ட ஆள் அனுப்புவான். ஊருக்கு மின்சாரம் இல்லை என்றால் அதிகாரிகளை மிரட்டி அனுப்பிவைத்து விளக்கேற்றுவான். பள்ளிக்கூடங்களுக்கு லட்ச லட்சமாகக் கொட்டிக்கொடுப்பான்.

குழந்தைகளை வேலைக்கு அனுப்பும் பெற்றோரை அதட்டி, அவர்களுக்குத் தன் கம்பெனியில் வேலை போட்டுக்கொடுத்து, குழந்தைகளைப் படிக்க அனுப்புவான், முழுச்செலவையும் தானே ஏற்பான்.

ஒரு சமயம் கொலம்பியாவின் தெற்கு மாகாணங்களில் நல்ல மழை. சரியான வெள்ளம். பல கிராமங்கள் இருந்த சுவடு தெரியாமல் மூழ்கிப் போய்விட்டன. அரசாங்கம், ராணுவத்தை அனுப்பி மீட்புப் பணிகளை ஆரம்பித்திருந்தது. ஆனால் போதிய ஆள் பலம் இல்லாமல் எல்லாம் தேங்கி நின்றன. மருத்துவமனைகள் எல்லாம் நிரம்பி வழிந்தன. மருந்துகள் போதிய அளவுக்கு ஸ்டாக் இல்லை என்று டாக்டர்கள் கைவிரித்துவிட்டார்கள்.

எத்தனை சினிமாவில் பார்த்திருப்பீர்கள்? அதே மாதிரிதான் ஒரு நூறு நூற்றைம்பது பேர் கொட்டும் மழையில் ஒரு நடுராத்திரி புறப்பட்டு எஸ்கோபரின் வீட்டு வாசலில் வந்து நின்று 'ஐயா, காப்பாத்துங்க' என்று குரல் கொடுத்தார்கள்.

எழுந்து வந்த எஸ்கோபர் விவரம் கேட்டுக்கொண்டான். உங்களுக்கு என்ன வேண்டும்? சரியாகச் சொல்லுங்கள். தங்க இடமும் சாப்பாடும்தான் முக்கியம் இல்லையா?

இல்லை என்று சொன்னார்கள்.

தொற்று நோய் ஏற்பட்டு நூற்றுக்கணக்கான மக்கள் இறந்து கொண்டிருக்கிறார்கள். மேலும் உயிர்கள் போகாதிருக்க ஏதாவது செய்யவேண்டும் என்று கேட்டார்கள்.

எஸ்கோபர் யோசித்தான். இது பெரிய விஷயம். அரசாங்கம் நடவடிக்கை எடுக்கவேண்டிய காரியம். ஆனால் அவர்களையும் குறை சொல்லமுடியாது. முடிந்ததைச் செய்துகொண்டுதான் இருக்கிறார்கள். வசதிகள் போதாது.

சரி, நீங்கள் போகலாம். நாளைக்கு நான் உங்கள் ஊருக்கு வருகிறேன் என்று சொல்லிவிட்டு உள்ளே போய்விட்டான்.

ஆனால் உள்ளே போய்த் தூங்கவில்லை. மெக்சிகோவில் டாக்டராக வேலை பார்த்துக்கொண்டிருக்கும் தனக்குத் தெரிந்த

நண்பன் ஒருவனுக்கு போன் செய்தான். விஷயம் இதுதான். நாளை மதியத்துக்குள் நீ ஊருக்கு வரவேண்டும். திரும்பிப் போக எத்தனை நாளாகும் என்று சொல்லமுடியாது. இங்கே உள்ளூரில் என்னால் திரட்ட முடிந்த டாக்டர்களை நான் திரட்டுகிறேன். வேண்டியது மருந்துகள். உன்னால் எடுத்து வரமுடிந்த அனைத்தையும் நீயே கையோடு கொண்டுவந்துவிடு. மக்கள் சாகக்கூடாது. அதான் விஷயம்.

நம்புங்கள். அந்த ஒரே இரவில் இருபது லட்ச ரூபாய் மதிப்புள்ள மருந்துப் பொருள்களை மெக்சிகோவில் வாங்கி, கொலம்பியாவுக்கு அனுப்ப ராவோடு ராவாக ஏற்பாடு செய்து, மருத்துவக் கல்லூரி மாணவர்களை வாலண்டியர்களாக வரச்சொல்லித் தகவல் அனுப்பி, தன் கம்பெனி ஊழியர்கள் அத்தனை பேரையும் வெள்ளத்தால் பாதிக்கப்பட்ட அந்தக் குறிப்பிட்ட கிராமப்பகுதிக்கு உடனே கிளம்பிப் போகவும் ஏற்பாடு செய்தான்.

மறுநாள் காலை எஸ்கோபர் அங்கே போய்ச் சேர்ந்தபோது ஒரு மருத்துவ ராணுவம் அங்கே தயாராக இருந்தது!

உடனடியாக வேலை ஆரம்பித்தார்கள். இருப்பதிலேயே மேடான பகுதி எது என்று பார்த்து அங்கே ஒரு பெரிய ஹால் கட்டச் சொன்னான் எஸ்கோபர்.

ஐயய்யோ, அது கவர்மெண்ட் நிலமாச்சே, பிரச்னை வருமே என்றார்கள். வரட்டும், யார் வந்தாலும் கொளுத்திவிடுகிறேன் என்று சொன்னான் எஸ்கோபர். ஆயிரம் பேர் அந்தப் பணியில் ஈடுபட்டார்கள். இரண்டு நாளில் ஒரு தாற்காலிக மருத்துவமனை தயார்!

அதற்குள் மெக்சிகோவிலிருந்து மருந்துகளும் தலைமை டாக்டரும் வந்து சேர்ந்தார்கள். இரவு பகலாக மருத்துவமனை வேலை பார்த்தது. பாதிக்கப்பட்ட அத்தனை பேருக்கும் மருத்துவம். இலவச மருந்துகள், ஊசிகள், டானிக்குகள். பசி என்று சொன்ன அத்தனை பேருக்கும் வயிறு நிறைய உணவு. ஆளுக்கொரு கம்பளி. மழை கோட். குழந்தைகளுக்குத் தனியொரு காப்பகம். இருபத்தி நாலு மணிநேரமும் அங்கே பணிபுரிய எஸ்கோபரின் கம்பெனியில் வேலை பார்த்துக்கொண்டிருந்த பெண்கள் வந்திருந்தார்கள்.

அத்தனை பேரையும் அவசரகால அம்மாவாக்கியிருந்தான் எஸ்கோபர்.

வெறுமனே தங்கவைத்தால் போதுமா? குழந்தைகள் விளையாட பொம்மைகள், தொட்டில், கொசுவலை, பால்.

அந்த கிராமத்துக் குழந்தைகள் சாதாரண நாள்களில் தம் சொந்தப் பெற்றோரிடத்தில்கூட அத்தனை சௌகரியமாக இருந்திருக்க முடியாது.

அத்தனை பேரும் சின்ன கவுண்டரைக் கும்பிடுவது மாதிரி எஸ்கோபரை விழுந்து கும்பிட்டுக் கண்கலங்கி நின்றார்கள். விஷயம் கேள்விப்பட்டு வேறு பல கிராமங்களிலிருந்தும் இதே மாதிரி வேண்டுகோள்வர, எஸ்கோபர் ஒரு தனியார் மீட்புப் படையையே உருவாக்கி, அந்த சீசன் முழுக்க, மொத்தம் 36 கிராமங்களில் சேவை பண்ணி வைத்தான்.

அதோடு நிறுத்தியிருந்தால் சினிமா கதாநாயகன் எல்லையுடன் முடிந்திருக்கும். வெள்ளக் காலமெல்லாம் முடிந்து, சகஜ நிலை திரும்பிய பிறகு, திரும்பவும் ஆள் அனுப்பி ஐம்பது கிராமங்களில் அடிப்படை சுகாதார மையம் அமைத்து, மாசச் சம்பளத்துக்குத் தானே டாக்டர்களையும் நியமித்து, சாகும் வரை படியளந்திருக்கிறான்.

இது ஓர் உதாரணம்தான். பாப்லோ எஸ்கோபரின் இந்த ஏழைப்பங்காளன் முகம் கொலம்பியாவில் எத்தனை செல்வாக்கு பெற்றது என்பதை விவரிக்கவே முடியாது. நம் ஊரில் ஜெயலலிதாவை மேரி மாதாவாக போஸ்டர் அடித்து ஒட்டி வாங்கிக் கட்டிக்கொண்டார்கள் நினைவிருக்கிறதா? அந்த மாதிரி கொலம்பிய கிராமங்களில் எஸ்கோபரை இயேசு கிறிஸ்துவாகவே சித்திரித்துப் போஸ்டர் ஒட்டிய காலங்கள் உண்டு. ஆனால் ஒருத்தரும் எதிர்க்கவில்லை. பாதிரியார்கள் முகம் சுளித்தார்கள். ஆனாலும் அதற்குமேல் ஒன்றுமில்லை.

அரசாங்கத்துக்கும் இந்த விஷயம் தெரியும். எஸ்கோபரை என்ன செய்வது என்பதுதான் அவர்களுக்குப் புரியவில்லை. காற்று மாதிரி இருந்தான். எங்கும் இருப்பான். ஆனால் எங்கு தேடினாலும் அகப்படாதவன். தேசத்தின் எந்த மூலையில், எந்த கிராமத்தில் போய் யாரைக்கேட்டாலும் பத்து நிமிஷம் முன்னால்தான்

தெருமுனை டீக்கடையில் எஸ்கோபருடன் ஒரு சாயா அடித்தேன் என்பான். ஆனால் காவல் துறை கிட்டேகூட நெருங்கமுடியாது. கொலைக்கு அஞ்சாதவன் என்கிற பய உணர்ச்சி இதற்கு முக்கியக் காரணம்.

இன்னொரு முக்கியக் காரணம் உண்டு. அரசாங்கம்கூடத் தரமுடியாத பாதுகாப்பை எஸ்கோபர் தருவான் என்கிற எண்ணம்.

இது பல சந்தர்ப்பங்களில் நிரூபிக்கப்பட்டும் இருக்கிறது. அதற்கெல்லாம் உதாரணங்கள் சொல்லப்போனால் விஷயம் நீண்டுவிடும். இந்த இடத்தில் இதனைச் சொல்லுவதற்குக் காரணம், எஸ்கோபருக்கு இருந்த மக்கள் செல்வாக்கு.

அந்தச் செல்வாக்கை அரசியல் ரீதியில் பயன்படுத்திக்கொள்ள அவன் முடிவு செய்தான். அதற்கு என்ன காரணம் என்பதைத்தான் சென்ற அத்தியாயத்தில் ஈக்வடார் சிறைச்சாலையில் பார்த்தோம்.

இனி நேரே விஷயத்துக்கு வந்துவிடலாம்.

ஈக்வடார் சிறையிலிருந்து விடுதலையாகி கொலம்பியா திரும்பிய எஸ்கோபர், அரசியலில் இறங்கலாம் என்று முடிவு செய்தான். தன் முடிவை முதல் முதலில் பத்தாயிரம் பேர் வசித்த சற்றே பெரிய கிராமம் ஒன்றில் வெளிப்படுத்தினான். கிராமத்து மக்கள் அத்தனை பேரும் கைதட்டி ஆரவாரம் செய்தார்கள்.

'நான் அரசியலுக்குப் போனா நீங்க சப்போர்ட் பண்ணுவிங்களா?'

'என்ன இப்படிக் கேட்டுட்டிங்க?'

'எலக்ஷன்ல நின்னா வோட்டுப் போடுவிங்களா?'

'உங்களுக்கு இல்லாததா?'

'அதிகபட்சம் நான் என்ன பதவிக்கு வரலாம்னு நீங்களே முடிவு பண்ணி சொல்லுங்க.'

'இதுல யோசிக்க என்னங்க இருக்குது? பேசாம பிரசிடெண்ட் ஆயிடுங்க.'

நம்புங்கள். சொல்லிவைத்த மாதிரி நூற்றுக்கணக்கான கிராமத்து மக்கள் இப்படியேதான் சொன்னார்கள்.

எஸ்கோபர் சிரித்துக்கொண்டான். அவனுக்கு பிரசிடெண்ட் ஆகிற ஆசையெல்லாம் இல்லை. அரசியலில் பெரிதாகச் சாதிக்கும் விருப்பமும் இல்லை. தன் தொழில் தடையற்று நடைபெற ஒரு அரசியல் முகம் வேண்டும். அவ்வளவுதான்.

அதற்கு ஒரு செனட் உறுப்பினர் ஆனால் போதும். அதுகூடத் தேவையில்லை, சேம்பர் மெம்பர் ஆனாலே யதேஷ்டம். பட்ஜட், டிரஷரி டிபார்ட்மெண்டெல்லாம் அவர்கள் கட்டுப்பாட்டில்தான் இருக்கிறது.

சரி, ஓராட்டம் ஆடிப்பார்த்துவிடலாம் என்று முடிவு செய்தான்.

7. கூட்டமைப்பு உதயமாகிறது

கொலம்பிய நாடாளுமன்றத்தின் மேலவைக்கு (*Chamber of Representatives*) பாப்லோ எஸ்கோபர் போவது என்று முடிவு செய்த ஆண்டு 1981. முடிவுக்கு வந்ததும் உடனடியாக அரசியல் கட்சிகளுடன் பேச்சுவார்த்தைகளைத் தொடங்கினான்.

கொலம்பியாவில் இரண்டு கட்சிகள் பீமபுஷ்டியுடன் வாழ்ந்து வருவன. ஒன்று, கொலம்பியன் கன்சர்வேடிவ் கட்சி. இன்னொன்று, கொலம்பியன் லிபரல் கட்சி. உள்ளூர் உதாரணம் வேண்டுமென்றால் நம் தி.மு.க - அ.தி.மு.க. மாதிரி. தேசிய உதாரணம் சொல்லுவதென்றால் காங்கிரஸ் - பா.ஜ.க. மாதிரி.

ஆனால் நம் கட்சிகளுக்கும் கொலம்பியக் கட்சிகளுக்கும் அடிப்படையில் ஒரு மிகப்பெரிய வித்தியாசம் உண்டு. ஒரு அவசர ஆத்திரம் என்றால் மேற்படி இரண்டு கட்சிகளும் ஓரணியில் நின்று செயல்படும் அங்கே. இங்கே நினைத்துப் பார்க்க முடியுமா? குறிப்பாக, எண்பதுகளின் தொடக்க வருடத்தில் கொலம்பியப் பொருளாதாரமே போதைக் கடத்தலால் சர்வநாசமாகிக்கொண்டிருந்தபோது, மேற்படி இரண்டு கட்சிகளுமே அதனை எதிர்த்துக்கொண்டிருந்தன. வேலை வாய்ப்புகளை உருவாக்க, பொதுப்பணித் துறையின்மூலம் உருப்படியாகச் சில காரியங்களைச் சாதிக்க இந்த இரண்டு கட்சிகள் அல்லது கழகங்களும் இணைந்து பாடுபட்டுக்கொண்டிருந்தன.

எத்தனையோ குட்டிக் கட்சிகள் எல்லா ஊரிலும் இருப்பதுபோல் கொலம்பியாவிலும் உண்டு. ஆனாலும் ஆட்சிக்கு வருவதென்னவோ இந்த இரண்டில் ஒன்றுதான். எனவே, என்ன ஆனாலும் இந்த இரண்டில் ஒன்றில்தான்தான் இணைவது அல்லது இந்தக் கட்சியின் பிரதிநிதியாகத்தான் சபைக்குள் காலெடுத்து வைப்பது என்று எஸ்கோபர் முடிவு செய்தான்.

ஒரு கணம் நிதானமாக இங்கே யோசிக்கவேண்டும். எஸ்கோபர் யார்? ஊரறிந்த, உலகறிந்த கிரிமினல். செய்வது போதைக் கடத்தல். அதில் அவன் மன்னன். போதைக் காசைத்தான் ஏழை மக்களுக்கு தானம் செய்கிறான் என்று அரசியல் கட்சிகள் மைக் பிடித்து அலறினாலும் கிடைக்கிற பணத்தின் போதைக்கு முன்னால் கொகெய்னெல்லாம் எந்த மூலைக்கு? எனவே, மகத்தான மக்கள் ஆதரவு அவனுக்கு உண்டு.

எந்த போதைத் தொழிலை இரண்டு கட்சிகளும் எதிர்க்கின்றனவோ, அதே போதைத் தொழிலின் மகாராஜா இப்போது இரண்டில் ஒன்றில் இணைய விரும்புகிறான். என்றால் எப்படி ஏற்பார்கள்? அவர்களுக்கும் பிழைப்பு ஓடவேண்டுமில்லையா? வோட்டுப் போடுகிற மக்கள் காறித்துப்பிவிடுவார்கள் இல்லையா?

அதே சமயம் எஸ்கோபர் மாதிரி ஒரு ‘பெரிய கை’ தம் கட்சியில் இருப்பதும் நல்லதுதான் என்று இரு தரப்புமே நினைத்தது. உண்மையிலேயே அவனுக்கு அன்றைக்கு கொலம்பிய பிரசிடெண்டைக் காட்டிலும் அடிதட்டு மக்கள் மத்தியில் பெரிய செல்வாக்கு இருந்தது.

அதற்காக, ஐயா உம் குலத்தொழிலை விட்டுவிட்டு எங்களுடன் கும்மியடிக்க வாருங்கள் என்றா கேட்கமுடியும்? அவன் என்ன கேனயனா? சொன்னதும் விட்டுவிடுவானா?

ஆகவே இழுத்தடித்துக்கொண்டிருந்தார்கள்.

எஸ்கோபர் யோசித்தான். ஏதாவது செய்தாகவேண்டும். தான் அரசியலுக்குப் போவது எத்தனை முக்கியமோ, அதே அளவு முக்கியம், தொழில் நசியாமல் இருப்பதும். அரசியலில் கிடைக்கும் பணம் என்பது எஸ்கோபரின் ரேஞ்சுக்கு சிங்கிள் டீ செலவுக்குத்தான் ஆகும். தொழிலை மாற்றிக்கொள்ளும்

உத்தேசமெல்லாம் அவனுக்கு இல்லை. போதைக் கடத்தலும் தடையில்லாமல் நடக்கவேண்டும். தனக்கு அரசியல் ரீதியிலான பாதுகாப்பும் அவசியம் வேண்டும். அரை பிளேடு கிரிமினல் மாதிரி எப்பப்பார் ஜெயிலுக்குப் போய்வந்துகொண்டெல்லாம் இருக்க முடியாது; இருக்கவும் கூடாது.

என்ன செய்யலாம்?

அப்போது அவனுக்குத் தோன்றிய எண்ணம் தான் ஒரு மாபெரும் போதைக் கூட்டமைப்பு.

இந்தக் கூட்டமைப்பு சித்தாந்தம் குறித்துக் கடந்த நான்கு வருடங்களில் நிறைய சந்தர்ப்பங்களில் பேசியிருக்கிறோம். கொஞ்சம் ஞாபகப்படுத்திப் பார்த்தால் போதும். இரண்டொரு உதாரணங்களை மேலோட்டமாகப் பார்க்கலாமா?

அமெரிக்கா என்பது என்ன? பல்வேறு சுயாட்சி மாகாணங்களின் கூட்டமைப்பு தேசம். நினைவுக்கு வருகிறதா? அப்புறம் பி.எல்.ஓ. அது என்ன? பல்வேறு பாலஸ்தீன விடுதலை இயக்கங்களின் கூட்டமைப்பு.

அட விடுதலை இயக்கங்கள் எல்லாம் ஒன்று சேர்ந்து போராடுகின்றன. மயிர்ப்பிடி சண்டை போட்ட மாகாணங்கௗெல்லாம் ஒருங்கிணைந்து ஒரு தேசமாகின்றன. ப்ரொஃபஷனலாக பிசினஸ் செய்யும் போதை ராஜாக்கள் ஒன்று சேரக்கூடாதா? அதனால் எத்தனை எத்தனை லாபங்கள்? ஒருத்தருக்கு ஒரு ஆபத்து என்றால் ஒரு கோஷ்டியே உதவுமே? தவிரவும் அத்தனை பேரும் ஒரு பாதுகாப்புணர்வுடன் வேலை பார்க்கலாமே?

இதையெல்லாம்விடப் பெரிய லாபம் ஒன்று உண்டு. அதன் பெயர் விலை நிர்ணயம் என்பது!

1980லிருந்து 86 வரையிலான காலகட்டத்தில் உலகம் முழுதும் புழங்கிக்கொண்டிருந்த அனைத்துவித போதை மருந்துகளுக்கும் விலை நிர்ணயிக்கும் தலைமைக் கேந்திரமாகக் கொலம்பியாதான் இருந்தது.

இங்கே நம் ஊரில் போடிநாயக்கனூர் பக்கம் பயிரிடப்படும் கஞ்சா கப்பல் ஏறி பக்கத்து தேசம் எதற்காவது போனால் கூட, அதற்கான விலையைக் கொலம்பிய மார்க்கெட்தான் தீர்மானிக்கும். ஊருக்கு ஒரு ரேட். கண்டத்துக்கு ஒரு ரேட். கண்டம் தாண்டினால் ஒரு ரேட். கடல் வழி போனால் ஒரு ரேட். விமானம் ஏறினால் வேறு ரேட்.

யார் கேட்பது? வைத்ததுதான் விலை. யார் வைக்கிறார்கள் என்பது ஒருத்தருக்கும் தெரியாது.

போதை உற்பத்தியில் கொலம்பியா அன்றைக்கு முன்னணியில் இருந்தபடியால் மார்க்கெட்டைக் கட்டுப்பாட்டில் வைத்துக் கொள்ள முடிந்தது. அதுவும் தனித்தனி முதலாளிகள் தீர்மானிக்கும் விலையாகவே அப்போது இருந்தது.

எஸ்கோபரின் எண்ணமே அதுதான். கொலம்பிய போதை வியாபாரிகள் அனைவரையும் ஒரு குடையின்கீழ் திரட்டிவிட முடியுமானால் சர்வதேசச் சந்தையில் கொகெயின் உள்ளிட்ட அனைத்து போதைப் பொருள்களுக்குமான விலையைக் கூட்டமைப்பே தீர்மானிக்கும். கண்ணுக்குத் தெரியாமல் எதுவும் பிறகு நடக்காது. எங்கே எது நடந்தாலும் அது கொலம்பியாவில் தீர்மானிக்கப்பட்டதாகவே இருக்கும்.

எப்படி இந்தத் திட்டம்?

மிகப்பெரிய மாய வலை அது. எஸ்கோபர் தீவிரமாக திட்டம் தீட்டினான். ஏற்கெனவே பல்வேறு போதை வர்த்தகர்கள் எஸ்கோபரின் ரூட்டில்தான் பிழைப்பு ஓட்டிக்கொண்டிருந்தார்கள். உற்பத்தி செய்து ஏற்றுமதி செய்வது தவிர, வாங்கி விற்கும் பணியையும் எஸ்கோபர் தயங்காமல் செய்துகொண்டிருந்தபடியால் பிராந்தியத்தில் அவனுக்கு மிகுந்த செல்வாக்கு இருந்தது. ஒரு பெயர் இல்லாமல், அதிகாரபூர்வமாக இல்லாமல், ஆனால் ஒரு கூட்டணிக் கட்சி போலவே செயல்பட்டுக்கொண்டிருந்ததை, அதிகாரபூர்வமாக, நிஜமாகவே ஒரு பெயருடன் செய்தால் என்ன என்பதுதான் அவனது யோசனை.

ஒரு நல்ல நாள் பார்த்து ஆரம்பித்துவிட்டான். மெடேலின் கார்ட்டல் *(Medellin Cartel)* என்று பெயர் சூட்டப்பட்டது. எஸ்கோபரின் பூர்வீகமான மெடேலின் நகரத்தில் தொடங்கப்பட்டது என்பதால் இந்தப் பெயர். வேறு உள்ளர்த்தங்கள் ஏதும் கிடையாது.

எண்பதுகளில் பணத்திலும் புகழிலும் உச்சத்தில் இருந்த பல கொலம்பிய போதை தாதாக்கள் இந்தக் கூட்டமைப்பின் உறுப்பினர்களாகச் சேர்ந்தார்கள். சில பெயர்களைச் சொல்லலாம். எப்போதாவது பேப்பரில் பார்த்த ஞாபகம் இருக்கிறதா, சொல்லுங்கள்:

ஜார்ஜ் ஜங், ஜோஸ் கொன்ச்சாலோ ரோட்ரிக் காச்சா, கார்லோஸ் லேடர், ஜார்ஜ் லூயி ஒச்சாவோ வஸ்குவெஸ், ஃபேபியோ ஒச்சாவோ வஸ்குவெஸ், ஜோஸ் அபெல்லோ சில்வா, கில்பர்ட்டோ மோலினா, டேண்டினே ம்யூனோஸ் மஸ்கரா.

மேற்படி லிஸ்டில் உள்ள ஒவ்வொருத்தரின் சொத்து மதிப்பும் குறைந்தது ஐம்பது மில்லியன்கள். படு ஆபத்தான மனிதர்கள். கொலைகளுக்கு அஞ்சாதவர்கள். தம் தொழிலுக்கு யாராவது விரோதி என்று நிரூபிக்கப்படக்கூட வேண்டாம். சந்தேகம் வந்துவிட்டாலே தீர்த்துவிடுவார்கள். கொன்றபின் புதைப்பதா, எரிப்பதா என்பது பற்றியெல்லாம் கவலையே படமாட்டார்கள். கண்ட இடத்தில் சுட்டுவிட்டுப் போய்க்கொண்டே இருக்கிற கூட்டம். போலீஸ் வருமா, விசாரணை வருமா, கம்பி எண்ணச் சொல்லுவார்களா - ம்ஹூம். அதைப்பற்றியெல்லாம் சிந்தித்துக்கொண்டிருக்கக் கூட அவர்களுக்கு நேரம் கிடையாது.

ஒரே ஒரு குட்டி உதாரணம் மட்டும் பாருங்கள். ரோட்ரிக் காச்சா என்கிற ஒரு கொலம்பிய போதைக் கடத்தல்காரனின் அடியாள் ஒருவன், ஒரு சந்தர்ப்பத்தில் உள்ளூர் நீதிபதி ஒருவரை சுட்டுக் கொன்றுவிட்டான். ஏதோ முன் தகராறு.

கொன்றுவிட்டு நேரே ரோட்ரிக்கிடம் வந்து விஷயத்தைச் சொன்னான். தானைத் தலைவன் அப்போது அவசரமாக ஏதோ வெளியூருக்குக் கிளம்பிக்கொண்டிருந்தான்.

'என்னடா எழவு, வெளிய கிளம்புற நேரத்துல உசிர வாங்கற. அந்தாளு இருக்கானா பூட்டானா?'

'சுட்டுவிட்டேன் சார். அவர் நமது முன்னாள் பகையாளி.'

'சரி ஒழி. அவன் வீட்டு அட்ரஸ் என்ன?'

சொன்னான். குறித்துக்கொண்டு காரில் ஏறிய ரோட்ரிக், ஊருக்குப் போகிற வழியில் அந்த நீதிபதியின் வீட்டுக்கு காரை விடச் சொல்லி, இறங்கி அவரது மனைவியைக் கூப்பிட்டான்.

'ஹலோ மேம், நான் ரோட்ரிக் காச்சா. கொலம்பியாவின் முன்னணி போதைக் கடத்தல்காரர்களுள் ஒருவன். உங்கள் கணவர் ஒரு சமயம் எங்களுக்கு எதிராக ஒரு தீர்ப்புச் சொல்லியிருக்கிறார். பையன்களுக்கு அந்த ஞாபகம் இன்னும் மறக்கவில்லை போலிருக்கிறது. இன்றைக்கு மதியம் சுட்டுவிட்டார்கள். விரைவில் உங்களுக்குத் தகவல் வரும். பிறகு உங்கள் கணவரின் உடல் வரும். நல்லடக்கம் செய்துவிடுங்கள். ஏதாவது உதவி தேவைப்பட்டால் என்னைத் தொடர்பு கொள்ளுங்கள். இது என் விசிட்டிங் கார்டு. இந்த நம்பரில் அழைத்தால் எனக்குத் தகவல் வந்துவிடும். நல்லது. நான் புறப்படுகிறேன். அவசரமாக வெளியூர் போய்க்கொண்டிருக்கிறேன். உங்கள் துக்கத்தில் உடனிருந்து பங்குகொள்ள முடியாமைக்கு வருந்துகிறேன்.'

போய்விட்டான்!

8. அமெரிக்க ஒப்பந்தம்

மெடேலின் ஒப்பந்தம் என்று பெயரிட்டு கொலம்பியாவின் பெரும்பாலான போதைக் கடத்தல்காரர்களின் கூட்டமைப்பு ஒன்றை பாப்லோ எஸ்கோபர் உருவாக்கிய காலகட்டம் கொலம்பிய சரித்திரத்தில் மிக மிக முக்கியமான ஒன்று.

திடீரென்று தேசத்தில் பணப்புழக்கம் அதிகரிக்கும். நேற்று வரைக்கும் கட்டைவண்டிக்காரர்களாக இருந்தவர்கள் எல்லாரும் இன்றைக்குக் காலை சொல்லிவைத்த மாதிரி மெர்சிடிஸ் பென்ஸில் போவார்கள். டீக்கடைக்குக் கூட வக்கில்லாத பிராந்தியங்களில் பல ஏக்கர்களை வளைத்து ஸ்டார் ஹோட்டல்கள் எழும். நூறு மில்லி ஏழு ரூபாய்க்குச் சாப்பிட்டுக்கொண்டிருந்தவர்கள் அத்தனை பேரும், சே என்ன ஊருடா இது. ஒரு ஸ்காட்சுக்கு வழியில்லையே என்று அநியாயத்துக்கு அலுத்துக்கொண்டு கிராமாந்திரங்களை விடுத்து நகரங்களுக்குப் பெயர ஆரம்பித்துவிடுவார்கள்.

கொலம்பியர்கள் வாழ்வில் தன்னையறியாமல் பாலும் தேனும் ஓடும்படி பண்ணிவிட்டோமோ என்று ஆளுங்கட்சியினர் மயக்கத்தில் ஆளத்தொடங்கும்போது டமாரென்று காதில் விழாமல் ஒரு சத்தம் ஒலிக்கும். மீண்டும் ரோடில் நிறைய பிச்சைக்காரர்கள் உதிப்பார்கள். முன்னர் எழுந்த ஸ்டார் ஹோட்டல்களில் பிராத்தல் கேஸ் ரெய்டு போகும். ஸ்காட்ச் கேட்ட கனவான்கள் கடா மார்க் கிடைக்குமா என்று அலைய ஆரம்பிப்பார்கள்.

இதன் காரணம் முதலில் யாருக்கும் புரியவில்லை. என்னவோ நடக்கிறது என்று உணர முடிந்ததே தவிர, கரெக்டாக என்ன நடக்கிறது, யாரால் நடக்கிறது என்று கண்டுபிடிக்க முடியவில்லை.

கடத்தல்காரர்கள் அனைவரும் ஒன்றாகச் சேர்ந்துவிட்டார்கள், அதனால் தொழில் சுலபமாகிவிட்டது என்கிற விவரம் வெளியே வரச் சற்று நாளானது. அதற்குள் பெரும்பாலான கொலம்பிய விவசாயிகள் கொகெயின் விவசாயிகளாகிப் போனார்கள். பெரும்பாலான விளை நிலங்களை போதைச் சக்கரவர்த்திகள் அபகரித்துக்கொண்டார்கள். விவசாயிகள் அதற்குமுன் பார்த்திராத பணத்தைக் கண்ணில் காட்டி வளைத்துப் போடவேண்டியது. நிலம் கைக்கு வந்தபிறகு விரட்டிவிட வேண்டியது. முரண்டுபிடித்தால் பரலோகப் பிராப்திரஸ்து.

மாயாஜாலக் கதை போலிருக்கிறதா? உண்மையிலேயே இப்படித்தான் நடந்தது. 1981ம் ஆண்டு மட்டும் கொலம்பியாவில் ஆறு லட்சம் விவசாயிகள் லட்சாதிபதிகள் ஆனார்கள். அதற்குமுன் அன்னக்காவடிகளாக மட்டுமே இருந்தவர்கள். இவர்கள் அத்தனை பேரையும் குறிவைத்து வருமான வரித்துறையினர் கிராமங்களுக்கு மாட்டுவண்டி கட்டிக்கொண்டு புறப்பட்டபோது, 'ஒரு பாதுகாப்பு கருதி' தம் சொத்துகளை, அவற்றை அளித்த பரமாத்மாக்களான போதைக் கடத்தல்காரர்கள் பெயருக்கே மாற்றித் தந்துவிட்டு, அந்தச் சமயம் தப்பித்துவிட்ட திருப்தியுடன் சில காலம் கடத்தினார்கள். பிறகு மீண்டும் தம் சொத்துகளைக் கொடுக்கும்படி அவர்கள் வில்லன்களிடம் கேட்டபோது, சர்தாம்போ என்று சொல்லித் துரத்திவிட்டார்கள்.

இச்சம்பவம் தேசம் முழுதும் அடிக்கடி நடக்க ஆரம்பித்தது.

இதே சமயம் கொலம்பியாவிலிருந்து அமெரிக்காவுக்குக் கடத்தப்படும் கொகெயினின் அளவு அதிகரிக்க ஆரம்பித்திருந்தது. முதலில் நூறு கிலோ, இருநூறு கிலோ என்று கிலோ கணக்கில் பேசிக்கொண்டிருந்தவர்கள், மிகவிரைவில் டன்கணக்கில் பிசினஸ் செய்ய ஆரம்பித்தார்கள். ஏழு டன். பத்தொன்பது டன். ஐம்பது டன்.

அமெரிக்கா பயந்துவிட்டது. ஜனவரி 20, 1981 அன்று அமெரிக்காவில் ஜிம்மி கார்ட்டரின் ஆட்சி முடிந்து ரொனால்ட் ரீகன் ரிபப்ளிகன்

கட்சி சார்பில் அதிபராகப் பொறுப்பேற்றார். ரீகன் பதவிக்கு வந்த முதல் நாளே அவரிடம் உளவுத்துறையினர் முன்வைத்த விஷயம் இதுதான். அமெரிக்கா போதையில் மூழ்கிக்கொண்டிருக்கிறது. கொலம்பியா நம்மைச் சாப்பிட்டுக்கொண்டிருக்கிறது. உடனடியாக ஏதாவது செய்யாவிட்டால் தேசம் உருப்படாமல் போய்விடும்.

அப்படியா என்று கேட்டார் ரீகன்.

அவரை உட்காரவைத்து பாலபாடம் ஆரம்பித்தார்கள். கொலம்பிய தேசத்தின் ஆதி சரித்திரத்தில் ஆரம்பித்து, பாதி சரித்திரத்தில் ஆக்கிரமித்த போதைக் கடத்தல்காரர்களின் முன்கதைச் சுருக்கத்தையெல்லாம் சொல்லி, பாப்லோ எஸ்கோபர் என்றொரு கொம்பன் அங்கே இருக்கிறான், எமகாதகக் கிங்கரன், லேசுப்பட்ட பயங்கரவாதி இல்லை, அமெரிக்காவில் சரி பாதியை கொகெயின் பைத்தியமாக்கி அடித்திருக்கிறான் என்றெல்லாம் எடுத்துச் சொல்லி, விஷயத்தின் தீவிரத்தைப் புரியவைத்தார்கள்.

ரீகன் யோசித்தார். போதைக் கடத்தல் என்பது பெரிய விஷயம். மதத்தீவிரவாதத்தைவிடப் பெரிசு. பனிப்போர் காலமான அப்போது அமெரிக்காவின் முழுக் கவனமும் ஆப்கனிஸ்தானில் இருந்தது. அங்கே ஆக்கிரமித்திருந்த சோவியத் படைகளுக்கு எதிரான ப்ராக்ஸி யுத்தம். ஆப்கானியப் போராளிகளுக்கு ஆயுத சப்ளை, வெடிகுண்டு சப்ளை, பணப்பட்டுவாடா என்று பணம் தண்ணியாகப் போய்க்கொண்டிருந்தது. பட்ஜெட்டில் நேரடியாக நிதி ஒதுக்க முடியாமல் ரகசியமாக நிறைய நோட்டடித்து அனுப்பிக் கொண்டிருந்தார்கள். எதுவும் கட்டுப்படியாகிற நிலையில் இல்லை என்பது ரீகனுக்குத் தெரியும்.

ஆனால் இந்த போதைக் கடத்தலைக் கொஞ்சம் தடுக்க முடியுமானால் கணிசமான பணம் சேமிக்கப்பட வழியுண்டு போலிருக்கிறதே? அமெரிக்க டாலரெல்லாம் கொகெயினாக மாறிக்கொண்டிருக்கும் பட்சத்தில் கூடிய சீக்கிரம் கொலம்பியா, அமெரிக்காவாகவும் அமெரிக்கா சோமாலியாவாகவும் மாறிவிடும். ஐயய்யோ என்று தலையில் கைவைத்துவிட்டார் ரீகன்.

கொஞ்ச நேரம்தான். சிலிர்த்துக்கொண்டு எழுந்து கொலம்பிய அரசுக்கு ஒரு கடுதாசி போட்டார்.

ஐயன்மீர், உமக்கு சர்வமங்களமும் உண்டாகட்டும். 1914ம் ஆண்டு அமெரிக்காவிலே ஒரு சட்டம் இயற்றப்பட்டது. அதற்குப் பேர் ஹாரிசன் நார்காடிக்ஸ் ஆக்ட். போதைத் தடுப்புச் சட்டம் என்று சொன்னால் எளிதில் விளங்கும். இந்தச் சட்டத்தின்படி மரிஜ்ஜுவானா, கொகெயின், ஓபியம், புகையிலை, ஆல்கஹால் திரவங்கள், கஞ்சா, அபின் உள்ளிட்ட அனைத்துக் கசுமாலங்களும் இங்கே தடைசெய்யப்பட்ட பொருள்களாகும். ஒன்றிரண்டை விதிவிலக்காக நாங்களே தள்ளிவிட்டோம் என்றாலும் பெரும்பாலானவை இன்னும் லிஸ்டில் இருக்கின்றன.

இதெல்லாம் எங்களுக்கு எதற்கு என்று நீங்கள் கேட்கமாட்டீர்கள் என்று நம்புகிறேன். இன்றைக்கு அமெரிக்காவில் போதைப் பொருள் நடமாட்டம் கற்பனை செய்யமுடியாதபடிக்கு அதிகரித்துவிட்டது. யாரோ உங்கள் ஊர் பரமபுருஷன் பாப்லோ எஸ்கோபராமே? அவன் செய்த காரியம்தான் என்று எங்கள் உளவுத்துறை சொல்லுகிறது. தெற்கு மாகாணங்கள் முழுதும் நாறிக்கிடக்கிறது ஐயா. எங்களை என்ன செய்யச் சொல்கிறீர்கள்?

இருபதிலிருந்து இருபத்திரண்டு வயது இளைஞர்கள் பத்து பேரைப் பொறுக்கி பாக்கெட்டில் கைவிட்டுப் பார்த்தால் ஆறு பேர் பாக்கெட்டில் ஏதாவது ஒரு போதை வஸ்துப் பொட்டலம் இருக்கிறது. பார்ட்டி என்கிற பெயரில் இரவெல்லாம் டோப் அடித்துவிட்டு ஊரைச்சுற்றுகிறார்கள். அமெரிக்கப் பொருளாதாரம் நாசமாவது ஒரு பக்கம் இருக்க, எங்கள் இளைஞர்கள் நாசமாகி அழிந்துகொண்டிருக்கிறார்கள்.

இதெல்லாம் எங்கிருந்து வருகிறது என்று நினைக்கிறீர்கள்? எல்லாம் உங்கள் தேசத்திலிருந்துதான். உங்களுக்கே தெரியாமல் நீங்கள் உருக்குலைந்துகொண்டிருக்கிறீர்கள் என்றுதான் இதற்கு அர்த்தம். பாடுபட்டுப் போரிட்டு ஸ்பெயினிடமிருந்து சுதந்தரம் பெற்று, சர்வாதிகாரிகள் பிடியில் இருந்து தேசத்தைக் காப்பாற்றி, இப்போதுதான் உருப்படியாக வாழ ஆரம்பித்திருக்கிறீர்கள். அதற்குள் இப்படியொரு பேரழிவுப் பாதையை உங்கள் தேசமே போட்டுக்கொள்ளும் என்று நான் சற்றும் எதிர்பார்க்கவில்லை கோமான்களே.

அமெரிக்காவுக்கு மட்டும் வருஷத்துக்கு பதினாறு டன் கொகெயின் உங்கள் தேசத்திலிருந்து வருகிறது. தவிர, மரிஜ்ஜுவானா

பத்தொன்பது டன். பிற கச்சடா போதைகள் எல்லாம் சேர்ந்து ஒரு பத்து டன். என்ன காசு என்று யோசித்துப் பாருங்கள். உங்கள் ஊரில் அரிசியும் காப்பியும் தேயிலையும் பயிரிடுவதை நிறுத்திவிட்டீர்களா? அமெரிக்காவுடனான வர்த்தக ஒப்பந்தங்கள் எதுவும் உங்களுக்கு வேண்டாமா? ராஜாங்க ரீதியிலான நல்லுறவு வேண்டாமா? ஒண்டிக்கு ஒண்டி அடித்துக்கொண்டு சாகலாம் என்கிறீர்களா?

ஒரு விஷயத்தை நினைவில் வைக்கவும். இப்போதைக்கு நல்லவிதமாகப் பேசுகிறோம். நீங்கள் காது கொடுக்கா திருப்பீர்களானால் அமெரிக்கத் தோழமை தேசங்கள் அனைத்தும் உங்களுடன் இருக்கும் அத்தனை வியாபார உறவுகளையும் முறித்துக்கொள்ளும். அப்புறம் ஓட்டாண்டி ஆகி, நந்தவனத்திலோர் ஆண்டி, நாலாறு மாதமாய் குயவனை வேண்டி, கொண்டு வந்தானொரு தோண்டி என்று பாட்டுப்பாடிக்கொண்டு பரதேசிக்கோலம் கொண்டுவிடுவீர்கள்.

மற்றபடி நீங்கள் சௌக்கியமா? நான் சௌக்கியம். நமது நட்பு காலம் கடந்து நீடிக்க எல்லாம் வல்ல எம்பெருமான் இயேசு கிறிஸ்து அருள்பாலிப்பாராக. ஆமென்.

இப்படியொரு கடிதம் அமெரிக்க அரசிடமிருந்து வந்த பிற்பாடு கொலம்பியா சும்மா இருக்குமா? ஏற்கெனவே இவர்களை என்ன செய்வதென்று தெரியாமல்தான் முழி பிதுங்கிக் கொண்டிருந்தார்கள். எஸ்கோபர் என்கிற தனி நபரையும் இதர சில்லறை போதை வியாபாரிகளையும் சமாளித்த காலத்திலேயே கஷ்டமாக இருந்தது. இப்போது அத்தனை பேரும் ஒன்றாக வேறு சேர்ந்துகொண்டுவிட்டார்கள்.

பெருவிலும் கவுதமாலாவிலும் பொலிவியாவிலும் ஃபேக்டரி கட்டி ரைட் ராயலாக பிசினஸ் செய்கிறார்கள். தட்டிக் கேட்கலாம் என்று எந்த ஹீரோவாவது நினைத்தால் அடுத்தக் கணமே கொன்று கடாசிவிடுகிறார்கள். எத்தனை கொலைகள்! எத்தனை கொலைகள்! வாரத்துக்குப் பத்து கொலைகளாவது அவசியம் நடந்துவிடுகின்றன. எந்தக் கொலைக்கும் சாட்சி கிடையாது. சாலை ஓரங்களில் விழுந்து கிடப்பார்கள். புரட்டிப் பார்த்தால் நெஞ்சில் குண்டு பாய்ந்திருக்கும். அவ்வளவுதான். யார் அந்தப் பிரகஸ்பதி? என்ன செய்தான்? யார் சுட்டார்கள்? எதற்காகச் சுட்டார்கள்?

ஒன்றுக்கும் பதில் கிடையாது. நூற்றுக்கணக்கில் கொலம்பிய காவலர்களும் துணை ராணுவப் படையினரும் இம்மாதிரி குண்டடிபட்டு இறந்திருந்தார்கள். ஆதாரமே இல்லாத கொலைகள். வெறுமனே சாலை ஓரம் பிணம் கிடக்கும். அவ்வளவுதான். கொலையுண்டவர் என்ன செய்துகொண்டிருந்தார் என்று பார்த்தால், அவர் போதைத் தடுப்புப் பிரிவில் பணியாற்றியிருப்பார்.

இதற்கெல்லாம் என்ன விடிவு என்று யோசித்துக்கொண்டிருந்த கொலம்பிய அரசு, துணிந்து ஒரு முடிவெடுத்தது. அமெரிக்காவுடன் ஓர் ஒப்பந்தம்.

அமெரிக்க அரசின் போதைத் தடுப்புப் பிரிவின் சட்ட திட்டங்கள் அனைத்தும் கொலம்பியாவுக்கு உடன்பாடானதே. அமெரிக்க போதைப் புழக்கத்துக்கு கொலம்பியா ஒரு காரணமாக இருப்பது பற்றிய வருத்தங்களைக் கடிதத்தில் தெரிவித்துவிட்டு, இதை ஒழிக்க நாம் இருவரும் கூட்டாக நடவடிக்கை மேற்கொள்ளலாம் என்று சொன்னார்கள்.

என்ன செய்யலாம்?

1. அமெரிக்காவுக்குள் கொலம்பிய போதை சரக்குகள் வராமல் தடுப்பது. இதற்கு கொலம்பிய அரசு உதவி செய்யும்.

2. கொலம்பிய போதைப் பிரகஸ்பதிகளைக் கண்டுபிடித்து சிறையில் தள்ளும் திருப்பணிக்கு அமெரிக்கா உதவி செய்யும்.

3. இரு தரப்பிலும் கைதாகும் போதைக் கடத்தல்காரர்களை, அரசுகள் பரஸ்பரம் கேட்டுக்கொண்டால் அந்தந்த நாட்டு நீதி விசாரணைக்கு அவசியம் அனுப்பிவைக்க வேண்டும்.

ஒப்பந்தம் கையெழுத்தான முகூர்த்தத்தில்தான் பாப்லோ எஸ்கோபர் கொலம்பிய லிபரல் கட்சியின் சார்பில் கொலம்பிய மேலவைக்கு உறுப்பினராகத் தேர்வு செய்யப்பட்டுப் போனார்.

9. மாண்புமிகு மேலவை உறுப்பினர்

மாண்புமிகு புதிய மேலவை உறுப்பினர் பாப்லோ எஸ்கோபர் அவர்களே, நமது தேசத்தின் இன்றைய தலையாய பிரச்னையான போதைக் கடத்தல் குறித்து கேள்வி நேரத்தில் எழுப்பப்பட்ட வினாக்களுக்குத் தங்கள் தரப்பு பதில்கள் மிக மிக முக்கியமானவை என்று இந்த அவை கருதுகிறது. தங்களுக்கு இருபது மணித்துளிகள் பேச அனுமதி அளிக்கப்பட்டிருக்கிறது. தங்கள் மேலான சிற்றுரையைத் தொடங்குகிறீர்களா?

சபாநாயகர் குறும்புப் புன்னகையுடன் கேட்டார். எதிர்க்கட்சி, ஆளுங்கட்சி, சோத்துக்கட்சி ஆசாமிகள் அனைவரும் தமக்குள் நடந்துகொண்டிருந்த வெத்து அரட்டைகளைநிறுத்திவிட்டு, கப்சிப் என்று காதுகளை மட்டும் தீட்டிக்கொண்டு காத்திருந்தார்கள்.

எஸ்கோபரின் இரண்டாம் நாள் அவை அனுபவம் அது. முதல் நாள் பதவிப் பிரமாணம் எடுத்துவிட்டு வீட்டுக்குப் போய்விட்டார். மறுநாள் மதியம் மடக்கிவிட்டார்கள். திட்டமிட்டு கேள்விகளைத் தயார் செய்து அனுமதி பெற்று, அனைவரும் ஒருமித்த முடிவோடு காத்திருந்தார்கள்.

எஸ்கோபர் என்ன பேசப்போகிறார்? கொலம்பிய போதைக் கடத்தல் நெட் ஒர்க்கின் பரமபிதா. கடத்தல்காரர்கள் தனித்தனியே தொழில் செய்துகொண்டிருந்தபோது எத்தனை ரூபாய்க்கு பிசினஸ் என்று மொத்தக்கணக்கு தெரியாமலிருந்தது. மெடேலின்கார்ட்டல்

என்கிற பெயரில் அவர்கள் ஒருங்கிணைந்து தொழில் நடத்தத் தொடங்கியபிறகு, இந்தத் தொழிலின் பொருளாதாரம் மிகத் துல்லியமாகத் தெரியத் தொடங்கிவிட்டது.

மாதத்துக்குக் குறைந்தபட்சம் அறுபது மில்லியன் டாலர்களுக்கு பிசினஸ். அமெரிக்கா பிரதானமான மார்க்கெட். பிரிட்டன் அடுத்தது. நார்வீஜியன் நாடுகள் மூன்றாவது. பிரான்ஸ் நாலாவது. பெல்ஜியம், ஜெர்மனி, இத்தாலி மூன்றும் அடுத்தது. கொஞ்சம் ரிவர்ஸ் அடித்துத் திரும்பி வந்தால் மெக்சிகோ ஆறாவது இடத்தைப் பிடித்த பாடல் என்றது. ஏழு, எட்டு, ஒன்பது பத்தாமிடங்களை சக லத்தீன் அமெரிக்க நாடுகள் பிடித்திருந்தன.

வர்த்தகமாகும் சரக்குகளுக்கான பணத்தை கம்பெனியே உரியவர்களுக்குப் பிரித்துத் தரும். சர்வீஸ் சார்ஜ் எடுத்துக் கொள்ளப்படும். அது சமயத்துக்கு ஏற்றபடி பதினாறு பர்செண்ட் முதல் இருபத்திரண்டு பர்சண்ட் வரை வித்தியாசப்படும். அப்படி எடுத்துக்கொள்ளப்படும் சர்வீஸ் சார்ஜ் பணத்தைக் கொண்டுதான் மெடேலின் கார்ட்டல் கம்பெனி நடத்தப்பட்டது.

நூற்றுக்கணக்கான டைகட்டிய ஊழியர்கள். கணக்கு வழக்குகளைப் பக்காவாக வைத்துக்கொள்ள கம்ப்யூட்டர் வசதிகள். உலகம் முழுவதும் நினைத்த மாத்திரத்தில் தொடர்புகொள்ளத் தொலைத் தொடர்பு சௌகரியங்கள். நினைத்த நேரத்தில் நினைத்த இடத்துக்குப் பறந்து செல்ல கம்பெனிக்கென்று தனி விமானங்கள், ஹெலிகாப்டர்கள். எழுநூறு சரக்கு லாரிகள். நூற்று அறுபது கார்கள். ஆம்புலன்ஸ் வண்டிகள் இருபது, ஜீப்புகள் நாற்பத்தியேழு, மோட்டார் சைக்கிள்கள் நூற்று முப்பது.

கொலம்பியாவில் உள்ள அத்தனை மாகாணத்துப் போலீசாரையும் சமாளிக்கத் தனியொரு பி.ஆர்.ஓ. படை. மார்க்கெடிங் படையால் முடியாதபோது சரக்குகளை மீட்டுக் கொண்டு சேர்க்கத் தனியே ஒரு மீட்புப்படை. சரக்குப் பாதுகாப்புக்காக தேசம் முழுதும் பத்தொன்பது இடங்களில் மிகப்பெரிய கொடோன்கள். அதற்கு செக்யூரிடி லொட்டு லொசுக்குகள்.

வெளிநாட்டு வர்த்தகங்களைப் பெருக்க மார்க்கெட்டிங் அணியொன்று தனியே செயல்பட்டுக்கொண்டிருந்தது.

ஆயிரக்கணக்கானோர் இதில் மாதச் சம்பள உத்தியோகஸ்தர்கள். ஒவ்வொரு தேசத்திலும் கொகெயின் மற்றும் மரிஜ்ஜுவானாவுக்கான சந்தை நிலவரத்தை கவனித்து, சரக்குகளைத் தடையில்லாமல் கொண்டுவந்து சேர்ப்பதும் பணத்தைப் பாதுகாப்பாகக் கொலம்பியாவுக்கு அனுப்பிவைப்பதும் இவர்கள் பணி.

இந்தப் பணியில் இடையூறு என்று ஏதாவது ஏற்படுமானால் சரக்கையும் ஆள்களையும் காப்பாற்றுவதற்காகத் தனியொரு ராணுவம் ஏற்பாடு செய்யப்பட்டது. முன்னாள் புரட்சிக்காரர்கள் முதல் இன்னாள் தெருப்பொறுக்கிகள் வரைக்கும் பலவிதமான பீமபுஷ்டி ஆசாமிகள் மட்டுமே அந்தப் படையில் இருந்தார்கள்.

இந்த தாதா கோஷ்டியைக் கண்காணிக்கவும், அவர்கள் ஏதும் சந்து கிடைத்து சிந்து பாடிவிட்டால் நஷ்டப்படாமல் தப்பிக்கவும் ரகசியமாக இரண்டு படைகள் அமைக்கப்பட்டன. ஒன்று உளவுப்படை. இன்னொன்று, இன்னொரு தனி ராணுவம்.

இந்த இரண்டாவது ராணுவம் என்பது கொலம்பிய புரட்சிக் குழுக்களே ஆகும். புரட்சிக்குழுக்களுக்குப் பணம் தேவைப்பட்டது. நாய் விற்ற காசு குரைத்தால் என்ன? வாலை ஆட்டினால் என்ன? கடிக்காதிருந்தால் போதும்.

எனவே எஸ்கோபரின் படைகள் சரக்குடன் எங்கு புறப்பட்டாலும் அவர்களுக்கே தெரியாமல் அவர்களைப் பின் தொடரும் பணியில் இந்தரகக் குழுக்கள் ஈடுபடுத்தப்பட்டன.

நீங்கள் டிவியில் டோராவின் பயணங்கள் பார்க்கிறீர்களா? அந்தக் குட்டிப்பெண் எங்கே புறப்பட்டாலும் எப்படியும் மூன்று சிக்கலான கட்டங்கள் வந்துவிடும். வட்டம்போட்டுச் சுட்டிக்காட்டி ஒவ்வொரு கட்டமாகத் தாண்டி, இறுதியில் அவள் ஜெயிச்சிட்டோம், ஜெயிச்சிட்டோம் என்று அபசுருதியில் பாட்டுப் பாடுவதில்தான் குழந்தைகளுக்கு என்ன ஒரு சந்தோஷம்!

எஸ்கோபரின் போதை நெட் ஒர்க் இம்மாதிரி மூன்று கட்டங்களைக் கடந்துதான் காசு பண்ணிக்கொண்டிருந்தது.

முதலில் சரக்குகள் பத்திரமாக கொலம்பிய எல்லையைக் கடக்கவேண்டும். இது முதல் கட்டம். அடுத்தது வாகனம் மாறி

சர்வதேச எல்லை தாண்டி உரிய இடத்துக்குப் போய்ச்சேர வேண்டும். அது அமெரிக்காவோ, ஆப்பிரிக்காவோ, சில்லமரத்துப் பட்டியோ. மூன்றாவது கட்டம், உரிய நபரிடம் சரக்கு போய்ச் சேர்ந்து பணம் கைக்கு வருவது.

முன்பே பார்த்ததுபோல, ஆர்டர் கொடுக்கப்பட்டதுமே ஹவாலா மூலம் பணம் வந்துவிடுகிற வழக்கமும் தொடர்ந்து கொண்டிருந்தாலும் பிசினஸ் டெவலப்மெண்ட் திட்டங்களின் கீழ் நாறபத்தைந்து நாள் க்ரெடிட்டில் கூட சரக்கு அனுப்பும் முறைகளை எஸ்கோபர் பின்னாளில் அமுல்படுத்திவிட்டான்.

ஆனால் ஒரே கண்டிஷன். எந்த நாட்டுக்கு சரக்கு போனாலும் சரி. அமெரிக்க டாலரில்தான் பணம் செட்டில் செய்யப்படவேண்டும். தனது குழுவில் இருந்த அத்தனை கடத்தல்காரர்களுக்கும் எஸ்கோபரேஸ்விட்சர்லாந்து வங்கிகளில்அக்கவுண்ட் உருவாக்கித் தந்திருந்தான். பணம் அங்கேதான் க்ரெடிட் ஆகும்.

இந்த நடவடிக்கைகளை கவனிக்கவும் சிக்கலில்லாமல் நடைபெறவும் ஸ்விட்சர்லாந்தில் அவனுக்குத் தனியொரு வங்கித் தொடர்பு அலுவலகமே இருந்தது.

மேற்சொன்ன அனைத்து நடவடிக்கைகளும் ஒழுங்காக நடைபெறுவதை கவனிக்க ஒரு மேல்மட்டக் குழு உருவாக்கப் பட்டிருந்தது. கார்ட்டலில் உறுப்பினர்களாக இருந்த அனைத்துக் கடத்தல்காரர்களும் தலா ஒரு பிரதிநிதியை அக்குழுவுக்கு அளித்திருந்தார்கள். ஜனநாயகம் பராமரிக்கப்பட்டது. ஆனால் நெருக்கடி நேரங்களில் எஸ்கோபரின் முடிவே ஏகமன முடிவாக ஏற்கப்பட்டது.

இவ்வாறெல்லாம் உத்தமர்கள் ஒன்றுகூடி பிசினஸ் பண்ணத் தொடங்கியபோதுதான் அந்தப் பாழாய்ப்போன அமெரிக்க - கொலம்பிய போதைத் தடுப்பு ஒப்பந்தம் கையெழுத்தாகியிருந்தது.

உண்மையில் கொலம்பிய அரசின் அன்றைய நிலைமை குறித்து ஒன்றிரண்டு வரிகளாவது சொல்லாமல் போவது பாவம். மூழ்கிக் கொண்டிருப்பவனைப் பிடித்துத் தூக்கி மென்னியைப் பிடித்து நெரித்து, திரும்ப மூழ்கவைப்பது மாதிரி இருந்தது அன்றைய போதை வர்த்தகம். தேசப் பொருளாதாரமே அதளபாதாளத்துக்குப்

போய்விடும்போலிருந்தது. எங்கு பார்த்தாலும் போதை. எதைத் தொட்டாலும் போதைப் பணம்.

இந்தக் கடத்தல் தொழில் ஜோராக நடைபெறத் தொடங்கி விட்டபிறகு தேசத்தில் வருமான வரி கட்டுகிறவர்களே குறைந்து போய்விட்டார்கள். பெரிய பெரிய பண முதலைகளெல்லாம் வருஷம் முழுக்க வருமானமே கிடையாது என்று கணக்குக் காட்டின. மேலுக்கு ஒரு மளிகைக்கடை வைத்துக்கொண்டு உள்ளுக்குள் பல கோடி பண்ணிக்கொண்டிருந்தவர்களே அன்றைக்கு அதிகம். ரொம்ப நெருக்கடி கொடுத்து வரி கட்டித்தான் ஆகவேண்டுமென்றால், ஆயிரம் ரூபாய், ஐயாயிரம் ரூபாய்க்கு மட்டும் கணக்குக் காட்டிவிட்டுப் போயேவிடுவார்கள்.

விவசாயம்? ம்ஹும். தொழில்? ம்ஹுஹும். சுயதொழில்? அதெல்லாம் உண்டா என்ன? கவர்மெண்டு ஆபீசில் அட்டண்டன்சில் கையெழுத்துப் போட்டுவிட்டு சம்பளம் வாங்கிய மிடில் கிளாஸ் பரமாத்மாக்கள் மட்டும்தான் வரி கட்டுவோராக இருந்தார்கள். அவர்களிடம் என்ன பெரிதாகத் தேறிவிடும்?

ஒரு பக்கம் வரி இழப்பு. இன்னொரு பக்கம் தொழில் நசிவு. எந்தத் தொழிலுக்கும் யாருமே முன்வராத சூழல். படித்த இளைஞர்களெல்லாம் போதை நெட் ஒர்க்கில் மார்க்கெடிங் ஆபீசர்களாகப் போவதிலேயே ஆர்வம் செலுத்தினார்கள். என்ன பணம் என்கிறீர்கள்? ஒரு கன்சைன்மெண்ட் உருப்படியாக முடிந்துவிட்டால் பல்லாயிரக்கணக்கில் பேட்டா பெற்றுக் கொண்டிருந்தார்கள்.

ஆபீசில் வேலை பார்த்து, அரியர்ஸ், போனஸ், கிராஜுவிட்டி என்று மூக்கால் அழுது எந்தக் காலத்தில் பணம் சம்பாதிப்பது?

எனவே, கொலம்பிய அரசு திண்டாடித் தெருவில் நின்றது. எனவே, அமெரிக்காவுடனான போதைத் தடுப்பு ஒப்பந்தத்தில் அவசர அவசரமாகக் கையெழுத்துப் போட்டு எத்தைத் தின்றால் பித்தம் தெளியும் என்று பார்த்தது. எனவே, ஒப்பந்தம் அமுலுக்கு வந்ததும் கடத்தல்காரர்களுக்குப் பிரச்னை வரத் தொடங்கியது.

எனவேதான், மாண்புமிகு மேலவை உறுப்பினர் பாப்லோ எஸ்கோபர், போதைக் கடத்தல் தொடர்பான கேள்வி நேர

வினாக்களுக்கு பதில் சொல்ல எழுந்தபோது அவை உறுப்பினர்கள் அத்தனை பேரும் அட்டென்ஷனில் உட்கார்ந்து ஆவலுடன் காது கொடுக்க ஆரம்பித்தார்கள்.

எஸ்கோபர் எழுந்தான். தொண்டையைச் செருமிக்கொண்டான்.

மாண்புமிகு அவைத் தலைவர் அவர்களே, எனக்குச் சற்றும் தொடர்பில்லாத போதை வர்த்தகம் குறித்துப் பேச என்னை அழைத்திருக்கிறீர்கள். மிக்க நன்றி. எனக்கு அதுபற்றி எதுவும் தெரியாது. ஆகவே வேறொரு விஷயம் குறித்துப் பேசுகிறேன். போதைப் பணத்தில் செழிக்கும் வர்த்தகர்கள் பற்றி இத்தனைக் கவலைப்படுகிறீர்களே, நம் நாட்டில் ஒரு வேளை உணவுக்குக்கூட வழியில்லாமல் அவதிப்படும் பாமரர்களைப் பற்றி என்றைக்காவது நீங்கள் இப்படிக் கூடி விவாதித்ததுண்டா? அவர்களுக்கு ஏதாவது செய்வதுண்டா? ஏதோ என்னால் முடிந்தது, மாதம் ஒரு கிராமத்தை நான் தத்தெடுத்துக்கொள்ள முடிவு செய்திருக்கிறேன். அவர்களது அடிப்படைத் தேவைகளைத் தீர்த்துவைக்க என்னாலான முயற்சிகளை மேற்கொள்ளவிருக்கிறேன். இதைப்பற்றி தனியே ஒரு விவாதம் வைத்து எனக்குப் பாராட்டுக்கூட்டம் நடத்தினால்தான் என்ன?

சபை கலகலத்துவிட்டது. யாருக்குப் பேச்சுவரும்?

எஸ்கோபர் மாட்டிக்கொண்டு முழி பிதுங்கி அசடு வழிந்த விஷயம் மறுநாள் பேப்பரில் வரும் என்று எதிர்பார்த்திருந்தவர்களெல்லாம், மறுநாள் அத்தனை தினசரிகளிலும் முதல் பக்கத்தில் எஸ்கோபர் புகழ் பாடப்பட்டிருந்தது கண்டு தலையில் அடித்துக்கொண்டார்கள்.

10. விலைக்கு வாங்குங்கள், அதிகாரிகளை!

மெடேலின் கார்ட்டல் என்னும் போதைக் கூட்டமைப்பை எஸ்கோபர் தொடங்கியதும், அதுநாள் வரை கொகெயின் போய்ச்சேர்ந்திராத பல்வேறு புதிய இடங்களில் இருந்தெல்லாம் அவர்களுக்கு ஆர்டர்கள் வரத்தொடங்கின. போர்ட்டரீகோ, டொமினிக்கன் ரிபப்ளிக், மெக்சிகோ. இம்மூன்று பிராந்தியங்களிலும் எஸ்கோபரின் நெட் ஒர்க்குடன் தொடர்பு வைத்துக்கொள்வதை மிக அதிகம் விரும்பின. ஒரே காரணம், மிகச் சுத்தமான சரக்கு என்பது.

அந்த விஷயத்தில் எஸ்கோபர் மிகவும் ஸ்டிரிக்ட். தனது கூட்டணியில் இருந்த அத்தனை கடத்தல்காரர்களிடமும் அவன் வேண்டுகோளாகவும் எச்சரிக்கையாகவும் சொல்லியிருந்தது அதைத்தான். எக்காரணம் கொண்டும் கொகெயினின் புனிதத்தை மைதாமாவு சேர்த்துக் கெடுத்துவிடாதீர்கள். சரக்கு மட்டு என்கிற அபிப்பிராயம் உருவாகிவிட்டால் பிறகு பிசினஸே பண்ணமுடியாது.

இதற்காகவே தனது கம்பெனியில் தனியொரு குவாலிடி கண்ட்ரோல் டிவிஷனையும் அமைத்திருந்தான். எந்தக் கடத்தல்காரரின் சரக்கு, எங்கே போகவேண்டியிருந்தாலும் மெடேலின் குவாலிடி கண்ட்ரோல் இன்ஸ்பெக்டர்களின் பரிசோதனைக்கு உட்படாமல் போகமுடியாது. தலைமை அலுவலகத்துக்கு அருகிலேயே இருந்த தரக்கட்டுப்பாட்டுச் சாலைக்குத்தான் முதலில் சரக்கு லாரிகள் வரவேண்டும்.

ஒவ்வொரு மூட்டையும் அங்கே பிரிக்கப்பட்டு பரிசோதிக்கப்படும். அதன்பிறகு அங்கேயே சிறு பொட்டலங்களாக்கப்படும் - தேவைப்பட்டால். பெரும்பாலும் மூட்டைகளாக அனுப்புவதையே எஸ்கோபர் வழக்கமாக வைத்திருந்தான். அளந்து பிரித்து பாக்கெட்டுகளாக்கும் பணி நச்சு பிடித்தது என்பது அவனது அபிப்பிராயம்.

யாராவது பத்து மூட்டைக்கு ஒன்று பழுதில்லை என்று நினைத்து கள்ளச்சரக்கு கலந்திருந்தால் தொலைத்துவிடுவான் எஸ்கோபர். சம்பந்தப்பட்ட கடத்தல்காரரின் ஆள்களுக்கு முதலில் எச்சரிக்கை விடப்படும். அந்தக் குறிப்பிட்ட மூட்டை மட்டும் திருப்பி அனுப்பப்படும். திரும்பவும் அப்படியொரு கெட்ட காரியம் மேற்கொள்ளப்படுமானால் உடனடியாக நோட்டீஸ் போகும். கூட்டணியிலிருந்து கழற்றிவிடப்படுவீர் என்கிற எச்சரிக்கை. அதைத்தாண்டியும் ஒரு கள்ளச் சரக்கு வந்துவிடுமானால் இரண்டு காரியங்களில் ஒன்றை எஸ்கோபர் மேற்கொள்வான்.

ஒன்று, கூட்டணியிலிருந்து விலக்குவது. அல்லது கொலை. அது அந்த நேரத்துக் கோபத்தின் அளவைப் பொறுத்தது.

செய்வது கள்ளகாரியம். கிரிமினல் குற்றம். அதிலும் ஓர் அடிப்படை நேர்மை இல்லாவிட்டால் எப்படி? அருமையான சித்தாந்தம் இல்லையா? அப்படித்தான் எஸ்கோபர் இருந்தான்.

கொலம்பிய கோகா இலைகளிலிருந்து தயாரிக்கப்படும் உயர்தர கொகெயினுக்குச் சற்றும் சளைக்காத தரத்தில் வேறெங்கே கொகெயின் கிடைக்கும் என்று பார்த்த எஸ்கோபர் பெருவிலும் பொலிவியக் காடுகளிலும் அதற்கான வாய்ப்பு இருப்பதைக் கண்டுபிடித்தான். உடனடியாகத் தனது மார்க்கெடிங் ஆபீசர்கள் அடங்கிய படை ஒன்றை இரு தேசங்களுக்கும் அனுப்பி விசாரிக்கச் சொன்னான்.

உண்மையிலேயே பெருவிலும் பொலிவியாவிலும் தரமான கோகா இலைகள் முளைக்கவே செய்தன. ஆனால் அங்கே இருந்தவர்களுக்கு அதிலிருந்து முதல் தர கோகேயின் தயாரிக்கத் தெரியவில்லை. எஸ்கோபர் தனது படைகளை அங்கே அனுப்பி, ப்ராப்பர் கொலம்பிய பிராண்டு கொகெயினை பெருவிலும் பொலிவியாவிலும் தயாரிக்க ஏற்பாடு செய்தான்.

இது அபரிமிதமான பலனைக் கொடுத்தது. அந்த இரு தேசங்களைச் சேர்ந்த கடத்தல்காரர்கள் அதுநாள் வரை போதைக் கடத்தலில் சில்லறை லாபம் மட்டுமே பெற்று வந்தார்கள். திடீரென்று அந்த ஊர் கொகெயினுக்கு மெக்சிகோவிலும் போர்ட்டரீகாவிலும் மதிப்பு எகிற, அவர்களது வருமானம் கூடத் தொடங்கியது.

கோகா செடிகளைப் பயிரிட்டு இலைகளை எடுத்து எஸ்கோபரின் ஃபேக்டரிகளில் கொடுத்துவிட வேண்டியது. கொகெயின் தயாரிக்க அங்கே பணம் கட்டிவிட வேண்டியது. நல்ல கொகெயின் தயாரிக்கப்பட்டு மூட்டைகளில் அடைக்கப்பட்டு அவர்களிடமே திருப்பிக்கொடுக்கப்படும். அதை பெரு மற்றும் பொலிவிய வியாபாரிகள் எஸ்கோபரின் நெட் ஒர்க் மூலமே வெளிநாடுகளுக்கு அனுப்பத் தொடங்குவார்கள். அதற்குத் தனி கமிஷன்.

ஒரு செயல், இரண்டு வருமானம். தவிரவும் எஸ்கோபர் அங்கே சில தோட்டங்களையும் வாங்கி, தானே பயிரிட்டு, தயாரிக்கவும் தொடங்கியிருந்தான். விருப்பம் உள்ள பிற கூட்டாளிகளுக்கும் பொலிவியாவில் தோட்டங்கள் வாங்கிக்கொடுத்தான். அரசாங்கங்களுக்குத் தெரியாமல் படு ரகசியமாக நடைபெற்ற இந்தச் செயல்கள் மிகக் குறுகிய காலத்தில் மிகப்பெரிய லாபம் கொழிக்கத் தொடங்கின.

ஒரு கட்டத்தில் இதையெல்லாம் ரகசியமாக வைத்துக்கொள்ளவே முடியாது என்கிற அளவுக்குப் பணம் பெருங்கடலாகப் பொங்கிப் பெருகத் தொடங்கியபோது, சரி போ என்னதான் ஆகும் என்று எஸ்கோபரும் விட்டுவிட்டான். லத்தீன் அமெரிக்கா முழுவதும் அப்பட்டமாக இதனை இவனால் இவன் தான் முடிப்பான் என்று கைகாட்டத் தொடங்கிவிட்டது.

என்ன செய்யமுடியும்? சிறு தொழிலாக இருக்கும்போது ரகசியம் காக்கலாம். பதுங்கிப் பதுங்கிச் செய்யலாம். பாதுகாப்பு நடவடிக்கைகள் மேற்கொள்ளலாம். அதுவே பலுகிப் பெருகி பெரிய சாம்ராஜ்ஜியமாகும்போது எதை மறைக்க முடியும்?

எஸ்கோபர் தன் ஆள்களுக்குச் சொன்னான்: ‘ஆம். நாம் கடத்தல் செய்கிறோம். போதைக் கடத்தல்தான். இனி மறைக்காதீர்கள். மாறாக, பிரச்னை தரக்கூடிய அதிகாரிகள், அமைச்சர்கள், காவலர்கள்,

நீதிபதிகள் யாராக இருந்தாலும் பணத்தைக் கொடுத்துவிடுங்கள். உலகத்தில் ஒவ்வொருவருக்கும் ஒரு விலை உண்டு. கேவலம் உயிரற்ற பொருளான கொகெயினுக்கே நாம் என்ன விலை வைக்கிறோம்? உயிருள்ள மனிதர்கள் கொஞ்சம் அதிக விலை கேட்பார்கள். அவ்வளவுதான். பேரம் பேசாதீர்கள். கேட்பதைக் கொடுத்துவிடுவதன் மூலம் நமது தொழில் சிக்கலில்லாமல் நடைபெறும். ஏழை எளிய மக்களை எப்போதும் நினைவில் வைத்திருங்கள். அவர்களுக்கு முடிந்த போதெல்லாம் உதவி செய்துகொண்டே இருங்கள். அவர்கள் கேட்காமலேயே செய்வதன் மூலம் நீங்கள் எதிர்பாராத பல உதவிகளை அவர்களிடமிருந்து பெற முடியும்.'

'அதுசரி. பணத்துக்கு மசியாதவர்களை என்ன செய்வது?'

'இதென்ன கேள்வி? தீர்த்துவிடுங்கள்.'

அதுதான் எஸ்கோபர். *1981 - 83*ம் ஆண்டு காலகட்டத்தில் கொலம்பியாவில் எஸ்கோபர் பணம் கொடுத்து 'விலைக்கு வாங்கிய' அரசு அதிகாரிகள், அமைச்சர்கள், எம்.பிக்கள், நீதிபதிகளின் எண்ணிக்கை பல நூறுகள். அத்தனை பேருக்கும் எஸ்கோபரின் அலுவலகத்திலிருந்து தனியொரு மாதச் சம்பளம் போகும். பணமாக வேண்டாம் என்போருக்கு நிலமாக வாங்கிக் கொடுப்பான். வீடு வாங்கிக் கொடுப்பான். குழந்தைகளை வெளிநாடுகளுக்கு அனுப்பிப் படிக்க வைக்க ஏற்பாடு செய்வான். என்ன வேண்டுமானாலும் செய்வான்.

'இந்த உலகத்தில் என்னால் முடியாத காரியம் என்று எதுவும் இருப்பதாகத் தெரியவில்லை. என்னால் என்பதைப் பணத்தால் என்றும் சொல்லலாம்' என்பது எஸ்கோபரின் புகழ்பெற்ற தன்னிலை விளக்க வரி.

அதே சமயம் தன் பேரத்துக்கு ஒத்துவராதவர்கள் யாராக இருந்தாலும் இரக்கமே இல்லாமல் கொன்று வீசுவதும் அவனுக்கு சர்வ சாதாரணமாக இருந்தது. ஒரு விஷயம். தன் தொழிலுக்கு உதவ வேண்டும், அல்லது உபத்திரவம் செய்யாமல் இருக்கவேண்டும் என்று எஸ்கோபரோ அவனது ஆள்களோ யாரிடமும் போய் கெஞ்சமாட்டார்கள். கடைசி வரை அவர்கள் கெஞ்சியதாக ஒரு தகவலும் கிடையாது.

ஒரு குறிப்பிட்ட அதிகாரி கொஞ்சம் ஒத்துழைக்க வேண்டும் என்றால் நேரே எஸ்கோபரின் ஆள்கள் அவர் வீட்டுக்குப் போய்விடுவார்கள். ஒரே ஒரு வரி அறிமுகம். நான் எஸ்கோபரின் ஆள். அவ்வளவுதான்.

என்ன வேண்டும் என்று அவர் கேட்டால் அடுத்த ஒரு வரி. நீங்கள் உதவவேண்டும்.

முடியாது என்று அநேகமாக பதில் வராது. ஏனென்றால் அத்தனை பேருக்குமே எஸ்கோபரின் பிசினஸ் மாடல் தெரியும். எனவே, என்ன கிடைக்கும் என்றுதான் பெரும்பாலும் கேட்பார்கள்.

என்ன கேட்டாலும் கிடைக்கும் என்பதே வரக்கூடிய பதில். ஒருவேளை இந்த வழக்கமான நடைமுறை செல்லுபடியாகாத இடம் என்று தெரிந்தால் முதலிலேயே எஸ்கோபரின் ஆள்கள் தம் பிசினஸ் பேச்சுவார்த்தையின் முறையை மாற்றிவிடுவார்கள்.

'ஹலோ, நாங்கள் எஸ்கோபரின் ஆள்கள். எங்களுக்கு நீங்கள் உதவியாக வேண்டும். ஒன்று உங்களுக்கு என்ன வேண்டுமென்று நீங்களே கேட்டுவிடுங்கள். அல்லது இறப்பதற்குத் தயாராக இருக்கவும்.'

அவ்வளவுதான்.

ஒரு சம்பவத்தை உதாரணத்துக்குப் பார்க்கலாம். ரோட்ரிகோ லாரா பொனில்லா *(Rodrigo Lara Bonilla)* என்று ஓர் அரசியல்வாதி கொலம்பியாவில் இருந்தார். மிகவும் இளைஞர். கொலம்பிய காங்கிரசில் மதிப்புக்குரிய எம்.பி. சிறந்த பார்லிமெண்டேரியன். 1983ம் வருடம், அரசாங்கம் அவரை நீதித்துறை அமைச்சராக நியமித்தது.

ஒரே காரணம், நேர்மைக்குப் பெயர்போன அவர் நீதித்துறை அமைச்சரானால், போதைக் கடத்தல்காரர்களை அடக்கிவிட முடியும்.

கிட்டத்தட்ட அதே சமயம், எஸ்கோபர், பனாமா கால்வாய் வழியே தனது சரக்குகளை எடுத்துச் செல்வதில் எந்தப் பிரச்னையும் வராமலிருப்பதற்காக பல தேசத்து அதிகாரிகளுக்கு லஞ்சம் கொடுக்கும் திருவிழா ஒன்றைத் தொடங்கிவைத்திருந்தான். ரோட்ரிகோ பதவிக்கு வந்ததும் முதலில் கைவைத்தது அதில்தான்.

எஸ்கோபரின் நெட் ஒர்க்கின் பலவீனமான பகுதிகளாகத் தேர்ந்தெடுத்து முதலில் அதையெல்லாம் அழிக்கத் தொடங்கினார். எஸ்கோபரின் பல ஆள்கள் திடீர் திடீரென்று கைது செய்யப்பட்டார்கள். அப்படிக் கைது செய்யப்பட்டவர்களுள் பெரும்பாலானோர் ஏற்கெனவே மேற்கொண்ட கொலம்பிய - அமெரிக்க ஒப்பந்தப்படி அமெரிக்காவுக்கு 'விசாரணை'க்காக அனுப்பிவைக்கப்பட்டனர்.

அமெரிக்காவுக்கு விசாரணைக்காக அழைத்துச் செல்லப் பட்டவர்கள் யாரும் திரும்பி வருவதே கிடையாது! அவர்கள் பத்து வருடம், பதினைந்து வருடம் தண்டனை பெற்று அமெரிக்கச் சிறைகளிலேயே வாடத் தொடங்கினார்கள்.

இது எஸ்கோபருக்குப் பெரிய தலைவலியாகப் போய்விட்டது. என்ன செய்தாலும் ரோட்ரிகோவை அவனால் நெருங்கவே முடியவில்லை. அதன்பிறகுதானே பேரம், மிரட்டலெல்லாம்? அவரது வீடு, அலுவலகம், அவர் போகும் இடங்கள் என்று பல்வேறு விதங்களில் முயற்சி செய்து பார்த்தும் மனுஷன் தலையைப் பார்க்கவே முடியவில்லை. சபை கூடும் நாள்களில் கூட அவர் இருப்பதில்லை. சொல்லிவைத்த மாதிரி பேப்பரில் கூட அவரது ஒரு பேட்டியோ, அறிக்கையோ வருவதில்லை. சைலண்டாகப் பதவிக்கு வந்த நாளாக அவர் எஸ்கோபரின் நெட் ஒர்க்கை முறியடிக்கும் பணியை மட்டும் மிகத் தீவிரமாகத் தொடர்ந்துகொண்டிருந்தார்.

எனவே எஸ்கோபர் ஒரு காரியம் செய்தான். ரோட்ரிகோவுக்குப் போய்ச் சேரும் விதத்தில் ஒரு கடிதத்தைத் தயாரித்து அவரது அமைச்சகத்தின் முகவரிக்கு அனுப்பிவைத்தான். கவனமாக அதில் தன் பெயரைத் தவிர்த்து, கார்ட்டலின் அடுத்த முக்கியஸ்தர் ஒருவரின் பெயரில் எழுதப்பட்ட கடிதம் அது. ஏனெனில், ஒரு அமைச்சருக்கு ஒரு எம்.பியின் மிரட்டல் என்று மறுநாள் செய்தி வந்துவிட்டால் நாறிவிடுமே?

மாண்புமிகு அமைச்சர் அவர்களே, நீங்கள் செய்கிற காரியம் உங்களுக்கே நன்றாக இருக்கிறதா? கொலம்பியக் குடிமகன்கள் பலரை நீங்கள் அமெரிக்காவுக்குத் தாரை வார்த்துக் கொண்டிருக்கிறீர்கள். அவர்களெல்லாம் அப்பாவிகள். போதைக் கடத்தல் செய்தார்கள் என்கிற பொய்யான குற்றச்சாட்டு பதிவு

செய்யப்பட்டிருக்கிறது. இது இப்படியே தொடருமானால் உங்களுக்கும் உங்கள் குடும்பத்துக்கும் நல்லதாக இருக்காது. புரிந்துகொண்டு உடனடியாக நடவடிக்கை எடுக்கக் கேட்டுக் கொள்கிறேன். இப்படிக்கு, யாரோ ஒரு பாவாத்மா.

கடிதம் அனுப்பிய வேளையில் எஸ்கோபருக்கு வேறொரு பெரிய பிரச்னையும் முளைத்தது. இது நீதித்துறை சார்ந்ததல்ல. முற்றிலும் அநீதித்துறை சார்ந்ததுதான்.

11. போட்டி பிசினஸ்

நீதியின் காவலர் ரோட்ரிகோ லாரா பொனில்லா விஷயம் என்னவானது என்பதைக் கொஞ்சம் தள்ளிப் பார்த்துக் கொள்ளலாம். அவர் தம் அமைச்சரவைக் காரியங்களை கவனித்துக் கொண்டிருக்கும் வேளையில் நாம் ஒருநடை காலி *(Cali)* நகரத்துக்குப் போய்வந்துவிடுவோம். பாப்லோ எஸ்கோபரின் மெடேலின் கார்ட்டலுக்கு ஒரு போட்டி கம்பெனி முளைத்தது இங்கேதான்.

என்ன பெயர் பாருங்கள்! இதைவிடப் பொருத்தமாக இன்னொரு பெயர் கிடைத்துவிட முடியாது. ஏனென்றால் ஊரில் அத்தனை காலிகள். கருங்காலிகள்.

கொலம்பியாவின் மேற்குப் பகுதி நகரங்களில் இந்த காலி என்கிற சாண்டியாகோ டி'காலி ஒரு பிரசித்தி பெற்ற இடம். கடல் மட்டத்திலிருந்து ஆயிரம் மீட்டர் உயரமான பிராந்தியம். ஒரு பக்கம் மலை முகடுகள். மறுபக்கம் காக்கா *(Cauca River)* என்கிற நதி. ஆதிப் பழங்குடி வீரர்கள் அதிகம் இருக்கும் பிராந்தியம் என்பதால் அன்னியர்கள் பெரும்பாலும் உள்ளே வர யோசிப்பார்கள். இருபதாம் நூற்றாண்டில் கூட விஷ அம்புகளெல்லாம் வைத்துக் கொண்டு யுத்தம் பண்ணிக்கொண்டிருந்தார்கள். இத்தனைக்கும் பழங்குடிகள் மலைகளில்தான் வசித்துவந்தார்கள். நாகரிகமடைந்த நகர்ப்பகுதியும் உண்டு. ஆனாலும் ஒரு பயம். அருமையான கோடை வாசஸ்தலத்துக்கு உல்லாச உத்தேசத்துடன் போய்,

எங்காவது கொதிக்கிற எண்ணெய்க் கொப்பரையில் தூக்கிப் போட்டுவிட்டால்?

எனவே மக்கள் நடமாட்டம் அவ்வளவாக அங்கே இருக்காது. இது போதாது? காலி நகரத்தைக் காலிகள் வளைத்துக்கொண்டு தமக்கென ஒரு சமஸ்தானத்தை அமைக்கத் தொடங்கினார்கள்.

ஆதியில் எம்பெருமான் வானத்தையும் பூமியையும் பறவை, மிருகம், மனிதர்களையும் படைத்து பல்கிப் பெருக அனுப்பிய காலத்திலிருந்து காலி நகரத்தில் கடத்தல்காரர்கள் மட்டும்தான் இருந்தார்கள். பிரதி ஞாயிற்றுக்கிழமை காலை பல் தேய்த்து, காப்பி சாப்பிட்டுவிட்டுப் புறப்பட வேண்டியது. அதி சுமார் நூறு கிலோ மீட்டர் தள்ளிப்போய் ஏதாவது பணக்காரப் பிராந்தியங்களில் பிறந்து வளர்ந்த குழந்தைகளையோ, தொழிலதிபர்களையோ லபக்கென்று பிடித்துக்கொண்டு வந்து வைத்துவிட்டு பணம் கேட்டு மிரட்ட வேண்டியது. இது அங்கே பூர்வீகத் தொழில். ஒருமுறை சம்பாதித்த பணம் முற்றிலும் செலவாகும் வரை அடுத்த கடத்தலுக்குப் போகமாட்டார்கள். அது தொழில் தருமம் ஆகாது. தவிரவும் தனித்தனியாகக் கடத்தல் பண்ணாமல், ஊர் கூடித் தேரிழுக்கும் ஒப்பற்ற சிந்தனை கொண்டவர்களாக இருந்தார்கள்.

இந்தப் பரம்பரையின் இருபதாம் நூற்றாண்டுப் பிரதிநிதிகள் லே செமாஸ் *(L'Chemas)* என்கிற பெயரால் அழைக்கப்பட்டார்கள். லூயி ஃபெர்னாண்டோ தமயோ கார்சியா *(Luis Fernando Tamayo Garcia)* என்கிற உத்தமோத்தமன் இந்தக் கூட்டத்தின் தலைவன். அவனது வருகைக்கு முன்னால் உள்ளூர்ப் பணக்காரர்களையும் அவர்களது வாரிசுகளையும் மட்டும் கடத்தி, கொஞ்சம்போல் சம்பாதித்துக்கொண்டிருந்த கூட்டம், லூயி ஃபெர்னாண்டோவின் நவீன உத்திகளால் பெரும் பணக்காரக் கூட்டமாகத் தொடங்கியது.

லூயி, கடத்தலில் சில நூதன உத்திகளைக் கையாண்டான். இன்றைக்கு உலகம் முழுக்கப் பிரசித்தமடைந்துவிட்டது என்றாலும் அவன் செய்யத் தொடங்கிய காலத்தில் வெளிநாட்டு சுற்றுலாப் பயணிகளைக் கடத்துவதென்பது மிகவும் அதிர்ச்சிகரமான விஷயமாகக் கருதப்பட்டது.

கொலம்பியாவின் பிரசித்திபெற்ற சுற்றுலாத் தலங்களில் லூயியின் ஆள்கள் எப்போதும் சுற்றிக்கொண்டிருப்பார்கள்.

நல்ல தளதளவென்று தக்காளிப் பழம்போல் யாராவது பெண்பிள்ளை கண்ணில் படுகிறாளா என்று பார்ப்பார்கள். அவர்கள் ஐரோப்பியர்களாக இருக்கவேண்டுமென்பது முக்கியம். கடத்துவதற்கு முன்னால் சம்பந்தப்பட்ட நபரின் சொத்து ஜாதகத்தைக் கொஞ்சம் தேடிப் பார்ப்பார்கள். வசதியுள்ள ஆள் என்று தெரிந்துவிட்டால் போதும். பிறகு தயங்கமாட்டார்கள்.

அப்படித்தான் ஒரு சமயம் ஸ்விட்சர்லாந்திலிருந்து கொலம்பியாவுக்குச் சுற்றிப்பார்க்கவந்த இரண்டு பேரைக் குறிவைத்தான் லூயி. ஒருத்தர் ஹெர்மன் பஃப் என்கிற ஸ்விஸ் அரசாங்க அதிகாரி. இன்னொருத்தர் வெர்னர் ஜோஸ் ஸ்டிரேஸில் என்கிற ஆராய்ச்சி மாணவர்.

சாதாரண அதிகாரியையும் மாணவனையும் கடத்தி என்ன பிரயோஜனம்? பணம் தேறாதே என்று சலித்துக்கொண்டார்கள் சக கடத்தலர்கள். ஆனால் லூயி தீர்மானமாகச் சொன்னான். இது ஒர்க் அவுட் ஆகும். முன்னெப்போதையும் விட அதிகமாக. முன்னெப்போதையும் விட பிரம்மாண்டமாக.

அப்படித்தான் ஆனது. கடத்திக் கொண்டுபோய் ஒரு மலைப் பிரதேசத்து கூடாரத்தில் வைத்து வேளைக்கு மான் கறி, முயல் கறியெல்லாம் போட்டு வீரப்பன் மாதிரி கவனித்துக் கொண்டபடிக்கு, பேரம் பேசத் தொடங்கினான்.

கொலம்பிய அரசாங்கம் ஸ்விஸ் அரசுடன் பேசியது. இரண்டு அரசுகளும் சேர்ந்து கவலைப்பட்டுக்கொண்டிருந்தன. ஒரு லட்சம் டாலர் வரை தரமுடியும் என்று சொன்னார்கள். என்னது, ஒரு லட்சமா? பிசாத்து. எனக்குப் பத்து லட்சம் டாலர் வேண்டும் என்றான் லூயி.

அவனது கூட்டத்தவர்களே அசந்து போனார்கள். அடங்கொக்கமக்கா? பத்து லட்சம் டாலருக்கு எத்தனை சைபர்?

அதெல்லாம் எனக்குத் தெரியாது. வேண்டியது பத்து லட்சம் டாலர். கொடுத்தால், இரண்டு பேரையும் பத்திரமாகத் திருப்பி அனுப்பி வைப்போம். இல்லாவிட்டால் காட்டுக்குள் கபால மோட்சம். அவ்வளவுதான் என்று சொல்லிவிட்டார்கள்.

பேரம் தொடர்ந்து ஒரு வாரகாலத்துக்கு நடந்தது. இறுதியில் ஏழு லட்சம் டாலர் என்று முடிவானது. அன்றைய தேதியில் ஏழு லட்சம் டாலரை இந்திய ரூபாயில் நினைத்துப் பார்க்கவேண்டுமானால் நாலு கோடியே பதிமூன்று லட்சம் ரூபாய்.

பணத்தை எங்கே கொண்டுவந்து எப்படிக் கொடுக்கவேண்டும் என்றெல்லாம் சார்ட் போட்டுக் கொடுத்து, நான்கு டிரங்குப் பெட்டிகளில் முழுப்பணத்தையும் ஒரே தவணையில் வாங்கிக் கொண்டுதான் அந்த இரண்டு அப்பாவிகளை விடுவித்தார்கள்.

அதுவரை பார்த்திராத பணம். கட்டுக்கட்டாக கரன்சிகள். அத்தனையும் பழைய நோட்டு. நம்பர் வைத்தெல்லாம் கண்டுபிடிக்க முடியாதபடிக்கு முன்னெச்சரிக்கையுடன் நிபந்தனைகள் விதித்திருந்தார்கள். நான்கு டிரங்குப் பெட்டிகளையும் ஒரு டெம்போவில் ஏற்றிக் கொண்டுவந்து குறிப்பிட்ட இடத்தில் நிறுத்திவிட்டு, டிரைவர் போய்விடவேண்டும். லூயியின் ஆள்களுக்குப் பணத்துக்குக் கொசுறாக அந்த டெம்போ.

கச்சிதமாக நடந்து முடிந்த இந்தக் கடத்தல் சம்பவம் அவர்களை மிகவும் யோசிக்கவைத்தது. பெரிய பணம்தான். பெரிய வேட்டைதான். நல்ல லாபமும் கூட. ஆனால் ஆள் கடத்தல் என்பது நச்சுப்பிடித்த காரியம். சில சமயம் இப்படி வாகாக அமைந்து விடுகிறது. பல சமயங்களில் கடத்துவதும் பாதுகாப்பதும் பராமரிப்பதும் தலைவலியாகிவிடுகின்றன.

இப்போது பணம் இருக்கிறது. பேசாமல் பிசினஸை மாற்றிக் கொண்டுவிட்டால் என்ன? ஆளைக் கடத்தினால் கிடைக்கும் பணம் சமயத்துக்குச் சமயம் மாறும். ஆளுக்கு ஆள் மாறும். சமயத்தில் ஏறும், இறங்கும். ஆனால் போதைக் கடத்தல் அப்படி இல்லை. ஏற்றம் மட்டும்தான் உண்டே தவிர, அதில் இறங்குமுகம் என்று ஒன்று கிடையாது.

ரிஸ்க்?

எதில்தான் இல்லை? ஆள் கடத்தலில் இல்லாத ரிஸ்கா? வந்திருக்கும் பணத்தை முதலீடாகப் போட்டு நாம் ஏன் நமக்கென்று பிரத்தியேகமாக ஒரு போதைக் கடத்தல் நெட் ஒர்க்கைத் தொடங்கக் கூடாது? ஆள் பலம் இருக்கிறது. வசதியான இடங்களுக்குப்

பிரச்னையில்லை. தவிரவும் மலைப்பகுதி. வெளியில் இருந்து ஒரு ஈ, எறும்பு வர வாய்ப்பே இல்லை. அமெரிக்காவுக்கும் ஐரோப்பாவுக்கும் மூட்டை மூட்டையாக போதைப் பொருள்கள் நம்மூரிலிருந்து போகின்றன. யாரோ பாப்லோ எஸ்கோபராமே? கொள்ளை கொள்ளையாகச் சம்பாதிக்கிறான். நாமும் ஏன் ஒரு முயற்சி செய்து பார்க்கக் கூடாது?

இப்படி யோசித்துத்தான் ஒரு முடிவுக்கு வந்தார்கள். லூயி ஃபெர்னாண்டோவுக்கு இந்த விஷயத்தில் ராஜ குரு மாதிரி இருந்து ஆலோசனை சொல்லி, அவன் மூலம் அந்த மாபெரும் கூட்டத்தின் மனத்தை மாற்றி, காலி நகரத்தில் ஒரு போதை சாம்ராஜ்ஜியத்தைத் தோற்றுவித்த புண்ணியவான்கள், ஒரேஜுவேலா சகோதரர்கள் என்று அழைக்கப்பட்ட கில்பர்ட்டோ ஒரேஜுவேலா *(Gilberto Orejuela)*, மிகுவேல் ஒரேஜுவேலா *(Miguel Orejuela)* என்பவர்கள். இவர்களுடன் ஜோஸ் சாண்டாக்ரூஸ் லொண்டனோ *(Jose Santacruz Londono)* என்கிற இவர்களுடைய தொழில் பார்ட்னரும் அடக்கம்.

இந்த மூவரணி காலி நகரத்தில் மதிப்புக்குரிய கனவான்களாக அப்போது ஏதோ கொஞ்சம் நல்ல தொழில் பண்ணிக் கொண்டிருந்தார்கள். ஆடைகள் ஏற்றுமதி, புளி வியாபாரம், சர்க்கரை ஆலை இந்தமாதிரி. ஆனால் உள்ளுக்குள் போதைக் காசின் ருசி அவர்களுக்கு இருந்துகொண்டே இருந்திருக்கிறது. எது சமயம், எப்படித் தொடங்கலாம் என்றுதான் யோசித்துக் கொண்டிருந்தார்கள். உள்ளூர் கிரிமினல்களின் முழு ஒத்துழைப்பு தங்களுக்குக் கிடைத்துவிடுகிற பட்சத்தில் காலி நகரை மையமாகக் கொண்டு ஒரு போதை சாம்ராஜ்ஜியம் அமைப்பது சிரமமான காரியமல்ல என்று தோன்றவேதான், தக்க சமயத்துக்காகக் காத்திருந்தார்கள்.

அப்போது மேற்சொன்ன ஸ்விஸ் கடத்தல் சம்பவமும் அதனைத் தொடர்ந்து பணப்பரிமாற்றங்களும் நடைபெற, அத்தனாம்பெரிய பண மூட்டையை புத்திசாலித்தனமாக முதலீடு செய்ய போதையே சிறந்த வழி என்று பேசிக் கரைத்து மாற்றிவிட்டார்கள்.

தலை எண்ணிப் பார்த்தார்கள். கிட்டத்தட்ட நூற்று நாற்பது பேர் புதிய தொழிலுக்கு முதலீடு செய்யச் சித்தமாக இருந்தார்கள். அது தவிரமேற்சொன்னஏழுலட்சம்டாலர்வேறுஅடிப்படைமுதலீடாக

இருந்தது. உடனே மலைப்பகுதியில் இடம் தேடினார்கள். நல்ல கனமான காட்டுப் பகுதியாகப் பார்த்து முதலில் பூமி பூஜை போட்டார்கள். காவலுக்குச் சில கிங்கரர்களை நிறுத்தினார்கள். விவசாயம் பார்க்க ஆள்களை வரவழைத்து, அவர்கள் தங்கவும் வாழவும் குடிசைகள் கட்டிக்கொடுத்தார்கள். பக்கத்திலேயே ஒரு சிறு பண்ணை ஒன்றை உருவாக்கி, அங்கே கிழங்கு, காய்கறிகள் பயிரிட வைத்து விவசாயிகளின் பசிப்பிணி போக்கவும் வழி பண்ணிக்கொடுத்தார்கள். ஆபத்துக்கு உதவவென்று நிறைய நாட்டு வெடிகுண்டுகளையும் துப்பாக்கிகளையும் கொண்டு போய்க் குவித்தார்கள். சிலபல வேட்டை நாய்களை வாங்கி உலவவிட்டார்கள்.

அதன்பிறகு அத்தனை பேரும் கூடி உட்கார்ந்து என்ன பயிரிடலாம் என்று ஆலோசித்தார்கள். கொகெயின்?

வேண்டாம். கொலம்பியா என்றாலே கொகெயின் என்று ஆகிவிட்டபடியால் தேசத்தில் போதைத்தொழில் பண்ணுகிற அத்தனை பேரும் வேறு எது குறித்தும் சிந்திப்பதுகூட இல்லை. நாம் ஒரு மாறுதலுக்குத் தரம் மிக்க மரிஜ்ஜுவானா உற்பத்தி செய்து பிசினஸைத் தொடங்கினால் என்ன? கொகெயின் மூலம் மெடேலின் கார்ட்டலுக்குப் பணம் என்றால் காலி கார்ட்டலுக்கு மரிஜ்ஜுவானா பணம் வரட்டுமே? அதுதான் சரி என்று முடிவு செய்து பயிரிடத் தொடங்கினார்கள்.

கானாபிஸ் என்று லத்தீன் அமெரிக்காவிலும் மரிஜ்ஜுவானா என்று வெறும் அமெரிக்கா மற்றும் ஐரோப்பாவிலும் அழைக்கப்படும் அந்த போதைப் பயிருக்கு நம்மூர்ப் பெயர் கஞ்சா. சித்தர் பாட்டெல்லாம் எடுத்து நோண்டிப் பார்த்தீர்களானால் 'தேவ மூலிகை' என்று கண்டிருக்கும். வால்டாக்ஸ் ரோடிலும் லஸ் கார்னரிலும் பிராட்வே ரிசர்வ் பேங்க் சப்வேயிலும் புளியந்தோப்பு மார்க்கெட் பகுதியிலும் இன்னபல இடங்களிலும் குஷ்டரோகிகள் மூலம் சிறு பொட்டலங்களாக விற்பனையாகும் சரக்கு. அசப்பில் காய்ந்த துளசிச் செடி போல இருக்கும். கசக்கிப் புகைத்தால் கந்தர்வ லோகத்துக்கு ஒரு விசிட் அடித்துவிட்டுத் திரும்பலாம் என்று அனுபவஸ்தர்கள் சொல்லுவார்கள்.

அவர்கள் நாசமாய்ப் போகட்டும். நமக்கு முக்கியம், இந்த மரிஜ்ஜுவானா என்கிற கஞ்சாவின் பொருளாதாரம். இதற்குத்

தம்பி ஒருத்தன் இருக்கிறான். சே, தம்பி என்று சொல்லக்கூடாது. அண்ணன் அல்லது அக்கா என்பது பொருத்தம். அதற்கு ஹஷிஷ் என்று பெயர். மரிஜ்ஜுவானா செடி பூ விட்டதுமே காம்பில் கிள்ளியெடுத்து நன்றாக தேங்காய்த் துவையல் மாதிரி அரைத்து, மிதமான சூட்டில் (மைக்ரோவேவ் அவன் மாதிரி ஒரு கருவியில்.) வேகவைத்து எடுத்து கேக் மாதிரி வெட்டி எடுத்து டப்பாவில் போட்டுவிடுவார்கள். நல்ல கருஞ்சிவப்பு அல்லது டார்க் பிரவுன் கலருக்கு இது வரும். பிறகு அந்த வில்லைகளை பேக் செய்து அனுப்பிவிடுவார்கள். அதைப் பொடி செய்து புகையிலையுடன் சேர்த்து ஹுக்காவில் வைத்துப் புகைத்தால் வாரே வாஹ்! என்று பாடத் தோன்றும் என்பார்கள்.

காலி வர்த்தகம் தொடங்கியபோது ஒரு கிலோ கொலம்பிய மரிஜ்ஜுவானாவின் விலை, கால் கிலோ கொகெயினின் விலைக்குச் சமமாக இருந்தது. ஆனால் ஒரு கிலோ கொகெயின் விற்கிற நேரத்தில் ஆறு முதல் ஏழு கிலோ மரிஜ்ஜுவானா விற்பனை ஆனது. எஸ்கோபர் இதனை கவனித்தான். கவலை கொண்டான்.

12. காலி கார்ட்டல் - ஓர் அறிமுகம்

அன்பார்ந்த அதிபர் அவர்களுக்கு வணக்கம். இப்பவும் நாளது பங்குனி தொடங்கி நமது தேசத்துக்குள் அதிகமாகப் புழங்கத் தொடங்கியிருக்கிற மரிஜ்ஜுவானா, ஹஷிஷ் என்கிற இரண்டு கொலம்பிய மூலிகைப் பொருள்கள் குறித்து ஆய்வு செய்து அறிக்கை அனுப்பத் தாங்கள் கேட்டுக்கொண்டது பற்றி மிக்க சந்தோஷம். நாங்கள் விஞ்ஞானிகள் சமூகமாகப்பட்டவர்கள், எங்கள் மூக்குக் கண்ணாடிகள் மூக்கின் நுனிக்கு வந்து எந்தக் கணமும் கழண்டு கீழே விழுந்துவிடும் என்கிற நிலைவரை கவனம் சிதறாமல் ஆராய்ச்சிகள் பண்ணி, மேற்படி வஸ்துவானது கொகெயின் அல்லது ஹெராயின் அளவுக்கு வீரியமுடையதல்லவென்றும் உடனடி உயிர்கொல்லும் அபாயம் கொண்டதுமல்ல என்றும் கண்டறிந்திருக்கிறோம். மட்டுமல்லாமல் கொகெயின் அளவுக்கு இது உடனடியாக ஆளை அடிமைப்படுத்தவல்லதும் அல்ல என்பதனால் இதனை உட்கொண்டு யாரும் கொலை உள்ளிட்ட பஞ்சமாபாதகங்கள் புரிவதற்குப் புறப்பட்டுவிடமாட்டார்கள் என்று இங்ஙனம் பிரமாணம் அளிக்கிறோம். நல்லதொரு இயற்கை மூலிகையான இதனை உரிய விதத்தில் பயன்படுத்துவோமானால் மருத்துவத்துறைக்கு மகத்தான வரப்பிரசாதமாக அமையுமென்றும் சிபாரிசு செய்கிறோம்.

புரிந்திருக்குமே? DEA எனப்படும் United States Drug Enforcement Administration அமைப்பின் ஆய்வுப் பிரிவு அமெரிக்க அதிபருக்கு எழுதிய கடிதம் அது. எழவு என்னென்ன சரக்குகள்தான்

வரும் என்றில்லாமல் போய்விட்டது. அமெரிக்காவின் எந்த மூலை முடுக்கில் போய்ப் பார்த்தாலும் வாலிப வயோதிக அன்பர்கள் என்னத்தையாவது ஒரு கண்றாவியை உள்ளுக்குள் இழுத்தவண்ணம் இருக்கிறார்கள். அடர்த்தியாகப் புகை கிளப்பி, ஜகமே தந்திரம், சுகமே மந்திரம் என்று பாடிக்கொண்டிருக்கிறார்கள். கண்டக் கசுமாலத்தையும் தின்று தொலைக்காதீர்கள் என்று கத்திக் கத்தி தொண்டைத் தண்ணீர் வற்றிவிடும்போலிருக்கிறது. யார் கேட்கிறார்கள்? சரி, சட்டம் போட்டுத் தடுக்கலாம் என்று பார்த்தால், சட்டம் நுழையாத சந்துகளின் வழியே மட்டும்தான் இந்தச் சரக்குகள் வந்து தொலைகின்றன.

என்ன சட்டம் போட்டு என்ன பிரயோஜனம்? கொலம்பிய அரசுடன் ஒப்பந்தம் போட்டு அப்படியே ஜீவத் துடிதுடிப்புடன் தான் இருக்கிறது. மாசத்துக்குப் பத்து போதைக் கடத்தல்காரர்களாவது பிடிபட்டுக்கொண்டுதான் இருக்கிறார்கள். டன் கணக்கில் சரக்கும் மாட்டிக்கொண்டு அக்னிப்பிரவேசம் செய்கிறது. ஆனாலும் இது குறைகிற வழியாகத் தெரியவில்லை. கொக்குக்கு கொகெயின் ஒன்றே மதி என்று இருந்த காலத்தில்தான் திடீரென்று இந்த மரிஜ்ஜுவானா புயல் வந்து தாக்கியிருக்கிறது. நல்லவேளை, அத்தனை ஆபத்து இல்லையாமே? விஞ்ஞானிகள் சொன்னால் சரியாகத்தான் இருக்கும். சரி ஒழியட்டும், கொஞ்சம் விட்டுப்பிடிக்கலாம் என்று அமெரிக்க அரசு கொகெயின் மீது மட்டும் இன்னும் தீவிர கவனத்தைக் குவிக்கவே, எஸ்கோபரின் தொழிலுக்கு அங்கே மேலும் கிடுக்கிப்பிடி உருவானது. இதுவும் அவன் கவலைப்படக் காரணமானது.

ஆனால் இதுவேதான் காலி நகரத்துக் கடத்தல்காரர்கள் சந்தோஷம் கொள்ளவும் முக்கியக் காரணமானது.

சரிதான் எஸ்கோபரின் சகாப்தம் இவ்வாறாக எப்படியும் ஒரு முடிவுக்கு வந்துவிடும், இனிமேல் நம்ம ராஜ்ஜியம்தான் என்று அவர்கள் பட்டாசு வெடித்து மகிழ்ச்சியைப் பகிர்ந்துகொண்டார்கள். தொழிலை இன்னும் மேம்படுத்த ஒரு நூதனமான நிர்வாகக் கட்டமைப்பினையும் உருவாக்கினார்கள். எஸ்கோபரின் நெட் ஒர்க்குக்கும் காலி கார்ட்டல் அமைப்புக்கும் அடிப்படையில் ஒரு பெரிய வித்தியாசம் இருந்தது.

காலியில் ஆள்களை சிறு சிறு குழுக்களாக - நிறைய குழுக்களாக முதலில் பிரித்தார்கள். ஒவ்வொரு குழுவுக்கும் ஒரு குட்டித்தலைவனை நியமித்ததன் மூலம் அதிகாரப் பங்களிப்பும் அவரவர் ஆத்ம திருப்தியும் உடனடியாக உறுதி செய்யப்பட்டன. மாறாக எஸ்கோபரின் நிறுவனத்தை எடுத்துக்கொண்டால் வேலை பார்க்கிற பல்லாயிரக்கணக்கானோருக்கும் எந்த அதிகாரமும் கிடையாது. எஸ்கோபர் சொல்றான், எல்லாரும் முடிக்கறான் என்றுதான் இருந்தாக வேண்டும்.

இந்த அடிப்படை வித்தியாசம், காலி குழுவினருக்கு மிகுந்த உற்சாகத்தையும் தன்னம்பிக்கையையும் கொடுத்தது.

மொத்தம் ஐந்து பிரிவுகள். ஒவ்வொரு பிரிவிலும் நூற்றுக்கணக்கான சிறு குழுக்கள். ஒவ்வொரு குழுவிலும் ஐந்து முதல் ஐம்பது பேர் வரை தேவைக்கேற்ப இருப்பார்கள். அந்த ஐந்து பிரிவுகள் என்னவென்று முதலில் பார்த்துவிடுவோம். அது முக்கியமானது.

முதலில் போதை கண்ட்ரோல் பிரிவு. கண்ட்ரோல் என்றால் கட்டுப்பாடு, போதைத் தடுப்பு என்றெல்லாம் தப்பர்த்தம் பண்ணிக் கொள்ளாதீர். ஒரு பெயருக்கு கண்ட்ரோல். வேலை ஒழுங்காக நடப்பதை கவனிக்கும் பிரிவு. ஆய்வுச் சாலைகள், சரக்குகளை ஏற்றுமதி செய்வது, சரக்கு செல்லும் பாதைகளைத் தீர்மானிப்பது ஆகியவை இந்தப் பிரிவுக்குள் வரும்.

அடுத்தது ராணுவம். சரக்கு மற்றும் ஆள்களின் பாதுகாப்பு, தவறு செய்வோருக்கு தண்டனை வழங்குவது, அடிப்படை ஒழுக்க விதிகளை வரையறுப்பது, அரசாங்க அதிகாரிகள், காவல் துறையினருக்கு லஞ்சம் வழங்கி காரியத்தைச் சாதிப்பது ஆகியவை ராணுவப் பிரிவின் முக்கியப் பணிகள்.

மூன்றாவது அரசியல் பிரிவு. கொலம்பிய காங்கிரசிலும் பல்வேறு குட்டி கட்சி வட்டாரங்களிலும் ஆள்களைப் பிடித்து வைத்துக்கொண்டு தமக்கு அரசுத் தரப்பிலிருந்து எப்போது சிக்கல் வந்தாலும் தீர்த்துவைப்பது இந்தப் பிரிவின் தலையாய பணி. அனைத்துக் கட்சிகளுக்கும் தேர்தல் காலத்தில் வெள்ளமாக நிதி வழங்குவதும் இவர்கள்தாம்.

நான்காவது நிதிப்பிரிவு. அதிக வேலை கொண்ட பிரிவு இது. காலி கார்ட்டல் பெருந்தலைகளுக்கு ஏற்கெனவே பல உத்தமத்

தொழில்கள் இருக்கின்றன என்று பார்த்தோம். உப்பு, புளி மிளகாய் வியாபாரம் முதல் காய்கறி, பழத் தோட்டங்கள், தேயிலை வியாபாரம் என்று ஏகத்துக்கு வைத்திருந்தார்கள் அவர்கள். அதெல்லாம் நல்ல பணம். வருமான வரிகளுக்கு உட்பட்ட பணம். அப்புறம் இந்த மரிஜ்ஜுவானா பணம். இதில் வரிகிரியெல்லாம் கிடையாது. வெறும் காசு. சலவைக் காசு. செலவழிக்க வேணுமென்றால் சலவைக்குப் போட்டாக வேண்டிய கறுப்புக் காசு. நிதிப்பிரிவின் முக்கியப் பணியே இந்த போதைக் காசை எப்படி வெள்ளைப் பணமாக மாற்றுவது என்பதுதான்.

தேசங்களில் நெட் ஒர்க்கை நிறுவி, பணத்தை அனுப்பி கருப்பை வெள்ளையாக்கி அறக்கட்டளைகள் மற்றும் நலப்பணிகளின் பெயரில் திரும்பக் கொண்டுவரும் திருப்பணி அவர்களுக்கு முக்கியமானது. சிவாஜி படத்தில் காட்டப்படுவது போல ஒரே ஷாட்டில் ஏர்போர்ட்டில் வைத்தே கருப்புப் பணத்தை வெள்ளையாக்குவதெல்லாம் யதார்த்தத்தில் சாத்தியமே இல்லை. அது மிகப்பெரிய பிசினஸ். ஏகப்பட்ட உள்விவகாரங்கள் கொண்டது. மாட்டிக்கொண்டால் கோவணம் வரைக்கும் உருவி விடுவார்கள் உருவி.

காலி கார்ட்டலின் போதைப் பணத்தை வெளுக்கும் விதம் குறித்த சார்ட் ஒன்று இந்தப் பக்கங்களில் தரப்பட்டிருக்கிறது. பொழுதுபோகாத நேரத்தில் பூதக்கண்ணாடி வைத்து கொஞ்சம் ஆராய்ச்சி பண்ணிப் பாருங்கள். கண்டிப்பாக ராத்திரி தூக்கம் வராது!

ஐந்தாவது மற்றும் கடைசிப் பிரிவின் பெயர் - நீதிப்பிரிவு! யாரும் ரசாபாசமாக நினைக்கவேண்டாம். நீதிப்பிரிவு என்பது வழக்கறிஞர்களை உள்ளடக்கியது என்கிற அர்த்தத்தில் மட்டும். ஆனால் செய்வதெல்லாம் அநீதிக்குட்பட்ட காரியங்கள்தாம். காவல் துறையினரிடம் பிடிபடும் போதை கடத்தல்காரர்களை மீட்பது, வெளிநாடுகளில் காலி கார்ட்டலுக்கு மார்க்கெடிங் ஆபீசர்களை நியமிப்பது, கொலம்பியாவுக்கு வெளியே சரக்கு எங்காவது மாட்டிக்கொண்டுவிட்டால் அதை மீட்டுக்கொண்டுவர சட்ட ரீதியிலான ஓட்டைகளைத் தேடிக்கண்டுபிடிப்பது போன்றவை இந்தப் பிரிவின் பணிகள்.

இப்படி பக்காவாக அணிகள் அமைத்து மலைக்காடுகளில் கஞ்சா பயிரிட்டு அமெரிக்காவிலும் ஐரோப்பிய தேசங்களிலும்,

கொகெயின் வாங்கிக் கட்டுப்படியாகாத பாமர மக்கள் நிறைந்த மூன்றாம் உலக நாடுகளிலும் இவர்கள் பிசினஸ் செய்ய ஆரம்பித்து முதல் சில வருடங்கள் வரை எந்தப் பிரச்னையும் இல்லை. எஸ்கோபரின் மெடேலின் நெட் ஒர்க்குக்கும் தங்களுக்கும் எந்தச் சம்பந்தமும் இல்லாமல்தான் பார்த்துக்கொண்டார்கள். வழியில் சந்திக்க நேர்ந்தாலும் வணக்கம் கூறி விடைபெற்றுக்கொண்டு ஓடியே விடுவார்கள். எதற்குப் பெரிய இடத்துப் பொல்லாப்பு என்கிற பயம்தான் காரணம்.

ஆனால் *1982-83*ம் ஆண்டு காலகட்டத்தில் எஸ்கோபர் தனது தொழிலில் தனியொரு உயரத்துக்குப் போகத் தொடங்கி, பணத்தில் நீச்சலடிக்கத் தொடங்கியிருந்த வேளையில் காலி கார்ட்டல் பரமாத்மாக்கள் கொகெயின் வியாபாரத்தில் கொழிக்கும் பணம் குறித்துச் சிந்திக்க ஆரம்பித்தார்கள். பிசினஸ் என்று தொடங்கியபிறகு இதைத்தான் செய்வேன், அதைச் செய்யமாட்டேன் என்றெல்லாம் நியாயம் பேசிக்கொண்டிருக்க முடியாது. கால் கிலோ கொகெயின் சம்பாதிக்கும் பணத்தை ஒருகிலோ மரிஜ்ஜுவானா கொண்டுதான் சம்பாதிக்க முடிகிறது. மரிஜ்ஜுவானாவிலும் நல்ல காசுதான் என்றாலும் கொகெயின் அளவுக்கு இல்லை என்பது வெளிப்படை. அதே கொலம்பியாதான். அதே மண் தான். அதே சீதோஷணம். அதே தோட்டத் தொழிலாளர்கள், அதே அரசாங்கம், அதே பிரச்னைகள், அதே தப்பிக்கும் வழிகள்.

என்னத்துக்காக இந்த மரிஜ்ஜுவானாவை மட்டும் கட்டிக்கொண்டு அழவேண்டும்? நாமும் கொகெயின் பயிரிட்டால்தான் என்ன? வாருங்கள், வெள்ளிப் பனிமலையின் மீதுலாவுவோம் அந்த மேலைக் கடல் முழுதும் கொகெயின் விடுவோம் என்று களத்தில் இறங்க முடிவு செய்தார்கள். முன்னதாக மரிஜ்ஜுவானா விற்பனையின்மூலம் தமக்கென அனைத்து தேசங்களிலும் சௌகரியமான நெட் ஒர்க்கை நிறுவியிருந்தபடியால் கொகெயினை அந்த ரூட்டில் கொண்டுபோவதில் எந்தப் பிரச்னையும் வராது என்று காலியின் மார்க்கெடிங் பிரிவு ஆபீசர்கள் உத்தரவாதம் அளித்தார்கள்.

அமெரிக்காவோ ஐரோப்பாவோ பிரச்னை தராது என்றே வையுங்கள். இந்த எஸ்கோபர் சும்மா இருக்கமாட்டானே?

‘கவலை வேண்டாம். அவன் வாலாட்டினால் நாம் ஒட்ட நறுக்குவோம்.’ என்று உத்தரவாதம் கொடுத்தது காலியின் மிலிட்டரி விங்.

இதெல்லாம் நல்லதற்கே இல்லை. எங்கேபோய் முடியப் போகிறதோ? நாராயண நாராயண என்று கொலம்பிய நாரதர், தம்புரா அல்லது கிடாரை மீட்டியபடி வானில் மிதந்து சென்ற காட்சியை யாரும் அப்போது பார்க்கவில்லை. ஆனால் விஷயம் எப்படியோ எஸ்கோபரின் காதுகளுக்குப் போய்விட்டது. அவன் துப்பாக்கிகளுக்கு எண்ணெய் போட ஆரம்பித்தான்.

மறுபுறம் புதிய கொகெயின் பாதைகளை உருவாக்கும் பணியில் காலி கார்ட்டல்காரர்கள் படு தீவிரமாக இறங்கினார்கள். பனாமா கால்வாயை செம்மையாகப் பயன்படுத்தவேண்டும் என்பது அவர்களது முடிவு. போதைக் கடத்தலுக்கென்று பரமபத சோபானபடம் மாதிரி குறுக்கும் நெடுக்கும் விதவிதமாகப் பாதைபோட்டு, முழி பிதுங்கிக்கொண்டிருக்கக் கூடாது. மிகச் சுலபமான, எளிமையான, ஒரே வழிப் பாதைகள்தான் சரி என்று அவர்கள் நினைத்தார்கள்.

பனாமா கால்வாய் வழியே தங்கள் மொத்த சரக்கின் எழுபது சதவீதத்தை ஏற்றுமதி செய்வது என்பது தீர்மானம். ஒவ்வொரு தேசத்தின் எல்லையைத் தொடும்போதும் சரக்கு வேண்டப்பட்டவர்கள் வந்து வாங்கி, இறக்கிக்கொண்டு போகவேண்டியது. நடுத்தண்ணியிலேயே பணப்பரிமாற்றம் நடைபெறும்.

இதுவும் எஸ்கோபரின் பிசினஸ் மாடலுக்கு நேரெதிரானது. எஸ்கோபர் விஷயத்தில் பணம் வந்தபிறகுதான் சரக்கு புறப்படும் என்பதை இங்கே மீண்டும் நினைவுபடுத்திக்கொள்ள வேண்டியது அவசியம். அதன் ரிஸ்க் எலிமெண்ட் குறித்துப் பல வர்த்தகர்கள் அப்போது முணுமுணுத்துக்கொண்டிருந்தார்கள். அதைத்தான் காலிகள் தங்களுக்கு சாதகமாகப் பயன்படுத்திக்கொள்ள முடிவு செய்தார்கள்.

தவிரவும் அவர்கள் இன்னொரு மிகப்பெரிய, அசாத்தியமான, ரகசியமான, விவகாரமான காரியத்தையும் செய்தார்கள்.

கொலம்பியாவில் எங்கும் தங்கள் கொகெயின் தோட்டங்களையோ, தயாரிப்புச் சாலைகளையோ நிறுவுவதில்லை என்று தொடக்கத்திலேயே முடிவு செய்தார்கள். காலி கார்ட்டலின் கொகெயின் தோட்டங்களும் லேபரட்டரிகளும் பெருவிலும் பொலிவியாவிலும் மட்டுமே இருக்கும். கொலம்பியாவில் அவர்களுக்கு மரிஜ்ஜுவானா மட்டும்தான்.

இதுதான் எஸ்கோபருக்குத் தொடக்கத்தில் மிகப்பெரிய குழப்பத்தை விளைவித்தது. அவனது சரக்கு போய்க்கொண்டிருந்த இடங்களில் எல்லாம் ஆர்டர்கள் குறைந்தன. கேட்டால் காலி கார்ட்டல் சப்ளை நடக்கிறது என்கிற பதில் வந்தது. உடனே தன் ஆள்களை அனுப்பி காலி நகரத்தைச் சுற்றியிருக்கும் மலைப் பிராந்தியங்களில் வேட்டை நடத்தப் பார்த்தான். ஆனால் எங்குமே கொகெயின் பயிர் இல்லை. சரி, வேறெங்காவது நடக்கிறதோ என்று கொலம்பியக் காடுகள் முழுவதிலும் தேடிப் பார்த்தும் தன்னுடையது அல்லாமல் இன்னொரு கோகா தோட்டத்தைக் கூட அவர்களால் பார்க்க முடியவில்லை.

என்ன செய்கிறார்கள்? எப்படி இது சாத்தியம்? ஒருவேளை வெளியே வாங்கி விற்கிறார்களா? தனக்கே தெரியாமல், தன்னுடைய நெட் ஒர்க்கிலேயே சரக்கு வாங்கி வெளியே விற்கிறார்களா? எப்படி கட்டுப்படியாகும்?

மெடேலின் கார்ட்டலுக்குப் புரியவில்லை. எஸ்கோபருக்குப் பைத்தியமே பிடித்து விடும்போலானது. ஒன்று, என்ன நடக்கிறது என்பது எனக்கு உடனே தெரிந்தாகவேண்டும். அல்லது காலி கார்ட்டலில் உறுப்பினர்களாக இருக்கும் ஒருத்தரும் இனிமேல் உயிருடன் இருக்கக்கூடாது என்று தன் வீரர்களுக்கு உத்தரவிட்டான்.

உலகப்பிரசித்தி பெற்ற அந்தக் கொலம்பிய போதை யுத்தம் அந்தக் கணத்தில் ஆரம்பித்தது.

13. போட்டி முற்றுகிறது

எந்நேரமும் தங்களுக்கும் மெடேலின் கார்ட்டல் பிரகஸ்பதிகளுக்கும் முட்டிக்கொண்டுவிடும் என்பதை முழு விழிப்புணர்வுடன் உணர்ந்த கணத்திலேயே காலி கார்ட்டல்காரர்கள் இரண்டு முக்கியமான முடிவுகளை எடுத்தார்கள். முட்டிக்கொண்டால் என்ன செய்வது என்பது குறித்த முடிவு அல்ல அது. மாறாக, தங்கள் தொழிலை இன்னும் பரவலாக, இன்னும் அதிக வீச்சுடன் நடத்தத் தொடங்குவதன்மூலம் எதிரிக்கு ஒரு நிரந்தரமான அச்சத்தை விளைவிக்க முடியும்; அதன்மூலம் யுத்தம் என்று வந்தால் அவனை சுலபத்தில் பதற்றம் கொண்டு ஒதுங்கச் செய்யமுடியும் என்கிற எண்ணம்.

என்ன செய்யலாம்? போதைக் கடத்தல்தான் என்று போர்டு மாட்டியாகிவிட்டது. மரிஜ்ஜுவானா ஒரு பக்கம் ஜோராக விளைந்துகொண்டிருக்கிறது. கொகெயின் மார்க்கெட்டிலும் கைவைத்தாகிவிட்டது. அடுத்தது?

என்னென்ன எழவு இருக்கிறதோ, அத்தனையும் நமது சரக்காக வேண்டும் என்று சொன்னார்கள் காலியின் பரமபுருஷர்கள். அவர்கள் பெயர்களை இன்னொரு தரம் வேண்டுமானால் நினைவுபடுத்திக்கொண்டுவிடலாம். மிகுவேல் ரோட்ரிகுவஸ் ஒரேஜுலா. கில்பர்ட்டோ ரோட்ரிகுவஸ் ஒரேஜுலா. ஒரே ஜுலா என்கிற பெயரை வைத்துக்கொண்ட இரண்டு ஜுலாக்கள். சொந்தச் சகோதரர்கள். முன்னவர் சிவப்பு தாடிக்காரர். பின்னவர் கருந்தாடிக்காரர்.

மரிஜ்ஜுவானா, கொகெயினுக்கு அடுத்தபடி அவர்கள் பயிரிடத் தொடங்கிய வஸ்து ஓபியம். நம்மூரில் முகலாயச் சக்கரவர்த்திகள் ஆட்சியில் இருந்த சமயத்தில் காபூலில் பயிரிட்டு இங்கே கொண்டுவந்து சாப்பிடுவார்கள். ஷாஜஹான், ஜஹாங்கீருக்கு எல்லாம் பல் தேய்த்து முடித்து காப்பி சாப்பிடுவதற்கு முன்னால் இரண்டு வில்லைகள் ஓபியம் உட்கொள்ளாமல் சரிப்படாது. இந்த ஓபியம் விதைகளை இன்னொரு காரியத்துக்கும் பயன்படுத்துவார்கள். கொஞ்சம் கொஞ்சமாக யாரையாவது சாகடிப்பதற்கு. தினசரி கொஞ்சம் ஆளுக்குத் தெரியாமல் சாப்பாட்டில் கலந்து கொடுத்துக்கொண்டே வந்தால் கூடிய சீக்கிரம் அன்னார் திருநாடு அலங்கரித்துவிடுவார்.

விதைக்குத்தான் அந்த வீரியம். விளைந்து செழித்து அறுவடை ஆனபிறப்பாடு, அதில் சில ரசாயனங்கள் சேர்த்து (மீண்டும் ஒரு சமையல் குறிப்பா? வேணாம் சாமி.) ஹெராயின் தயாரிப்பார்கள். மீண்டும் ஜகமே தந்திரம், சுகமே மந்திரம்!

கில்பர்ட்டோ ஒரு காரியம் செய்தான். கொலம்பிய சீதோஷணத்துக்கு ஓபியம் என்ன, எதைப் போட்டாலும் விளையும். அந்த ஊர்க் காற்றே ஒரு மாதிரி கிறுகிறுக்கச் செய்கிற விதமாகத்தான் இருக்கவேண்டும். பயிரிடுவது பெரிய விஷயமில்லை. ஆனால் ஓபியத்திலிருந்து ஹெராயின் தயாரிக்கிற வேலை நச்சுப்பிடித்தது. அரைகுறைகள், கைநாட்டுகளால் முடியாது. அதற்கு எக்ஸ்பர்ட் வேண்டும். தென்னமெரிக்கக் கண்டத்தில் அதுநாள் வரை ஹெராயின் கிடையாது. எங்கும் கொகெயின், எதிலும் கொகெயின். அவ்வளவே.

எனவே வேறு எங்கிருந்தாவது ஹெராயின் தயாரிக்கும் வல்லுநரை வரவழைக்கலாம் என்று முடிவு செய்து சம்பந்தப்பட்ட துறை வல்லுநர்கள் யார் யார், எங்கெங்கே இருக்கிறார்கள் என்று ஒரு லிஸ்ட் எடுத்து ஆலோசனை நடத்தினான்.

உக்ரைன், இந்தோனேஷியா, ஜப்பான், தாய்லாந்து, சிங்கப்பூர் போன்ற சில பிராந்தியங்களில் ஹெராயின் நடமாட்டம் அப்போது தாராளமாக இருந்தது. அங்கிருந்து பல ஐரோப்பிய தேசங்களுக்கு மாட்டு வண்டி முதல் ஏர் பஸ் வரை சகல விதமான தந்திரோபாயங்கள் செய்து அனுப்பிவைத்துக்கொண்டிருந்தார்கள். எனவே மேற்படி தேசங்களில் ஏதாவது ஒன்றிலிருந்து ஆள் எடுத்து

கொலம்பியாவில் ஹெராயின் உற்பத்தி செய்யலாம் என்று முடிவு செய்தார்கள்.

சல்லடை போட்டுச் சலித்துத் தேடி இறுதியில் ஹிரோஹிஷி என்கிற ஜப்பானிய வல்லுநர் ஒருத்தரைப் பிடித்தான் கில்பர்ட்டோ. இந்த ஜப்பானியர் அடிப்படையில் ஒரு வேதியல் விஞ்ஞானி. பிஎச்டியெல்லாம் பண்ணியிருக்கிறார். ஆனாலும் பார்டர் பாஸ் போலிருக்கிறது. ஜப்பானில் அவருக்கு ஒரு நல்ல உத்தியோகம் வாய்க்கவில்லை.

அந்தக் கோபத்தில் போதைக் கடத்தல்காரர்களுடன் சேர்ந்து ஹெராயின் தயாரிக்கும் திருப்பணியில் ஈடுபட்டிருந்தார். புடி அந்த ஆளை என்று கில்பர்ட்டோ ஹிரோஹிஷியை கொலம்பியாவுக்குத் தள்ளிக்கொண்டு வந்துவிட்டான்.

என்ன சம்பளம் என்கிறீர்கள்? நம் ஊர்ப் பண மதிப்பில் கணக்கிடுவோமானால் மாதம் ஒன்றுக்கு ஏழரை லட்சம் ரூபாய். தவிர காலி நகரத்தில் அவர் வசிக்க ஒரு மாட மாளிகை. பூந்தோட்டங்களுடன், நீச்சல் குளத்துடன், கால்ஃப் மைதானத்துடன், நடன நங்கையருடன் சகல வசதிகளுக்கும் குறைச்சல் கிடையாது. போய்வர ஒரு பென்ஸ் கார். செக்யூரிடிக்கு எப்போதும் துப்பாக்கி தூக்கிய ஏழெட்டு கிங்கரர்கள், நாலைந்து வேட்டை நாய்கள்.

அந்த ஜப்பானிய கெமிக்கல் இஞ்சினியர் கொலம்பியாவுக்கு வந்து சேர்ந்து பிள்ளையார் பூஜையெல்லாம் முடித்து, ப்ராப்பராக ஹெராயின் தயாரிக்கத் தொடங்கியதும் ஒரேஜுலா சகோதரர்கள், தமது இரண்டாவது தற்காப்பு நடவடிக்கையை ஆரம்பித்தார்கள்.

பாப்லோ எஸ்கோபர் தொடக்க காலத்தில் நீதிபதிகளுக்கும் காவல் துறையினருக்கும் அரசு உயர் அதிகாரிகளுக்கும் லஞ்சம் கொடுத்து காரியம் சாதித்திருக்கிறான் என்றாலும் நாள் ஆக ஆக, எதற்குப் பணத்தை விரயம் செய்வது என்று மிரட்டல் ஒன்றையே தன் ஆயுதமாக்கிக்கொண்டிருந்தான். இது 1985ம் ஆண்டு தொடக்கம் அவனது சமஸ்தானத்தில் அமலுக்கு வந்திருந்த புதிய சட்டம்.

ஒரு காரியம் ஆகவேண்டுமானால் சம்பந்தப் பட்ட அதிகாரிக்கு முதலில் மிரட்டல் போகும். காரியம் முடிந்துவிட்டால் சரி. இல்லையென்றால் உடனடியாகக் கொலை என்பதே மெடேலின்

கார்ட்டலின் அப்போதைய பிசினஸ் மாடலாக இருந்தது. காலி இதனை அடியோடு மாற்ற முடிவு செய்தது.

செய்வது கள்ள காரியம் என்றாலும் அதில் ஒரு கலாநேர்த்தி வேண்டும் என்று கில்பர்ட்டோ நினைத்தான். தனது சகோதரனும் தொழில் பார்ட்னருமான மிகுவேல் மற்றும் கார்ட்டல் உறுப்பினர்கள் அத்தனை பேருடனும் பேசி ஒரு புதிய திட்ட வரைவை முன்வைத்தான்.

அதன்படி காலி கார்ட்டல் சார்பில் ஒரு மெனு கார்ட் தயாரிக்கப்பட்டது. கெட்ட காரிய மெனு கார்டு. சுங்க அதிகாரிகளால் சரக்கு போக்கு வரத்துக்குப் பிரச்னை வராமலிருக்க, மாதத்துக்கு ஒன்றரை லட்சம் டாலர். எல்லைப் பகுதி செக்யூரிடி ஆபீசர்கள் சரக்கை மடக்காதிருக்க, வாரம் தோறும் நாற்பதாயிரம் டாலர். நீதிமன்றத்துக்கு வரும் போதை வழக்குகளில் எசகுபிசகாகத் தீர்ப்பளிக்காதிருக்க, வழக்கு ஒன்றுக்கு நீதிபதிக்கு ஐம்பதாயிரம் டாலர். வழக்கின் போக்கை சொதப்புவதற்காக அரசுத்தரப்பு வழக்கறிஞருக்கு முப்பதாயிரம் டாலர். கொலைகளைக் கண்டு கொள்ளாமலிருக்க லோக்கல் போலீசாருக்கு மாதம் தோறும் ஏழாயிரம் டாலர். கொலை வழக்குகளைத் தற்கொலை கேஸ்களாக மாற்றுவதற்கு அதே போலீசாருக்கு அறுபத்தையாயிரம் டாலர். மரிஜ்ஜுவானா, கொகெயின், ஓபியம் தோட்டங்களில் ரெய்டு விடாதிருக்க, வனத்துறை ஆபீசர்களுக்கு மாதம் தோறும் ஒரு லட்சம் டாலர். ஆங்காங்கே, அவ்வப்போது கேங் வார் வந்து முட்டிக்கொண்டால் காலி பிரகஸ்பதிகளைக் கண்டுகொள்ளாமல் விட்டுவிட்டு, எதிர்கோஷ்டிக் காரர்களை மட்டும் கைது செய்வதற்கு, சம்பவம் ஒன்றுக்கு இரண்டு லட்சம் டாலர்.

இவ்வாறாகத் தயாரான மெனு கார்டை நிபுணர் குழு அமர்ந்து அலசி ஆலோசித்து உரிய திருத்தங்கள் செய்து கொடுத்தது. அதன்பின் மேற்படி விலைப்பட்டியலை கில்பர்ட்டோ சம்பந்தப்பட்ட துறை அதிகாரிகளுக்கு எவ்வித பூச்சுமெழுகலும் இல்லாமல், அப்படியே அனுப்பிவைத்தான்.

ஏற்கெனவே பல வருடங்களாக இந்த போதைக் கடத்தல்காரர்களை ஒன்றும் செய்யமுடியாமல் கொலம்பிய நீதித்துறை கிட்டத்தட்ட அநீதித்துறையாகிக்கொண்டிருந்த சமயம் அது.

போலீசுக்காரர்களுக்கும் விஷயம் போரடித்துவிட்டிருந்தது. என்ன செய்யமுடியும் அவர்களால்? நாலு பேரைப் பிடித்து உள்ளே போடமுடியும். போட்டால் என்ன ஆகும்? மறுநாளே வேறு நாலு பேர் வந்து கைது செய்த காவலரைச் சுட்டுவிட்டுப் போய்விடுவார்கள். கைதானவர்கள் அடுத்த ஒரு மாதத்திலோ, இரண்டு மாதங்களிலோ என்னவாவது காரணம் சொல்லித் தப்பித்து வெளியே போய்விடுவார்கள்.

இதுதான் வழக்கமாக இருந்திருக்கிறது. போதைத் தடுப்புப் பிரிவு மிகத் தீவிரமாக இயங்குவதாகத்தான் பேச்சு. ஆனால் எதுவும் உருப்படியாகச் செய்ய முடிந்திருப்பதாகத் தெரியவில்லை. வழக்குகளில் தீர்ப்புச் சொல்லும் நீதிபதிகள் பலபேர் வார விடுமுறை நாட்களில் தவறாமல் பரலோகப் பிராப்தியடைந்து கொண்டிருக்கிறார்கள். எனவே கொலம்பிய நீதிபதிகள் பெரும்பாலும் போதை வழக்கு வந்தாலே நீண்ட விடுப்பு எடுத்துக்கொண்டு குடும்பத்துடன் சனீஸ்வரன் கோயிலுக்கு எள் விளக்கேற்றப் போய்விடுகிறார்கள்.

இதெல்லாம் அரசாங்கத்துக்குத் தெரியாதா என்றால் கண்டிப்பாகத் தெரியும். ஆனாலும் ஒன்றும் செய்யமுடியாமல் இருந்தது. இந்நிலையில், எங்கள் தொழிலுக்கு நீங்கள் இன்னின்ன வகையில் உதவ முடியுமானால் உங்களுக்கு இன்னின்ன லாபங்கள் சித்திக்கும் என்று அச்சடித்து மெனு கார்ட் கொடுத்த ஒரேஜுலா சகோதரர்களை அவர்களுக்கு வித்தியாசமாகப் பார்க்கத் தெரியவில்லை.

என்னமோ போ. அரசாங்க சம்பளத்துல குடும்பம் நடத்தி நான் இந்த ஜென்மத்துல வெளங்கிடுவேனாக்கும்? இவன் கொண்டுவந்து கொட்டறேங்கறான்? வாங்கிப் போட்டுக்கிட்டு சும்மா போவியா. நாய் வித்த காசும் ஓபியம் வித்த காசும் குறைக்காது, கப்படிக்காது என்று தமக்கான நியாயத்தை வகுத்துக்கொண்டு கொலம்பிய அரசு அதிகாரிகள் காலி கார்ட்டலுக்கு சாதகமாக நடந்துகொள்ள ஏகதேசம் முடிவே செய்துவிட்டார்கள்.

யாராவது நேர்மை, நியாயம் என்று பேசுகிற மேலதிகாரிகள் வந்துவிட்டால் அவர்களைச் சமாளிக்கவும் ஒரு காரணம் வைத்திருந்தார்கள்.

'அது அப்படித்தாங்க ஐயா. கொஞ்சம் பொறுத்துக்குவிங்களாம். இதெல்லாம் ஒரு போர் யுத்தி. இவனுகள தூக்கி வளர்க்கறமாதிரி ஒரு செட்டப்ப போட்டாத்தான் எஸ்கோபர் ஆளுங்க கோவமாகி, வெளிய வருவானுக. அவனுகள கோழி அமுக்கற மாதிரி கம்ப்ளீட்டா அமுக்கி உள்ள தள்ளிட்டம்னா, இவனுகள சமாளிக்கறது பெரிய விசயமே இல்லிங்க. இது கொசு. த, சீ சும்மாகெடன்னு ஒரு தட்டு தட்டினா பேதியாயிருவானுக. நீங்க இதெல்லாம் கண்டுக்காதிங்க. வூட்டாண்ட போய் குந்திக்கினு டிவி பாருங்க. வூட்ல நல்ல டீவி செட்டு இருக்குதா? ஒரு இருவத்திரெண்டு இஞ்சு கலர்டிவி செட்டு கொண்டாந்து போட சொல்லவா?'

மிகையே இல்லை. கொலம்பிய காவல் துறையிலும் அரசின் பிற துறைகளிலும் போதைக் கடத்தல்காரர்களுக்கென லாபி செய்ய ஒரு பெரும் கோஷ்டி உருவாகியிருந்தது அப்போது!

இதன் விளைவாக நீதிமன்றத்துக்கு வந்த ஒவ்வொரு போதை வழக்கும், வந்த சூட்டில் தள்ளுபடி செய்யப்பட்டன. நீதிபதிகள் அம்பாசிடர் காரிலிருந்து பென்ஸ் காருக்கு மாறினார்கள். சின்ன அரசு பங்களாவிலிருந்து பெரிய கோடை வாசஸ்தலக் கோட்டை கட்டிக்கொண்டார்கள். அவரவர் வங்கிக் கணக்குகள் கர்ப்பிணி வயிறு போல் விரிவடைந்துகொண்டே போயின. வாரம்தோறும் பார்ட்டிகள், கேளிக்கைகள், கொண்டாட்டங்கள் என்று கொலம்பிய அரசு அதிகாரிகள் அத்தனை பேருக்கும் அடித்தது அதிர்ஷ்டம்.

காலி கார்ட்டலில் இதனை கவனிக்கவென்றே தனியொரு பிரிவு உருவாக்கப்பட்டது. நன்கு பயிற்றுவிக்கப்பட்ட 'மக்கள் தொடர்பு அலுவலர்கள்' தலைமையில் இந்த பார்ட்டி உற்சவங்கள் வெகு ஜோராக அரங்கேறின. ஒவ்வொரு பார்ட்டியிலும் சில 'பார்ட்டிகளை'யாவது மடக்கவேண்டுமென்பது விதி. முதலில் கொஞ்ச நாளைக்கு காலி அதிகாரிகளே அரசு அதிகாரிகளை வளைக்கும் வேலையைப் பார்த்தார்கள். போகப் போக, பழகிய அரசு அதிகாரிகளே தங்கள் சக அதிகாரிகளை அழைத்துவந்து அருள் கொடை வழங்கக் கேட்டுக்கொண்டார்கள்.

இன்னார் அன்னார் என்றில்லை. யார் கேட்டாலும் கிடைக்கும். என்ன கேட்டாலும் கிடைக்கும். ஒரு குறிப்பிட்ட கொலம்பிய நீதிபதி பெண்கள் விஷயத்தில் கொஞ்சம் சபலஸ்தர் என்று

கேள்விப்பட்டு, அவரை மடக்குவதற்காக ஒரு முழு ஹோட்டலை ஓரிரவு வாடகைக்கு எடுத்து, அந்த ஹோட்டலில் இருந்த 196 அறைகளிலும் தலா ஒரு அழகுக்குட்டியை உட்கார வைத்து நீதிபதியை உள்ளே அனுப்பினார்கள்!

விடிய விடிய 196 தக்காளிப் பழங்களுடன் அந்த நீதிபதி கொட்டம் அடித்துவிட்டு மறுநாள் கில்பர்ட்டோவுக்கு நெக்குருகி எழுதிய லெட்டர் பின்னாளில் வெளியே வந்து சந்தி சிரித்தது.

ஒரு பத்திரிகை நிருபர் ஒரேஜுலா சகோதரர்களை பேட்டியெடுத்த போது போல்டாக அவர்கள் சொன்னார்கள். ‘எங்கள் தொழில் கொழிக்க என்ன காரணம் தெரியுமா? நாங்கள் எஸ்கோபரைப் போல நீதிபதிகளைக் கொல்வதில்லை. விலைக்கு வாங்கிவிடுகிறோம். இதில் ஒளிவு மறைவு ஏதுமில்லை.’

14. யுத்த அறிவிப்பு

ஓர் அரசாங்கத்திடம் இருப்பதைக் காட்டிலும் அதிகமான பணம். ஆள் அம்பு பலம். நினைத்ததை அடையக்கூடிய வசதி வாய்ப்புகள். தனியொரு சமஸ்தானம். எடுபிடிகள், முண்டா தட்டும் குண்டர் கூட்டம். நீங்க நல்லவரா கெட்டவரா என்று கேட்டுக்கொண்டபடிக்குக் கைகட்டிக் கும்பிட்டுவிட்டுக் காசு வாங்கிக்கொண்டு போகும் ஏழை மக்களின் எளிய விசுவாசம். உள்ளூரிலும் வெளியூரிலும் ஒப்பற்ற செல்வாக்கு. மேலான அச்சம். ஒரு சுல்தான் மாதிரியான வாழ்க்கைதான். சந்தேகமில்லை. அந்த அந்தஸ்துக்கு ஒரு போட்டி என்று வந்தபோதுதான் பாப்லோ எஸ்கோபரால் தாங்கமுடியாமல் போயிற்று.

காலி கார்ட்டல். பக்கத்திலேயே உருவாகியிருக்கும் புதிய போதை சமஸ்தானம். ஒரேஜுலா சகோதரர்களின் ஒப்பற்ற தயாரிப்பு. புதிய திட்டங்கள். புதிய செயல் வடிவங்கள். புதிய கொள்கைகள். புதிய பாதை. புதிய பணப்புழக்கம். நல்லது. நீங்கள் கஞ்சா பயிரிட்டுக்கொண்டிருந்த வரைக்கும் நான் உங்களைக் கண்டுகொள்ளவேயில்லை. என்றைக்கு நீங்கள் கொகெயினில் கால் அல்லது கை வைத்தீர்களோ அந்தக் கணத்தில் என் எதிரியாகிப் போனீர்கள். என் கோட்டைகளில் உங்கள் கொடிகளை நடுவதற்குக் குழிவெட்டத் தொடங்கியபோது நான் உங்களைப் புதைப்பதற்கான குழிகளைத் தோண்டத் தொடங்கிவிட்டேன். உங்கள் பயிருக்கு நீர் ஊற்றும் நபர்கள் யாராக இருந்தாலும் என் கையால் பால் ஊற்றப்படுவார்கள் நண்பர்களே.

எஸ்கோபர் வெளிப்படையாகச் சவால் ஏதும் விடவில்லை. ஆனால் பகையுணர்ச்சி அவனுக்குள் மெல்ல மெல்ல பெருக்கெடுத்து நிம்மதியைக் கெடுத்துவிட்டது. உறக்கம் என்பது இல்லாமல் ஆகிப்போனது. அட ஒரு ஏரியா கவுன்சிலருக்கு அடுத்த எலக்ஷனில் சீட்டு கிடைக்காது போனால் எத்தனை அவஸ்தைப் படுகிறார்? சுயேச்சையாகவாவது தேர்தலில் நின்று ஓராட்டம் ஆடிப்பார்த்துவிட எப்படியெல்லாம் பிரம்மபிரயத்தனம் மேற்கொள்கிறார்?

எஸ்கோபர் போதை உலகின் முடிசூடா சக்கரவர்த்தியல்லவா? பக்கத்தில் ஒரு நாற்காலி போட்டுக்கொண்டு கால் மேல் கால் போட்டு, அதுவும் ஆட்டிக்கொண்டு ஓர் ஆசாமி உட்கார நினைத்தால் அதிகாரத்துக்குப் பழகிய மனசு அடிபணிந்து போகுமா? ஒழித்துவிட வேண்டும். அதுவும் உடனே. வேரோடும் வேரடி மண்ணோடும். காலி கார்ட்டல் என்றில்லை. கொலம்பியாவில் இன்னொரு போதைக் கூட்டணி காலகாலத்துக்கும் உருவாகிவிடாதவண்ணம் வம்சத்தையே துவம்சம் செய்துவிட வேண்டும். காலிக்கு உதவும் கருங்காலிகள் அத்தனை பேருக்கும் மரணதண்டனை என்று தீர்மானித்தான் எஸ்கோபர்.

கொலம்பிய சரித்திரத்தில் அதற்கு முன் பெருகிய ரத்த ஆறுகள் எதுவும் அத்தனை நீள அகல ஆழங்கள் கொண்டதில்லை. ஒரு தனி மனிதனின் கொலைவெறி. இரண்டு கெட்ட காரியஸ்தர்களின் தனிப்பகை. தொழில் போட்டி. அதிகார வேட்கை. தத்தம் இருப்பை ஸ்தாபித்தாகவேண்டிய மன நெருக்கடி. எனவே அவர்கள் அடித்துக்கொள்ள முடிவு செய்தார்கள்.

எஸ்கோபரின் அப்போதைய தலையாய பிரச்னை அவனொரு அரசியல்வாதியாகவும் இருந்தது. முன்பே பார்த்தோமல்லவா? கொலம்பிய காங்கிரசில் அவனும் ஒரு பிரகஸ்பதி. மக்கள் பிரதிநிதிகளால் தேர்ந்தெடுக்கப்பட்ட மேலவை உறுப்பினர். என்னத்துக்கு இந்த மேல் துண்டு என்று அவனுக்கு எப்போதும் தோன்றும். ஆனாலும் அரசியல் என்பது ஒரு பாதுகாப்பு. அரசியல் என்பது ஃபுல்டைம் அயோக்கியர்களின் கோடை வாசஸ்தலம். அரசியல் என்பது ஆபத்துக் காலங்களில் உதவக்கூடிய கேடயம். ஓய்வுக்குப் பின்னால் உட்கார்ந்து சாப்பிடக்கூடிய உடுப்பி அல்லது உட்லண்ட்ஸ் ஓட்டல்.

இவைதான் காரணம் என்றில்லை. உண்மையில் தனக்கு ஒரு பாதுகாப்பு கிடைக்கும் என்கிற எண்ணத்தில்தான் எஸ்கோபர் அரசியலுக்குள் நுழைந்தான். அதே காலகட்டத்தில் அவனது போதைத்தொழிலும் பல்கிப் பெருகி, அந்த சாம்ராஜ்ஜியத்தின் முடி சூடா மன்னனாகிப் போனபடியால் இந்த அரசியல் முகம் அவனுக்கொரு எக்ஸ்டிரா ஃபிட்டிங்காகவே தோன்றியது. கழற்றிவிடலாம். முடியும்தான். ஆனால் அவசியமா என்று யோசித்தான். அப்பாவி மக்களின் எளிய நம்பிக்கைகள் சிதறிவிடுமானால் கொஞ்சம் ஆபத்து இருக்கக்கூடும். பிரச்னையில்லை. தன் பணம் அதையெல்லாம் சரிபண்ணிவிடும் என்பதில் சந்தேகமில்லை. ஆயினும் ஒரு போதை மன்னனுக்கு அரசியல் முகம் இருப்பது ஏதாவது வகையில் லாபகரமானதாகவே இருக்கக்கூடும் என்று எஸ்கோபரின் கூட்டாளிகள் அவ்வப்போது கூறிவந்தார்கள்.

என்ன பெரிய புடலங்காய் லாபம்? எஸ்கோபருக்குக் கோபம் வந்தது. நடந்துகொண்டிருப்பது என்ன? கொலம்பிய - அமெரிக்க அரசுகளுக்கு இடையிலான போதை ஒழிப்பு ஒப்பந்தம் அதன் முழு வீச்சில் அமலாக்கப்பட்டுக்கொண்டிருக்கிறது. நாளொரு சரக்கு, பொழுதொரு அடியாள் பிடிபட்டுக்கொண்டிருக்கிறார்கள். கவனித்துப் பாருங்கள். அத்தனை பேரும் மெடேலின் கார்ட்டல்காரர்கள். அந்தக் கட்டேல போற காலி கார்ட்டல் ஆசாமிகள் மீது யாரும் கைவைக்கிறதேயில்லை. ராஸ்கல் என்ன தெனாவட்டாக பேட்டி கொடுத்திருக்கிறான் இந்த கில்பர்ட்டோ? நாங்கள் நீதிபதிகளைக் கொல்வதில்லை; மாறாக, விலைக்கு வாங்கிவிடுகிறோம்.

என்னமோ ஐசக் நியூட்டனின் அடுத்த வீட்டுக்காரனின் அரிய கண்டுபிடிப்பு மாதிரி கொக்கரித்துக்கொண்டே பேசியிருக்கிறான். எஸ்கோபர் செய்யாததா? அவன் கொடுக்காத பணமா? அவனிடம் மண்டியிடாத அரசியல்வாதிகளா? பசித்த பொமரேனியன் மாதிரி நாக்கில் எச்சில் வடிய வடிய எத்தனை பேர் சலவை நோட்டுகளை எண்ணி எண்ணி வாங்கி இடுப்பில் சொருகிக்கொண்டு பின்னால் இரண்டடி எடுத்துவைத்து, இடுப்பு வரை குனிந்து வணங்கிவிட்டுச் சென்றிருக்கிறார்கள்?

பணம் வாங்காதவர்களை நான் கொல்லவில்லை. மிரட்டியிருக்கிறேன். கடத்திவைத்து மிரட்டி அனுப்பியிருக்கிறேன்.

பணம் வாங்கியவர்களுக்குப் பாலாபிஷேகம் பண்ணியிருக்கிறேன். ஆனால் யாரைக் கொன்றேன்? பணத்தை வாங்கிக்கொண்டு ஏமாற்ற நினைத்த அயோக்கியர்களை மட்டுமே அல்லவா?

எஸ்கோபர் ஆத்திரத்தின் நடுமுற்றத்தில் நின்றபடி உரக்கக் கத்தினான். அவனது கண்கள் சிவந்திருந்தன. கையில் இருந்த விஸ்கி பாட்டிலை வீசிக் கடாசி பெரும் சப்தம் எழுப்பினான்.

உயிர், உயிர் வேண்டும் எனக்கு. ஒன்றல்ல, இரண்டல்ல. நமக்கு எதிராகச் செயல்படுகிற அத்தனை பேரின் உயிரும் வேண்டும். நான் உத்தமன் இல்லை என்பது ஊருக்குத் தெரியும். கொலைக்கு அஞ்சாதவன் என்பது எம்பெருமான் இயேசுவுக்கே தெரியும். யாருக்கும் எதையும் நிரூபித்தாகவேண்டிய அவசியம் எனக்கில்லை. துரோகிகள் யாரும் உயிருடன் இருக்கலாகாது.

எஸ்கோபர், கொஞ்சம் அமைதி. கொஞ்சமே கொஞ்சம் அமைதி. நீ விரும்புவதைச் செய்துவிடலாம். ஒன்றும் பிரச்னையில்லை. ஆனால் புயலுக்கு முன் அமைதி முக்கியம். துரோகிகள் என்று நீ யாரைச் சொல்கிறாய்? காலி கார்ட்டல் நமக்குத் தொழில் போட்டிதான். சந்தேகமில்லை. ஆனால் இன்றுவரை அவர்களுடன் நேரடிப் பகை நமக்கு இல்லை. நம் பிசினசில் அவர்கள் குறுக்கிடவில்லை. அது ஒரு பிரச்னையில்லை என்று நீ சொல்லலாம். ஆனாலும் ஒன்றுக்கு மேற்பட்ட கொலைகள் செய்ய முடிவு செய்யும்போது அதற்குச் சரியான காரணங்களும் தக்க பாதுகாப்பு ஏற்பாடுகளும் அவசியம். தவிரவும் இந்த யுத்தத்தில் நமது தொழில் பாதிப்படையக்கூடாது என்பதையும் நீ உணர்ந்திருப்பாய்.

எஸ்கோபரின் மதியூக மந்திரிகளும் தொழில் பார்ட்னர்களுமான ஜோஸ் அபெல்லோ சில்வா *(Jose Abello Silva)*வும் கில்பர்ட்டோ மோலினாவும் *(Gilberto Molina)* பக்கத்தில் உட்கார்ந்து அவனது கைகளைப் பிடித்துக்கொண்டு பாட்டி கதை சொல்வது போல் பக்குவமாக எடுத்துச் சொன்னார்கள்.

‘இப்படிச் செய்வோம். காலியை காலி செய்கிற திட்டத்தை நாம் கொஞ்சம் தள்ளிவைப்போம். உன் கோபம், நம் கோபங்களின் அடிப்படை என்ன? அரசாங்கம். காவல் துறை. நீதித்துறை. அதுதானே உண்மை? நமக்கு அவ்வப்போது கைவிரித்துவிடும்

இந்த பச்சோந்திகள் இன்றைக்கு அவர்களுக்கு ஆதரவாக நடந்து கொள்கிறார்கள் என்பதுதானே நமது அத்தனை கோபத்துக்கும் அடிப்படை?'

'ஆமாம்' என்று உறுமினான் எஸ்கோபர்.

'சிம்பிள். நமக்கு எதிராகச் செயல்படும் அத்தனை அரசு முக்கியஸ்தர்களையும் தீர்த்துவிடுவோமே? நிஜ எதிரிகள் அவர்கள்தான் எஸ்கோபர். விழிப்புடன் யோசித்துப் பார். 'காலிஸ்தானர்'கள் யார்? அவர்களும் நம்மைப்போல் பிழைப்புக்கு போதை பயிரிடத் தொடங்கியவர்களே. மரிஜ்ஜுவானா தான் அவர்களது கிரவுண்டாக இருந்தது. எப்படி அவர்கள் கொகெயினில் கைவைத்தார்கள். எந்த தைரியத்தில் செய்வார்கள்? இது எஸ்கோபரின் ஏரியா என்று தெரியாத அளவுக்கு மடையர்களா? இல்லை அல்லவா? இருக்க முடியாதல்லவா? உன் பெயரை நினைத்துப் பார்க்கும்போதே அஸ்தியில் ஜுரம் பிடித்திருக்குமல்லவா? இருப்பினும் எப்படி இப்போது மட்டும் துணிந்து இறங்கியிருக்க முடியும்? நீதித்துறையும் காவல் துறையும் கொடுத்திருக்கக்கூடிய நம்பிக்கையினால் அல்லவா? என்றால் நமது நிஜமான பகையாளி யார்?'

எஸ்கோபர் ஆத்திரத்தில் பல்லைக் கடித்தான். அவனது கண்கள் சிவந்திருந்தன. உதடுகள் அவனையறியாமல் ரோட்ரிகோ லாரா பொனில்லா என்று உச்சரித்தன.

ஞாபகம் இருக்கிறாரல்லவா? இரண்டு மூன்று அத்தியாயங்களுக்கு முன்னால் நமக்கு அறிமுகமான அந்த இளம் சட்ட அமைச்சர். எஸ்கோபரை ஒழித்துக்கட்டுவதே பிறவிப் பெருங்கடல் நீந்துவதற்கு ஒரே உபாயம் என்று உறுதி மேற்கொண்டு வந்தவர்.

'சரி என்ன செய்யலாம், சொல்லுங்கள்' என்று பொறுமையில்லாமல் கேட்டான் எஸ்கோபர். இப்போது அவனது பிற கூட்டாளிகள் அத்தனை பேரும் அவன்முன் கூடியிருந்தார்கள். இடம் மெடேலின் நகரத்துக்கு நடுப்பகுதியில் எஸ்கோபரின் மாட மாளிகை இருந்த இடத்திலிருந்து நூறு மீட்டர் தள்ளி தரைக்கு அடியில் கட்டப்பட்டிருந்த ஏசி ஹால். அது ரகசிய ஆலோசனைகளுக்கு மட்டும் பயன்படுத்தப்படும் இடம். வெளியே இருந்து பார்த்தால்

தரைக்கடியில் அப்படியொரு ரகசியப் பதுங்குதளம் இருப்பதே தெரியாது. மேலுக்கு ஒரு வேலு மிலிட்டரி ஹோட்டல். அந்த ஹோட்டலும் எஸ்கோபரின் அடியாள் ஒருவனுடையதுதான். அவன் தன்னுடைய சகலபாடியை கல்லாவில் உட்காரவைத்துவிட்டு, வாசலில் காவலுக்கு நின்றபடி எப்போதும் முட்டை பரோட்டா தட்டிப்போட்டுக்கொண்டிருப்பான். பிராந்தியத்தில் மிகவும் புகழ்பெற்ற ஹோட்டல். மலிவு விலையில் உணவுப்பொருள்கள் கிடைக்கும். கடனுக்கும் கிடைக்கும். ஏழை ஏதலர்கள் என்றால் காந்தி கணக்கில் எழுதிக்கொண்டு இலவசமாகவே சாப்பாடு போடுவார்கள்.

அதுவும் எஸ்கோபர் ஏற்பாடுதான். அது கல்லுக்குள் ஈரமல்ல. புல்லுக்குள் பீரங்கி. ஒரு பிரச்னை என்று வந்தால் மெடேலின் நகரத்து மக்கள் எஸ்கோபரின் கூட்டத்தை என்ன செய்தாவது காப்பாற்றிவிடுவார்கள். இது அனைவருக்குமே தெரியும். அவர்கள் அளவில் எஸ்கோபர் என்பவன் ஒரு கிரேக்க பழந்தெய்வம் மாதிரி. அவனது கெட்ட காரியங்களின் நோக்கம் அவர்களுக்குத் தெரியாது. தெரியவேண்டிய அவசியமும் இல்லை. கடவுளின் அத்தனை செயல்பாடுகளுக்கும் அர்த்தம் தேடிக்கொண்டிருப்பது மனிதர்களால் இயலாத காரியம். வேளைக்குப் படியளக்கிறானா? நல்லது. உத்தமம். அது போதும்.

சொன்னால் நம்பமாட்டீர்கள். மெடேலின் என்கிற பெருநகரத்தில் இருந்த அத்தனை வர்த்தக நிலையங்களும் ஏதோ ஒருவகையில் எஸ்கோபருடன் தொடர்பு கொண்டது. குறைந்தபட்சம் எஸ்கோபரின் பணத்துடனாவது. அவனின்றி அங்கே ஓர் அணுவும் அசையாது.

அது ஒருபுறமிருக்கட்டும். தனது ரகசியப் பதுங்கு தளத்தில் எஸ்கோபர் தனது தொழில் பார்ட்னர்களுடன் இறுதி ஆலோசனை மேற்கொண்ட தினம் ஒரு வெள்ளிக்கிழமை. தமிழ்நாட்டில் மட்டுமல்ல. கொலம்பியாவிலும் வெள்ளிக்கிழமை என்பது கிரிமினல்களுக்குப் பிரச்னையான தினம். பிடித்து உள்ளே போட்டுவிட்டால் நீதிமன்றங்கள் இயங்காத இரண்டு நாள் லாக்கப்பில் வைத்து சுகமாக லாடம் கட்டலாம். திங்களன்று இஷ்டமிருந்தால் நீதிமன்றத்தில் கொண்டுபோய் நிறுத்தலாம். இல்லாதுபோனால் வெளியே விட்டுவிடலாம். மீண்டும் அவசியம் வரும், அடுத்த வெள்ளிக்கிழமை.

எனவே கிரிமினல்கள் எல்லோரும் வெள்ளிக்கிழமை ஆனால் அங்கேகாணாமல் போய்விடுவார்கள். போதைத் தொழிலுக்கு வந்த தொடக்ககாலத்தில் இவ்வாறு வெள்ளிக்கிழமைகளில் பதுங்க ஆரம்பித்த பழக்கம், சக்கரவர்த்தியான பிறகும் ஓர் அனிச்சை செயல் போல் எஸ்கோபரிடம் ஒட்டிக்கொண்டிருந்தது.

அன்றைக்கு வெள்ளிக்கிழமை. ஆகவே அண்டர்கிரவுண்ட். அருகே தொழில் பார்ட்னர்கள். அடிமனத்தில் வன்மம். கொலைவெறி. சுற்றியிருந்த ஆயுதப் பெட்டிகளை அவன் பார்த்தான். வேகமாகப் போய் ஒரு பெரிய பெட்டியைத் திறந்தான். பளபளவென்று ஜெர்மன் தயாரிப்புகளான கைத்துப்பாக்கிகள். இன்னொன்றைத் திறந்தான். பெல்ஜியத்திலிருந்து வந்திருந்த துப்பாக்கி ரவைப் பெட்டிகள். சீல் பிரிக்கப்படாத பெட்டிகள். ஏதோ ஒரு ராணுவ குடோனிலிருந்து லவட்டிக்கொண்டு வந்து கள்ள மார்க்கெட்டில் விற்கிறார்கள். அரசாங்க முத்திரை கூட அப்படியே இருக்கிறது.

வெறியுடன் ஏழெட்டு துப்பாக்கிகளை எடுத்து நண்பர்களிடம் வீசினான். கேட்ச். கிளம்புங்கள். ஒருத்தன், ஒருத்தன் கூட உயிருடன் இருக்கக்கூடாது. நீதித்துறையில் உத்தியோகம் பார்க்கிறேன் என்று இனிமேல் கொலம்பியாவில் ஒரு ஜந்துவும் பேசக்கூடாது. அத்தனை பேரையும் கொன்றுவிடுங்கள்.

உத்தரவு தீப்பொறிபோல் சீறி வந்தது. முதல் போணி?

சந்தேகமென்ன? ரோட்ரிகோ லாரா பொனில்லாதான் என்று எஸ்கோபர் சொன்னான்.

15. முதல் பலி

உங்களுக்கு பெலிஸாரியோ பெடான்கர் *(Belisario Betancur)* என்பவரைத் தெரியுமா? உலகத்திலேயே அவரைக் காட்டிலும் ஒரு பாவப்பட்ட ஜென்மம் பிறக்கமுடியாது. 1982 முதல் 1986 வரை கொலம்பியாவின் அதிபராக இருந்தவர். படித்தவர். பண்பாளர். உத்தமோத்தமர். ஆனால் என்ன துரதிருஷ்டம்! எஸ்கோபர் தனது தொழிலின் உச்சத்தில் இருந்த காலத்தில் கொலம்பியாவின் அதிபராக இருக்கச் சபிக்கப்பட்டுவிட்டபடியால் தினசரி ஆளுங்கட்சி, எதிர்க்கட்சி என்கிற பேதமில்லாமல் இரண்டு தரப்பினராலும் லெஃப்ட் அண்ட் ரைட் வாங்கப்பட்டவர். கொஞ்சம் ஜாலியாக யோசித்துப் பார்த்தால் வடிவேலு காமெடிக்காட்சிகள் மாதிரிதான் பெலிஸாரியோவின் அதிபர் காலம் இருந்திருக்கிறது.

ஆனால் ரொம்பப் பாவம். அவர்தான் என்ன செய்வார்? தன்னால் முடிந்த எத்தனையோ தடுப்பு முயற்சிகளை மேற்கொள்ளத்தான் பார்த்தார். போதைத் தடுப்புச் சட்டங்களை மேலும் கடுமையாக்கி, அமெரிக்காவுடனான ஒப்பந்தத்துக்கு பீமபுஷ்டி கொடுத்து, ஊரெங்கும் நாடெங்கும் காவல்துறைக்கு ரெட் அலெர்ட் கொடுத்து, மாட்டும் ஒவ்வொரு கடத்தல்காரனையும் நோண்டி நுங்கெடுத்து என்னென்னவோ செய்து பார்த்தார்.

ம்ஹும். அது விஷ விருட்சம். வெட்ட வெட்ட முளைத்துக் கொண்டே இருந்தது. போதையின் பணம் அட்லாண்டிக் சமுத்திரம் மாதிரி பொங்கிப் பெருகத் தொடங்கியபோது யுத்தம் கருக்கொண்டுவிட்டது.

முதலில் சட்ட அமைச்சர். பிறகு சுப்ரீம் கோர்ட்டில் இருக்கிற நீதிபதிகள். மூன்றாவதாக காலி கார்ட்டல். மவனே வெக்கரேண்டி உனக்கு என்று கறுவிக்கொண்டான் எஸ்கோபர்.

முதலில் அந்த சட்டத்துறை அமைச்சர். கட்டக்கடைசியாக அவர் பெயரை ஒருமுறை மீண்டும் நினைவுபடுத்திக்கொண்டு விடுவோமா? ரோட்ரிகோ லாரா பொனில்லா. அவரைத் தீர்த்துவிட்டுத் தனது கொலைக்கணக்கைப் புதிதாகத் தொடங்குவது என்று எஸ்கோபர் முடிவு செய்ததும் உடனடியாகத் திட்டத்தை ஒரு இடதுசாரி கெரில்லாக் கூட்டத்திடம் ஒப்படைத்தார்கள்.

ஒரே நிபந்தனை. கொன்றுவிடு. குத்துயிரும் கொலை உயிருமாக ஆசுபத்திரிக்குத் தூக்கிக்கொண்டு போகும்படி விட்டுவிட்டு வந்தால் ஆபத்து. எனவே தீர்த்துவிடு. அதிக குண்டு விரயம் கூடாது. ஒன்று அல்லது இரண்டு. அதற்குமேல் சத்தம் எழுப்பினாலும் ஆபத்து. என்னமோ டப்பாவைத் தூக்கிக் கீழே போட்டமாதிரிதான் சம்பவம் அரங்கேற வேண்டும். தூக்குவது டப்பாவுக்கு பதில் பொனில்லா. விழுவது அவர் உயிர். அவ்வளவே.

கொலை உத்தரவு வழங்கிய ஒரு மணிநேரத்தில் எஸ்கோபருக்கு இன்னொரு சின்ன நப்பாசை தோன்றியது. சாவதுதான் சாகிறான், கொஞ்சம் அவமானப்பட்டு செத்தால் என்ன?

உடனடியாக கொலம்பிய காங்கிரசில் தனக்கு வேண்டப்பட்ட எம்பிக்களைக் கூப்பிட்டான். அவர்களெல்லாம் எஸ்கோபரிடம் மாதம் மும்மாரி சம்பளம் வாங்கிக்கொண்டிருந்த புனிதர்கள். ஊழல் வேரோடியிருந்த அரசுத்துறையின் உளுத்த ஜன்னல் கம்பிகள்.

ஏதாவது செய்யவும். இந்த ரோட்ரிகோ லாரா பொனில்லா என்னிடம் பணம் வாங்கியிருக்கிறான் என்று பார்லிமெண்டில் நீங்கள் அத்தனை பேரும் குற்றம் சாட்டி அவனைப் பதவி விலகச் செய்யுங்கள். அவமானப்பட்டு அவன் வெளியே வரும்போது நான் தீர்த்துவிடுகிறேன்.

அந்த உத்தமோத்தமர்கள் ஒருநாள் அவகாசம் கேட்டுக்கொண்டு புறப்பட்டார்கள்.

மறுநாள் கொலம்பிய நாடாளுமன்றத்தில் எஸ்கோபரின் அடிவருடி எம்பிக்கள் மேற்படி சட்ட அமைச்சர் மீது ஊழல் புகார் கொண்டுவந்தார்கள். இவரெல்லாம் ஒரு சட்ட அமைச்சரா?

போதைக் கடத்தலுக்கு எதிராகக் கொடி பிடிக்கிறாராமா? ஊரே வழித்துக்கொண்டு சிரிக்கிறது பாருங்கள் என்று ஏதோ ஒரு சீட்டை எடுத்து நீட்டினார்கள்.

அது, மெடேலின் கார்ட்டல் ஏஜெண்ட் ஒருவனிடம் பணம் வாங்கிக் கொண்டு பொனில்லா கையெழுத்துப் போட்டுக்கொடுத்த ரசீது மாதிரி ஒரு செட்டப். அவரது கையெழுத்தை ஃபோர்ஜரி செய்திருந்தார்கள்.

நாடாளுமன்றம் அலறியது. என்ன இது, என்ன இது? இவரா! இவரா! இருக்க முடியாது. வாய்ப்பே இல்லை. கலியுகம் முடியப்போகிறது. பிரளயம்தான் வரப்போகிறது. பெருங்கடல் பொங்கி வந்து கொலம்பியாவை மூழ்கடிக்கப்போகிறது என்று அவரவர் அந்தராத்மா கூக்குரலிட்டது.

அடச்சே, இந்த ஆதாரத்தைப் பாருங்கள். அப்புறம் கத்துங்கள் என்றார்கள் எஸ்கோபரின் எம்பிக்கள்.

உடனடியாக ஒரு ‘டிபேட்’டுக்கு ஏற்பாடு செய்யப்பட்டது. ஒருபுறம் எஸ்கோபர் நியமித்த எம்பிக்கள். இன்னொரு பக்கம் சட்ட அமைச்சர் ரோட்ரிகோ லாரா பொனில்லா.

திறந்த விவாதம். நீ லஞ்சம் வாங்கினாய். நீ ஒன்றும் யோக்கியனல்ல என்பது ஒரு தரப்பு வாதம்.

நான் உத்தமன். பத்து பைசா யாரிடமும் வாங்கியதில்லை. நீ காட்டும் ஆதாரம் போலியானது என்பது அமைச்சரின் வாதம்.

வாத விவாதங்கள் சூடுபிடித்த வேளையில் அமைச்சர், போதைத் தடுப்புச் சட்டத்தை மேலும் கடுமையாக்கினார். கொலம்பியாவின் அத்தனை மூலை முடுக்குகளிலும் மிகத்தீவிரமான தேடுதல் வேட்டைக்கு உத்தரவிட்டார். நீதித்துறைத் தலைகளை விளித்து, தண்டனைகள் மிகக் கடுமையாக இருக்கவேண்டுமென்று எச்சரித்தார். வீதி வீதியாக ரெய்டு போனார்கள். கொத்துக் கொத்தாக ஆள்களைப் பிடித்துக்கொண்டுவந்தார்கள். விசாரணை என்பது வெறும் சடங்கு. பிடிபடும் அத்தனை பேரையும் அடையாளம் தெரியாத சிறைக்கூடங்களின் இருட்டு அறைகளில் தள்ளி முட்டிக்கு முட்டி பெயர்த்தார்கள். யாரையாவது அமெரிக்கா கேட்டால், இந்தா

சாப்டு என்று அடுத்த ஃப்ளைட்டில் ஏற்றி அனுப்பிவைத்தார்கள். பிடிபடும் போதைப் பொருள்களை பப்ளிக்காக மலைபோல் குவித்து ஆயிரக்கணக்கான பொதுமக்கள் எதிரில் பெட்ரோல் ஊற்றி எரித்தார்கள். அதைப் புகைப்படம் எடுத்து நாளிதழ்களில் முதல் பக்கங்களுக்குத் தீனி போட்டார்கள்.

எரிந்தது போதைப் பொருளல்ல. எஸ்கோபரின் வயிறு. போதும் விளையாட்டு என்று முடிவு செய்தான். என்ன செய்தும் அமைச்சரை அவமானப்படுத்த முடியாத கோபம் அவனை வாட்டியது. தான் முன்னதாக நியமித்திருந்த கொலை ஏஜெண்டுகளுக்கு சிக்னல் கொடுத்தான். நாளை காலை அமைச்சர் அடக்கம் செய்யப்பட வேண்டும்.

அன்றைக்குத் தேதி ஏப்ரல் 30. திங்கள் கிழமை. 1984ம் வருடம். அமைச்சர் பொனில்லா தன் அலுவலகத்திலிருந்து வீட்டுக்குக் கிளம்பிக்கொண்டிருந்தார். களைப்பு மற்றும் அலுப்பு. தன் மீது எம்பிக்களில் சிலர் சுமத்திய களங்கம் அவரை மிகவும் வருத்தியிருந்தது. அவர் சீசரின் மனைவி ஜாதி. எப்போதும் சந்தேகத்துக்கு அப்பாற்பட்டவராகவே இருந்து பழகியவர். இப்போதும் அவரை யாரும் குற்றவாளி என்று தீர்ப்புச் சொல்லிவிடவில்லைதான். ஆனாலும் ஒரு குற்றச்சாட்டு என்று வந்துவிட்டபடியால் எத்தனை பேர் அதனை நம்பாமல் இருப்பார்கள். போலிக் கையெழுத்தை நிரூபிக்க வேண்டிய ஏற்பாடுகள் செய்யப்பட்டிருக்கிறது. ஆனாலும் எதிரிகள் அடுக்கடுக்காகத் தங்களுக்குச் சாதகமான போலி ஆதாரங்களைக் கொண்டுவந்து குவித்துக்கொண்டே இருக்கிறார்கள். யார் யாரோ வழியில் போகிற வீரப்பனெல்லாம் வந்து எதிரே நின்று, 'அடட.. அமைச்சர் ஐயாங்களா! நல்லாருக்கிங்களா? நான் வாங்கிக்குடுத்த ஃப்ரிட்ஜ் நல்லா ஓடுதுங்களா? குளுகுளுன்னு பீர் சாப்புடுறிங்களா?' என்று வெறுப்பேற்றுகிறார்கள்.

தனக்குவமை இல்லாதான் தாள் சேர்ந்தாலொழிய மனக்கவலை மாறப்போவதில்லை. அமைச்சரைப் பொறுத்தவரை நீதி மட்டும்தான் இறைவன். தனக்குக் கண்டிப்பாக அது கிடைக்கும் என்று அவர் நம்பினார். நீண்ட பெருமூச்சுடன் தன் ப்ரீஃப்கேஸை எடுத்துக்கொண்டு காரில் ஏறினார். டிரைவரிடம் நேரே வீட்டுக்குப் போகச் சொல்லிவிட்டுப் பின் சீட்டில் சாய்ந்து கண் மூடினார்.

வண்டி புறப்பட்டது. போகாடோ நகரத்தில் சாலைகள் மிகவும் விசாலமானவை. ஒரு காருக்கும் இன்னொரு காருக்கும் எப்பொழுதும் பத்துப் பதினைந்தடி இடைவெளி அவசியம் இருக்கும். டிராஃபிக் ஜாமெல்லாம் ஆகாது. அமைச்சரின் டிரைவர் முப்பது கிலோமீட்டர் வேகத்துக்குமேல் ஓட்டமாட்டார்.

எனவே கார் மெதுவாக நகரத் தொடங்கியது. வில்லன்களுக்கு அதுதான் சாதகமாகிப் போனது. அவர்கள் தீர்மானித்திருந்தார்கள். அமைச்சர் கிளம்பும் இடத்திலிருந்து வீடு சென்று சேரும் இடம் வரை மொத்தம் ஆறு வளைவுகள். ஆறு சாலைகள். ஒவ்வொரு சாலையும் குறைந்தது முன்னூறு மீட்டர் நீளம் கொண்டவை. எனவே ஒவ்வொரு சாலையின் இரு புறங்களிலும் இரண்டு இரண்டு பேர் மோட்டார் சைக்கிளில் காத்திருக்கவேண்டியது. சொல்லிவைத்தமாதிரி எதிர்ப்புறம் ராங் சைடில் ஒருவன் வருவான். நேர் பின்னால் இன்னொருவன் அமைச்சர் காரைப் பின் தொடர்ந்து வருவான். ஒன் டூ த்ரீ. இரண்டு பேரும் ஒரே சமயத்தில் சுடவேண்டும். முன்னாலிருந்து ஒரு குண்டு. பின்னாலிருந்து ஒரு குண்டு. அமைச்சர் தப்பித்தால் அடுத்த வளைவில் அதே மாதிரி இரண்டு பேர். அங்கும் தப்பித்தால் மூன்றாவதில் இன்னும் இரண்டு பேர்.

எப்படியும் காலி பண்ணிவிடலாம் என்று தீர்மானித்துத்தான் காத்திருந்தார்கள். அனைவர் கையிலும் லோட் செய்யப்பட்ட பிஸ்டல் இருந்தது. அபாயமென்றால் தப்பிக்க பைக்கிலும் முழு டேங்குக்கு பெட்ரோல் இருந்தது. புர்ர் புர்ர் என்று ஆக்சிலரேட்டரை உருட்டிக் காத்திருந்தார்கள்.

அமைச்சர் கார் வந்தது. முதல் திருப்பம். இரண்டு வில்லன்களும் சிக்னல் கொடுத்துக்கொண்டார்கள். கார் கடந்ததும் ஒருவன் பின் தொடர ஆரம்பித்தான். எதிரே இன்னொருவன் ராங் சைடில் பைக்கைத் தலைதெரிக்க ஓட்டி வரத்தொடங்கினான்.

டேய் பேமானி என்று அமைச்சரின் டிரைவர் ஜன்னலை இறக்கிக் கத்திய வேளையில் கரெக்டாகச் சுட்டான். பின்னால் வந்தவனும் பாய்ந்து முன்னேறி அதே வழியே சுட்டான்.

ஒரு குண்டு நெஞ்சில் பாய்ந்தது. இன்னொன்று தோள்பட்டையில் பாய்ந்தது.

அமைச்சர் அமரர் ஆனார். ஆறு வளைவுகளில் ஆள் வைத்தும் முதல் வளைவிலேயே அமைச்சரின் விதி குறுக்கிட்டுவிட்டது.

சுட்டவர்கள் இருவரும் சிட்டாகப் பறந்துவிட்டார்கள். கண நேரத்தில் பிராந்தியத்தில் கும்பல் கூடிவிட அமைச்சரின் காரை மருத்துவமனைக்கு ஓட்டிச் செல்வதே பெரிய காரியமாகிவிட்டது.

எங்கும் குழப்பம். ஓலம். அலறல். என்னவென்று புரியாத பதற்றம். போலீஸ் வாகனங்களின் சைரன் ஒலி. ஆம்புலன்ஸ் ஓசை. அதிகாரிகளின் கெடுபிடி. மக்களின் அதிர்ச்சி. ஆஸ்பத்திரிக்கு எடுத்துச் செல்வது வீண் என்று டிரைவருக்குப் புறப்பட்ட கணமே தெரிந்துவிட்டது. சரியாக நெஞ்சில் பாய்ந்திருந்த குண்டு. அமைச்சர் சீட்டிலேயே சரிந்துவிட்டிருந்தார். ஒரு சலனமில்லை. அசைவில்லை. விழிகள் மட்டும் திறந்திருந்தன.

இறுதியாக எதை நினைத்துக்கொண்டிருப்பார்? தன் மீது சுமத்தப்பட்ட அபாண்டங்களுக்கு எப்போது ஒரு முடிவு வரும் என்பதைத் தவிர வேறு சிந்தனை அவருக்கு இருந்திருக்க முடியாது. போதையில்லாத ஒளிமயமான கொலம்பியா என்கிற பெருங்கனவு அவருக்கு இருந்தது. தனது அமைச்சர் பதவிக்காலத்துக்குள் அதனை எப்படியாவது சாதித்துவிட உறுதி பூண்டிருந்தார். அதற்காக என்ன விலை வேண்டுமானாலும் கொடுக்கத் தான் தயார் என்று எப்போதும்தன் சகாக்களிடம் கூறுவது அவரது வழக்கம்.

அதைத்தான் அப்போது அவர் கொடுத்திருந்தார்!

ரோட்ரிகோ பொனில்லாவின் மரணம் கொலம்பிய மக்களிடையே ஏற்படுத்திய அதிர்ச்சி சாதாரணமானதல்ல. அவரைக் கொன்றது போதைக்கூட்டம்தான் என்பதில் யாருக்கும் சந்தேகமே இல்லை. எனவே அமைச்சர் மீது லஞ்சப்புகார் சொன்ன எம்பிக்களை வெட்டி பொலி போடுங்கள் என்று அவர்கள் கோஷமிடத் தொடங்கினார்கள்.

இந்த அத்தியாயத்தின் முதல் வரியில் பார்த்த அந்த அப்பாவி அதிபர் பெலிஸாரியோ பெடான்கர் என்ன செய்து மக்களை அமைதிப்படுத்துவது என்று தெரியாமல் அப்போதும் விழித்தார். இறுதியில் ஒன்று சொன்னார். அமைச்சர் எதற்காகத் தன் வாழ்நாளெல்லாம் உழைத்தாரோ, அந்த லட்சியத்தில் சிறு தடங்கலும் இல்லாமல் தேசம் முன்னேறும். என்னாலான அனைத்தையும் செய்வேன்.

செய்ய ஆரம்பித்தார். அது இன்னும் விபரீதம் வளர்த்தது.

16. எம் 19

சட்ட அமைச்சரைக் கொல்வதற்குப் போட்ட திட்டம் பிசகாமல் நிறைவேறியதில் மெடேலின் கார்ட்டல் முக்கியஸ்தர்களுக்கு மிகுந்த சந்தோஷம் ஏற்பட்டது. இதுதான். இவ்வளவேதான். தயங்காமல் முடிவெடுப்பது. அச்சப்படாமல் முடிக்க முனைவது. குறி தவறாமல் செய்து முடிப்பது. பின் விளைவு என்ன ஆனாலும் தட்டிக்கொண்டு எழுந்து போய்க்கொண்டே இருப்பது.

கொஞ்சம் யோசித்துப் பாருங்கள். ஒரு அமைச்சரை நட்டநடு ரோட்டில் சுட்டு வீழ்த்தியிருக்கிறார்கள். செய்தது யார் என்று தெரியும். ஏன் செய்தார்கள் என்றும் தெரியும். ஆனாலும் ஒரு கொசுவைக்கூடப் பிடிக்க முடியவில்லை. இது ஏன்?

இங்கேதான் எஸ்கோபரின் கிரிமினல் மூளையைப் புரிந்து கொள்ளவேண்டிய அவசியம் ஏற்படுகிறது.

எஸ்கோபரிடமே தனியொரு ராணுவம் உண்டு. சகல ஆயுதங்களும் வெடி மருந்துகளும் வெண்டைக்காய் வீரர்களும் உண்டு. எல்லாருமே எப்போதும் அலெர்ட்டாக இருக்கிறவர்கள்தான். வெட்டிக்கொண்டு வா என்றால் வெட்டிப் புதைத்து, மேலே பயிரிட்டு, விளைச்சலை எடுத்து வருகிறவர்கள்தான். பரம ப்ரொஃபஷனல் பேர்வழிகள்தான். ஆனாலும் அவர்களில் யார் ஒருவரையும் எஸ்கோபர் இந்தக் கொலை உற்சவத்துக்குத் தேர்ந்தெடுக்கவில்லை. தான் திட்டமிட்டிருந்த அத்தனை

கொலைகளுக்கும் கம்ப்ளீட்டாக வெளியிலிருந்து மட்டுமே ஆள் எடுப்பது என்று முடிவு செய்து எம்-*19* என்கிற கொலம்பிய கெரில்லாக் குழு ஒன்றை அவுட்சோர்ஸ் செய்திருந்தான்.

ஒப்பந்தம் என்னவென்றால், எம்-*19* செய்கிற அத்தனை கொலைகளுக்கும் எஸ்கோபரின் மெடேலின் கார்ட்டல் பண உதவி செய்யும். கொலையாளிகள் தப்பித்து வெளிநாடு செல்வதற்கு உதவும். ஆனால் ஒருவேளை திட்டம் சொதப்பி, கொலையாளிகள் மாட்டிக்கொண்டால் எஸ்கோபரையோ அவனது ஆள்களையோ எம்-*19* காட்டிக்கொடுக்காது. பழியைத் தன்மேலேயே போட்டுக் கொள்ளும். வழக்கு, விசாரணை என்று வருமானால் பொறுப்பு அதனுடையதே. பணத்துக்கு மட்டும் மெடேலின் பொறுப்பு.

இந்த இடத்தில் எம்-*19* என்பது என்ன, அது ஒரு கூலிப்படையா என்கிற கேள்வி உங்களுக்கு அவசியம் எழும். சொன்னால் வியந்து போவீர்கள். அது ஒரு சுதந்தர இயக்கம்! இயக்கத்தை நடத்தப் பணத்தேவை இருந்தபடியால் இம்மாதிரியான காரியங்களைச் செய்ய ஆரம்பித்திருந்தது.

"Movimiento 19 de Abril" என்கிற ஸ்பானிஷ் சொற்றொடருக்கு ஏப்ரல் *19* இயக்கம் என்று அர்த்தம். அதன் சுருக்கம்தான் எம்-*19*. அதென்ன ஏப்ரல் *19* என்பீர்களானால், அதற்கும் உண்டு ஒரு விளக்கம். *1970*ம் ஆண்டு ஏப்ரல் *19*ம் தேதி கொலம்பியாவில் ஒரு பொதுத்தேர்தல் நடந்தது. அதி உன்னதமான ஊழல் உற்சவமாக நடந்து முடிந்த அந்தத் தேர்தலை எதிர்த்து முதலில் கலகத்திலும் பிறகு கலவரத்திலும் அதன்பிறகு தீவிரவாதத்திலும் இறங்கிய குழுவினர் என்பதால் அந்த தினத்தையே தம் இயக்கத்தின் பெயராக வைத்துக்கொண்டுவிட்டார்கள்.

ஊழலுக்கு எதிரானவர்கள், தேசியவாதிகள், சோஷலிஸ்டுகள் என்று பல்வேறு விதங்களில் தம்மை வெளிப்படுத்திக்கொண்ட எம்-*19* இயக்கத்துக்கு ஆரம்பத்தில் அங்கே கொஞ்சம் நல்ல செல்வாக்கு இருந்தது. சுமார் ஐயாயிரம் பேர் வரை அதன் உறுப்பினர்களாக இருந்து ஆயுதம் தூக்கிக்கொண்டிருந்தார்கள்.

பின்னாளில் அங்கே கொலம்பிய புரட்சிகர ஆயுதப்படை *(Revolutionary Armed Force of Colombia)* என்கிற இயக்கம் செல்வாக்கு

பெற்று, வீரியமுடன் வளரத் தொடங்கியபோது எம்-19ன் செல்வாக்கு கொஞ்சம் குறைய ஆரம்பித்தது.

மக்கள் ஆதரித்தால்தானே வருமானம்? பணமில்லாமல் இயக்கத்தை வழிநடத்துவது எப்படி? ஏற்கெனவே இருந்த ஐயாயிரம் வீரர்களில் பலபேர் விலகிப் போக ஆரம்பித்திருந்தார்கள். பல நாள்கள் வருமானத்துக்கு வழியில்லாமல் புரட்சி செத்துப்போய்விடுமோ என்று கவலைப்பட்டுக்கொண்டிருந்தவர்களுக்கு எஸ்கோபரின் அழைப்பு முதலில் கொஞ்சம் தருமசங்கடமாகத்தான் இருந்தது.

எஸ்கோபர் செய்வதும் கொலைகள்தான். எம்-19 செய்வதும் கொலைகள்தான். ஆனால் இரண்டுக்கும் அடிப்படையில் வித்தியாசம் உண்டு என்று அவர்கள் நினைத்தார்கள். கொள்கைக்காகக் கொலை செய்வதற்கும் பிசினஸுக்காகக் கொல்வதற்கும் இல்லாத வித்தியாசங்களா?

ஆனால் அரசாங்கத்தின் பார்வையில் நானும் கிரிமினல், நீயும் கிரிமினல்தான் என்று சிரித்துக்கொண்டே சொன்னான் எஸ்கோபர்.

'உன் நோக்கம் என்ன? இந்த அரசாங்கத்தை நீக்கிவிட்டு நீங்கள் ஆட்சியமைக்க வேண்டும். என் நோக்கம் என்ன? எனக்குப் பிரச்னை தரக்கூடிய எந்த அரசாங்கமும் இருக்கக்கூடாது. நான் உனக்கு உதவி செய்கிறேன். நீ அரசு அமைத்துக்கொண்டு சௌக்கியமாக ஆட்சி புரி. நான் கொகெயின் விற்று என் பிழைப்பைப் பார்த்துக்கொள்கிறேன். நாளைக்கு நீ ஆட்சிக்கு வந்து என்னை ஒடுக்கப் பார்த்தால் உன்னை மாதிரி இன்னொரு இயக்கத்தைக் கூப்பிட்டு உன்னை ஒழிக்கச் சொல்லுவேன். நான் எப்போதும் வெளிப்படை. எப்படி வசதி? இப்போது எனக்கு உதவத் தயாரா, இல்லையா?'

அவர்கள் யோசித்தார்கள். எம்-19க்குப் பணம் வேண்டும். எஸ்கோபருக்குச் சில தலைகள் வேண்டும். அதுவும் அரசுத் தலைகள். எஸ்கோபர் என்கிற கேரக்டரை விலக்கிவிட்டுப் பார்த்தால் எம்-19க்கும் அந்த நீதிபதிகளை, அதிகாரிகளை, அமைச்சர்களை ஒழிப்பதில் தத்துவார்த்தச் சிக்கல்கள் ஏதுமில்லை. ஒழிக்கப்படவேண்டிய அரசு இயந்திரத்தின் அச்சுகள்தானே?

சரி, ஓகே என்று சொல்லிவிட்டுப் போனார்கள். எஸ்கோபர் முதல் தவணையாக அவர்களுக்குப் பதினைந்து லட்சம் டாலர் பணத்தை

ஆறு பெட்டிகளில் அனுப்பிவைத்தான். அத்தனை பணத்தை மொத்தமாகப் பார்த்து அதிர்ந்துவிட்டார்கள். அதற்குப் பெயர்தான் பணத்தால் அடிப்பது. அதை எங்கே வைத்துப் பாதுகாப்பது என்பதே அவர்களுக்குத் தலையாய பிரச்னையானது. எஸ்கோபரே அதற்கும் ஏற்பாடு செய்துகொடுத்தான். தெற்கு கொலம்பியாவில் நாலைந்து நகரங்களைத் தேர்ந்தெடுத்து தன் ஏஜெண்டுகளிடம் அந்தப் பணத்தைப் பிரித்துக்கொடுத்தான். எம்-19 ஆள்கள் எப்போது வந்து பணம் கேட்டாலும் தரவேண்டும் என்று உத்தரவு. பணமாகக் கேட்டால் பணம். பொருளாகக் கேட்டால் பொருள்.

பாபா படத்தில் ரஜினிகாந்த் தனக்குக் கிடைத்த ஏதோ ஒரு மாயமந்திரத்தைப் பரீட்சை செய்து பார்ப்பதற்காக, மேலே பறக்கும் காத்தாடியைத் தன் கைகளில் வந்து விழக் கேட்பாரே, அந்த மாதிரி எம்-19 ஒரு காரியம் செய்தது.

ஒருவேளை எஸ்கோபர் பணம் கொடுப்பது மாதிரி கொடுத்து, தன் ஆள்கள் மூலமே திரும்ப எடுத்துக்கொண்டுவிடுவானோ என்கிற சந்தேகம்.

எனவே, தீர்த்துக்கொள்வதற்காக 'எங்களுக்கு உடனடியாக ஏழு ஆம்புலன்ஸ் வேன்கள் வேண்டும். அதில் போனால்தான் பாதுகாப்பு' என்று கேட்டார்கள்.

போனில் தகவல் சொல்லி இருபதாவது நிமிடம் ஏழு ஆம்புலன்ஸ்கள் புத்தம்புதிதாக வாசலில் வந்து நின்றன.

எப்படி? தெரியாது. அது எஸ்கோபரின் சக்தி. ஆள்பலம். படைபலம். பணபலம். நினைத்ததை நினைத்த கணத்திலேயே சாதித்துக் கொள்ளும் பலம். எம்-19 சரணாகதி அடைந்தது. இனி நீ என்ன சொன்னாலும் செய்வேன் என்று எழுதிக்கொடுக்காமல் சத்தியம் செய்தார்கள்.

எனவே மெடேலின் கார்ட்டல் தனது இறுதிக்கு முந்தைய இலக்கான கொலம்பிய நீதித்துறை முழுவதையும் அழித்தொழிப்பது என்னும் திட்டத்தில் முழு மூச்சாக இறங்கத் தொடங்கியது. திட்டம் குறித்த மிக ரகசியமான, விரிவான விவாதங்கள் எஸ்கோபரின் பங்களாவிலேயே நடந்தது. பிறகு எஸ்கோபரின் ஆள்கள் எம்-19 ரகசியப் பதுங்கு தளங்களுக்குச் சென்று செயல்திட்டம் வகுத்தார்கள்.

பல கட்டமாகத் தாக்குதல் நடத்துவது வேண்டாம் என்று முதலிலேயே முடிவு செய்தார்கள். ஒரே நாள். ஒரே அடி. குறைந்தது நூறு பேரையாவது பரலோகத்தில் இருக்கும் பரமபிதாவின் பக்கத்தில் அனுப்பிவிட வேண்டும்.

என்ன செய்யலாம்?

எம்-19 தளபதிகள் ஆலோசித்தார்கள். ஒரு முற்றுகை. ஒரு தாக்குதல். வேண்டிய ஆள்களைப் பணயக்கைதிகளாகப் பிடித்துவைத்துக்கொண்டு, ஏதாவது நடக்கவே முடியாத கோரிக்கை ஒன்றை முன்வைக்கலாம். எப்படியும் இழுத்தடிக்கப் பார்ப்பார்கள். அதையே சாக்காக வைத்து அத்தனை பேரையும் தீர்த்துவிடலாம்.

மெடேலின் கார்ட்டல்காரர்களுக்கு முதலில் இந்தத் திட்டம் புரியவில்லை அல்லது பிடிக்கவில்லை. அவர்களுக்குத் தெரிந்த வழி ஒன்றுதான். நேரே போய் நிற்கவேண்டியது. நெற்றிக்கு நேரே துப்பாக்கியை நீட்டிச் சுடவேண்டியது. மேட்டர் ஓவர். இதென்ன? முற்றுகை, பணயக்கைதி, கசுமாலம்?

எம்-19காரர்கள் சிரித்தார்கள். நண்பர்களே, நாங்கள் புரட்சி இயக்கத்தைச் சேர்ந்தவர்கள். இம்மாதிரி ஆயிரம் காரியம் செய்திருக்கிறோம். பணத்தேவைக்காக உங்களுக்கு உதவுகிறோம் என்பதற்காக உங்கள் அபத்த வழிகளை நாங்கள் ஏற்பதற்கில்லை. போய் உங்கள் எஸ்கோபரிடம் சொல்லுங்கள். உங்களுக்கு வேண்டியது என்ன? உச்சநீதிமன்ற நீதிபதிகள் அத்தனை பேரும் இறக்கவேண்டும். அவ்வளவுதானே? அது நடக்கும் என்று சொல்லுங்கள். அவரை நிம்மதியாக ப்ளடி மேரி சாப்பிட்டுவிட்டு சாக்கர் பார்த்துக்கொண்டே படுத்துத் தூங்கச் சொல்லுங்கள். நாளைக்கு கொலம்பியாவே கொதிக்கப்போகிறது என்று சொல்லுங்கள். பை.

அந்த 'நாளைக்கு' விடிந்தது. தேதி நவம்பர் 6. வருஷம் 1985. குளிரும் வெயிலும் கலந்து இருந்த காலை வேளை. கொலம்பிய நீதித்துறை அமைச்சகம், உச்சநீதிமன்றம், சில குட்டி நீதிமன்றங்கள் இணைந்த வளாகத்தை *Palace of Justice* என்று அழைப்பார்கள். பொகோடோ நகரத்தின் இதயப்பகுதி அது. படு பயங்கர செக்யூரிடி கெடுபிடிகளும் ஆள் அம்புகளும் நிறைந்த பிராந்தியம். அன்னிய

வாகனங்கள் எதுவும் அத்தனை சுலபத்தில் உள்ளே நுழைந்துவிட முடியாது. ஐடெண்டிடி கார்டு இல்லாமல் உள்ளே உத்தியோகம் பார்க்கும் நீதிபதிகளின் கார்களைக் கூட காம்பவுண்டு தாண்ட விடமாட்டார்கள்.

அந்தப் பிராந்தியத்துக்குச் சற்றுத்தள்ளி - சுமார் இருநூறு மீட்டர் தொலைவில் என்று வையுங்கள். ஒரு டெம்போ நின்று கொண்டிருந்தது. முன்னதாக அந்த ஊர் கோயம்பேடு மார்க்கெட்டில் காய்கறி இறக்கவந்த டெம்போ அது. அப்படியே நைசாகப் போய் டிரைவர் நகர்ந்த நேரத்தில் லவட்டிக்கொண்டு வந்துவிட்டார்கள். சரக்கு டெம்போ. முகத்தைப் பார்த்தாலே தெரியும். யாரும் சந்தேகப்பட மாட்டார்கள்.

டெம்ப்போவுக்குள் நிறைய காய்கறி மூட்டைகள் இருந்தன. ஒவ்வொரு மூட்டைக்குப் பின்னாலும் ஒரு எம்-19 தீவிரவாதி துப்பாக்கியுடன் படுத்திருந்தான். மொத்தம் இருந்தவை 35 மூட்டைகள். எனவே 35 தீவிரவாதிகள்.

ஒரு கணக்கு வைத்திருந்தார்கள். பத்து மணிக்கு நீதிமன்றம் செயல்படத் தொடங்கும். நீதிபதிகள் அத்தனை பேரும் ஒன்பதே முக்காலுக்குள் வளாகத்துக்கு வந்துவிடுவார்கள். எனவே பிற ஊழியர்கள் யாவரும் ஒன்பதரைக்குள் ஆஜராகிவிடுவார்கள். ஒன்பது ஐம்பத்தைந்துக்கு மெயின் கேட்டை இழுத்து மூடிவிடுவார்கள். பத்து மணிக்கு நீதிமன்றம் தொடங்கும்.

தீவிரவாதிகளின் திட்டம் ஒன்பது ஐம்பத்தைந்துக்கு மெயின் கேட்டை இழுத்து மூடும் சமயத்தில் உள்ளே பாய்வது.

அநேகமாக அனைத்து ஊழியர்களும் கட்டடங்களுக்குள் போய் இருப்பார்கள். வெளியில் என்ன நடந்தாலும் உடனடியாக யாரும் வர வாய்ப்பில்லை. சில செக்யூரிடி ஆள்கள் இருப்பார்கள்தான் என்றாலும் அது ஒரு பிரச்னையில்லை. நாலு தட்டு தட்டிவிடலாம் என்று முடிவு செய்து காத்திருந்தார்கள்.

ஒன்பது நாற்பது.

ஒன்பது ஐம்பது.

ஒன்பது ஐம்பத்தைந்து.

கிளம்பு என்று உத்தரவிட்டான் தலைவனாகப் பொறுப்பேற்றிருந்தவன். டெம்போ கிளம்பியது. எடுத்த

எடுப்பில் மூன்றாவது கியரைப் போட்டு புழுதி வாரித் தூற்றியபடி சீறிக்கொண்டு பாய்ந்தது.

எவண்டா அவன் என்று நீதிமன்ற வளாகத்தின் கொடித்தோன்றும் தோரணவாயில்காப்போன் திரும்பிப் பார்த்த கணத்தில் அவனைக் கடந்து, பாதி மூடிக்கொண்டிருந்த கதவை உதைத்துத் தள்ளிக்கொண்டு சீறியது. ‘ஏய்.. ஏய்’ என்று அவன் குரல் எழுப்ப, கரெக்டாக அவன் வாயைப் பார்த்து முதல் குண்டு பாய்ந்தது.

வளாகத்தின் வெளியே நின்றிருந்த அத்தனை பேரும் திரும்பிப் பார்த்தார்கள். நடக்கவிருந்த அசம்பாவிதம் பற்றி அவர்களுக்கு எதுவும் தெரியாது.

17. அதிபயங்கரத் தாக்குதல்

வாயில் காக்கும் வல்லவன் இறந்துபட்டான் என்பதைக் கூரை மேலிருந்து கோழி பிடித்துக்கொண்டிருந்த ஆறு ஆயுதம் தரித்த செக்யூரிடி அலுவலர்கள் பார்த்ததும் அலறிப்புடைத்துக்கொண்டு அங்கிருந்தே அந்த டிரக்கை நோக்கிச் சுடத் தொடங்கினார்கள்.

படபடபடவென்று குண்டுகள் சீறித் தாக்கும் சத்தம் கேட்டு நீதி வளாகத்திலிருந்த பிற காவலர்கள் அனைவரும் அவரவர் ஆயுதங்களைத் தூக்கிக்கொண்டு வெளியே ஓடிவரத் தொடங்கினார்கள். பகுத்தறிவு வேலை செய்திருக்கவேண்டிய நேரம் அது. என்னமோ ஏதோ என்று பதற்றம் உருவானாலும் வெளியே போனால் வெடிக்கிற குண்டுக்குத் தாங்களும் பலியாகக்கூடும் என்று எண்ணிப் பார்த்திருக்கவேண்டும். ஒரு கணம் அதனை மறந்து அவர்கள் வெளியே பாய்ந்து வர, டிரக்கை நிறுத்திவிட்டுப் பாதுகாப்பாகக் கீழே குதித்து, டிரக்கின் பின்னாலேயே மறைந்து நின்றிருந்த அந்த முப்பத்தைந்து பேரும் ஓடி வரும் காவலர்களைக் குறி பார்த்துச் சுட ஆரம்பித்தார்கள்.

சீனத் தயாரிப்பான சமீபத்தைய எலக்டிரிக் கொசு ஹிட்டர் மாதிரிதான். தபதபவென்று ஓடிவரவேண்டியது. படபடவென்று குண்டடி பட்டுச் சரிந்து விழ வேண்டியது. ஒன்றா இரண்டா உயிர்கள்? எல்லாம் சொல்லவே ஓர் நாள் போதுமா?

சரியாக மூன்று நிமிடங்களுக்குள் என்ன நடக்கிறது என்பது அங்கிருந்தோருக்குப் புரிந்துவிட்டது. நீதி காக்கும் தேவதைகள்

அனைவரும் உயிர் காத்துக்கொள்வதன் பொருட்டு அவரவர் அறைகளுக்குள் புகுந்து கொண்டு கதவை உட்பக்கம் பூட்டிக்கொண்டார்கள். உடனடியாகச் செய்தி உள்துறைக்குப் பறந்தது. காவல் துறை அலர்ட் செய்யப்பட்டது. லாரிகளில் காவலர்கள் ஏற்றப்பட்டு நீதிமன்ற வளாகத்துக்குத் துரத்தப்பட்டனர்.

இந்தச் சங்கதிகளெல்லாம் நடந்துகொண்டிருந்த அதே நிமிஷங்களில் தாக்க வந்த தடியர்கள், தமது டிரக்கை நகர்த்திக் கொண்டே, அதன் பின்னால் பதுங்கியபடியே முன்னேறி உச்சநீதிமன்றக் கட்டடத்தின் பிரதான வாயிலை அடைந்தார்கள். வாயிலை அப்போதுதான் அடைக்க வந்த இரண்டு காவலர்களைத் தூக்கிப் போட்டு மிதித்துவிட்டு தபதபவென்று உள்ளே புகுந்தார்கள். அங்கே உயிர் பயத்துடன் குறுக்கும் நெடுக்கும் ஓடிக்கொண்டிருந்த ஒவ்வொருவரையும் லபக் லபக்கென்று அள்ளிப் பிடித்து வாயில் துணி அடைத்து, இரண்டு கைகளையும் கட்டி ஆளுக்கொரு மூலையில் உருட்டினார்கள்.

ஒன்று. இரண்டு. மூன்று. ஏழு. பத்து. இருபது. ஐம்பது. நூறு.

சொன்னால் நம்புவீர்களா? சரியாகப் பதினைந்து நிமிடங்களில் இருபது குண்டுகள் செலவழித்து, பத்துப் பதினைந்து உதைகள் மட்டும் கொடுத்து முன்னூறு பேரைக் கைது செய்து ஓர் அறைக்குள் தள்ளிக் கதவை இழுத்துப் பூட்டிவிட்டார்கள். நிமிஷங்களில் அந்தக் கட்டடத்தின் முழுப்பகுதியும் அவர்கள் கட்டுப்பாட்டுக்குள் வந்துவிட்டது.

பரபரவென்று காரியங்கள் நடந்தேறின. கடத்தல்காரர்களின் தலைவன் போலிருந்தவன் பட்டாசு வெடிப்பது மாதிரி உத்தரவுகள் வழங்கினான். நீதிக் கட்டடத்தின் அத்தனை வாயில்களும் அடைக்கப்பட்டன. உள்ளே மாட்டிக்கொண்ட ஒரு ஜீவனும் வெளியே போகாதவாறு துப்பாக்கிச் சனியன் ஏந்திய தொண்டர்கள் கொட்டக் கொட்ட விழித்தபடி முறைத்துக்கொண்டு நின்றார்கள். ஒரு தீவிரவாதி, மாட்டிக்கொண்ட மகானுபாவர்களை நிற்கவைத்து அட்டண்டன்ஸ் எடுத்து, பெயர்களை எழுதிக்கொண்டான்.

உன் பெயர் என்ன? நீ என்ன உத்தியோகம் பார்க்கிறாய்? இரண்டே கேள்விகள். அவர்களுக்கு வேண்டியது என்ன? அங்கிருக்கும்

அத்தனை நீதிபதிகளும் அவர்தம் உயிர்களும். அவ்வளவே. மற்றவர்களெல்லாம் வெறும் கொசு. அடித்துத் துரத்திவிடலாம்.

அப்படிப் பெயர் விவரங்களைக் கேட்டுக்கொண்டே வந்தபோது நீதிபதிகளாகத் தங்களைச் சொன்னவர்கள் அத்தனை பேரையும் தனியே பிரித்து இன்னொரு அறையில் அடைத்தார்கள். மாட்டியவர்களுள் மொத்தம் இருபத்திநான்கு பேர் சீனியர் நீதிபதிகள். சுப்ரீம் கோர்ட் நீதிபதிகள். இன்னும் இருபது பேர் ஜூனியர்கள். சுப்ரீம் கோர்ட்டில் பணியாற்றுபவர்கள் அல்லரென்றாலும் அவர்களும் நீதியரசர்களே.

ஆகமொத்தம் நாற்பத்தி நான்கு பேர். போதாது? யதேஷ்டம்.

ஜாக்பாட் மாதிரி அவர்களுக்கு அங்கே ஒரு லட்டு கிடைத்தது. நீதிபதிகளின் பெயர் விவரங்களைக் கேட்டுக்கொண்டிருந்தபோது குறிப்பிட்ட நீதிபதி ஒருவர் ஆக்ரோஷமாக அவர்களை எச்சரித்தார். வேண்டாம், விளையாடாதீர்கள். இது மிகவும் சீரியஸான விஷயம். நீங்கள் யாரைப் பிடித்துவைத்திருக்கிறீர்கள் தெரியுமா? நான் யார் தெரியுமா? இந்தச் சம்பவத்தின் இறுதிக்காட்சி என்னவாக இருக்கும் தெரியுமா?

ஐயா, தெரியாது; நீங்கள் சொன்னால் தெரிந்துகொள்வேன். நீங்கள் யார் என்று பணிவுடன் கேட்டான் வில்லன் ஒருவன்.

நான்அல்ஃபோன்ஸோரெயஸ்(AlfonsoReyes<http://en.wikipedia.org/w/index.php?title=Alfonso_Reyes_%28Politician%29&action=edit>) என்று சொன்னார் அவர். உடனே கடத்தல்காரர்கள் விசிலடித்தார்கள். அடடே, கொலம்பியாவின் உச்சநீதிமன்றத் தலைமை நீதிபதி! இன்றைக்கு மாட்டிய வேட்டை வெறும் வேட்டையல்ல. தங்க வேட்டை என்று அவர்களுக்கு உற்சாகம் பிய்த்துக்கொண்டு பறந்தது.

இது இவ்வாறிருக்க, வெளியே மீட்புக்கு வந்த காவல் படையினர் நீதிமன்ற வளாகத்தைச் சுற்றி வட்டம் கட்டி ஆயுதம் தரித்து, தாக்குதல் உத்தரவுக்குத் தயாராக நின்றார்கள். உத்தரவு வந்து சேர்ந்திருக்கவில்லை. உள்ளே இருக்கிறவர்கள் என்னென்ன ஆயுதங்கள் வைத்திருக்கிறார்கள் என்று தெரியாது. வெடிகுண்டுகள் இருக்குமா என்று தெரியாது. தற்கொலைப் படையினராக

இருக்குமோ என்கிற சந்தேகமும் இருந்தது. எனவே மிகக் கவனமாகச் செயல்பட்டாக வேண்டும். வெறும் உயிர்களுக்கும் நீதிபதிகளின் உயிர்களுக்கும் பதில் சொல்லியாகவேண்டும்.

முன்னதாக அதிபர் தலைமையில் கேபினட்டின் அவசரக் கூட்டம் கூடியிருக்கிறது. காவல் துறையும் ராணுவமும் நகம் கடித்து உத்தரவுக்குக் காத்திருக்கிறது. தொலைக்காட்சி, பத்திரிகை நண்பர்கள் அத்தனை பேரும் இருக்கிற வேலைகளையெல்லாம் விட்டுவிட்டு நீதிபரிபாலன வளாகத்துக்கு வந்துவிட்டிருந்தார்கள். உள்ளே இருப்பது யார்? எந்தக் குழு? எதற்காக இந்த முற்றுகை? கைப்பற்றல்? தாக்குதல்? கோரிக்கைதான் என்ன?

உள்ளே இருந்தவர்கள் தமது பாதுகாப்பை உறுதிசெய்துகொண்டு, எல்லாம் பக்காவாக இருப்பதைக் கண்டு திருப்தியடைந்தபிறகு, உச்சநீதிமன்றத் தலைமை நீதிபதியின் தனி அறைக்குச் சென்றார்கள். அவரது தனித் தொலைபேசி இணைப்பு எது என்று கேட்டு உறுதி செய்துகொண்டு அதிலிருந்து அதிபர் மாளிகைக்கு போன் செய்தார்கள்.

காம்ரேட், என் பெயர் ஆல்பர்ட்டோ எட்வின்மர்ச். எம்-19 குழுவின் பதினேழாவது பிரிகேடின் தளபதி. இன்றைய எங்கள் செயல்பாடு குறித்துக் கவலையும் அச்சமும் கொண்டபடிக்கு அதிபர் பெலிசாரியோ பெடான்கர் பைப் புகைத்துக்கொண்டிருக்கிறாரா? அவரைச் சுற்றி அமைச்சர்களும் பிரதமரும் மற்றவர்களும் அவரது கவலையை வழிமொழிந்துகொண்டிருக்கிறார்களா? மிகவும் நல்லது.

அதிகம் கவலைப்பட்டால் காலக்ரமத்தில் அல்சர், பிரஷர் என்று ஏதாவது வந்துதொலைக்கப்போகிறது. முன்னூறு பேரை நாங்கள் பிடித்துவைத்திருக்கிறோம் என்று அவரிடம் சொல்லுங்கள். முன்னூறில் நாற்பத்தி நான்கு பேர் நீதிபதிகள் என்றும் சொல்லுங்கள். நாற்பத்தி நான்கில் தலைமை நீதிபதியும் அடக்கம் என்று சொல்லுங்கள். எங்கள் முயற்சியின் தொடக்க நிமிஷங்களில் சில உயிர்கள் போனதற்கு நாங்கள் கொஞ்சம் வருத்தப்படுகிறோம். இதையும் அதிபரிடம் தெரிவித்துவிடுங்கள். உண்மையில் கொலைகள் எங்கள் நோக்கமல்ல. எங்களுக்கு வேண்டியது நீதி. அது கிடைத்துவிட்டால் எந்த உயிருக்கும் ஆபத்தில்லை. இது அவருக்குப் புரியவேண்டும்.

என்னது? அவர் என்ன செய்யவேண்டுமா? அ, நல்ல கதையாக இருக்கிறதே! உச்சநீதிமன்றத்தில் உட்கார்ந்துகொண்டு அதிபரிடம் சாக்கர் விளையாட வருகிறீர்களா என்றா கேட்டுக் கொண்டிருக்கிறோம்? உதைப்பேன் படுவா. அவரை விசாரணைக்கு வரச்சொல்லுங்கள் ஐயா. இந்தக் கணம் முதல் இது எங்கள் நீதிமன்றம். ஓர் அவல ஆட்சி நடத்துகிற அதிபரை நாங்கள் நேருக்கு நேர் விசாரித்தாகவேண்டும். அவர்மீது நிறைய ஊழல் புகார்கள் இருக்கின்றன. ஒழுங்கீன நடவடிக்கைகள் பலவற்றில் ஈடுபட்டிருக்கிறார். தேசத்தில் நடக்கிற அத்தனை அநியாயங்களுக்கும் முதல் குடிமகன் என்கிற முறையில் அவர் என்ன சால்ஜாப்பு சொல்லப்போகிறார் என்று நாங்கள் தெரிந்துகொள்ளவேண்டும்.

அதன்பிறகு தீர்ப்பு வழங்கப்படும். உங்கள் அதிபருக்கு மரண தண்டனையா, ஆயுள் தண்டனையா என்பதை எங்கள் நீதிபதிகள் தீர்மானிப்பார்கள். அதிக அவகாசமில்லை. அதிபரை அனுப்பிவைக்கிறீர்களா?

என்னது, விபரீதமா? நாங்களா? சேச்சே. அதெல்லாம் உங்கள் வேலை. நாங்கள் உத்தமர்கள். ஒரு போதும் கெட்டகாரியங்கள் செய்வதில்லை. இங்கே எங்கள்வசம் பிடிபட்டிருக்கிற உங்கள் நீதிபதிகள் அத்தனை பேரையும் கேட்டுப்பாருங்கள். சௌக்கியமாக இருக்கிறார்கள். பயத்துடன் இருக்கிறார்கள் என்றால் அதற்கு நாங்கள் பொறுப்பல்ல. தன்னெஞ்சு தன்னைச் சுட்டுக்கொண்டிருக்கிறது என்றுதான் அர்த்தம். எல்லா பாவங்களுக்கும் ஒரு விலையுண்டு. அந்தக் கூலியை அவரவர் கொடுத்துத்தான் ஆகவேண்டும். பாவத்தின் சம்பளம் என்னவென்று தெரியாதா உங்களுக்கு? அடடா, பைபிள் எடுத்துப் படித்துப் பாருங்கள். கிரகச்சாரம். உங்களுக்கு பைபிள் குறித்து இடதுசாரி கெரில்லாக்கள் எடுத்துச் சொல்லவேண்டியிருக்கிறது பாருங்கள். எல்லாம் விதி. சரி, போனை வைக்கட்டுமா? உமக்கு மங்களம் உண்டாகட்டும். அதிபரை சீக்கிரம் அனுப்பிவையுங்கள்.

வைத்துவிட்டார்கள்.

வாட் நான்சென்ஸ் என்று துள்ளிக்குதித்தார் அதிபர் பெலிசாரியோ. அதெல்லாம் முடியாது. இவர்கள் யார் என்னை நீதி விசாரணைக்கு

அழைக்க? கொழுப்பு. அத்தனையும் கொழுப்பு. கூப்பிடுங்கள் ராணுவத்தை என்று கர்ஜித்தார்.

'யெஸ் சர். கர்னல் அல்ஃபோன்ஸோ ப்லேசஸ் ஆன் டியூட்டி. கொலம்பிய ராணுவத்தின் பதிமூன்றாவது ப்ரிகேட் சார்ஜ் எடுத்துக் கொண்டிருக்கிறது. உத்தரவுக்காகக் காத்திருக்கிறார்கள்' என்றார் ராணுவ கமாண்டர்.

'உடனடியாகச் செயல்படவும். நீதிபதிகள் யார் உயிருக்கும் எந்த ஆபத்தும் கூடாது. அத்தனை பேரையும் மீட்டாக வேண்டும். நீதிமன்ற வளாகத்தை அதிக சேதாரமின்றிக் கைப்பற்றவும். கடத்தல்காரர்கள் அத்தனை பேரையும் கொன்றுவிடவும். அல்லது கைது செய்யவும். சூழ்நிலைக்கேற்ப கர்னல் என்ன முடிவெடுத்தாலும் அரசு ஆட்சேபிக்காது. எந்தவிதமான ஆயுதங்களையும் பயன்படுத்தலாம். சிவிலியன்கள் உயிர்களுக்கு பாதிப்பின்றி செயல்படச் சொல்லவும்.'

உத்தரவை வாங்கி பாக்கெட்டில் போட்டுக்கொண்டு ராணுவ வாகனங்கள் சீறிப் பாய்ந்தன. போகிற வழியிலேயே ஆல் கொலம்பியா ரேடியோவின் மாநிலச் செய்தி வாசிப்பாளரைப் பிடித்து விஷயத்தை விளக்கினார்கள். உச்சநீதிமன்றத் தலைமை நீதிபதி உள்பட நாற்பத்தி நான்கு நீதிபதிகளை எம்-19காரர்கள் பிணையக் கைதிகளாகப் பிடித்துவைத்திருக்கிறார்கள். உள்ளே இருக்கும் மொத்த மக்கள் தொகை முன்னூறு. மீட்பதற்கு ராணுவம் விரைந்துகொண்டிருக்கிறது. தேச மக்கள் அச்சப்படவேண்டாம். எல்லாம் நல்லபடியாக முடியும்.

அவர்கள் நீதிமன்ற வளாகத்தைச் சென்றடைந்தபோது காவலர்கள் ஒதுங்கி வழிவிட்டார்கள். துணைக்கு நாங்களும் வரட்டுமா என்று கேட்டார்கள்.

அவசியமிருக்காது. ஒதுங்கிநின்று வேடிக்கை பாருங்கள் என்று சொன்னார் கர்னல். உடனடியாக அணிவகுப்பு தொடங்கியது. அரைவட்ட வடிவத்தில் வியூகம் அமைத்தார்கள். ஒரு பகுதி ராணுவம் நீதிமன்றத்தின் பின்பகுதிக்குச் சென்று காம்பவுண்டு சுவரைத் தாண்டிக் குதிக்க வாகாக பொசிஷன் எடுத்தது. இன்னொரு பகுதி ராணுவம் முன் வாசல் வழியே உள்ளே பாயத்

தயாரானது. மூன்றாவதாக ஒரு பகுதியினரைத் தேவைப்பட்டால் ஹெலிகாப்டரில் ஏற்றி மொட்டை மாடியில் இறக்கிவிடத் தயாராக நிறுத்திவிட்டு நான்கு ஹெலிகாப்டர்களை வரவழைத்தார்கள்.

கடத்தல் நாடகம் ஆரம்பித்துச் சரியாக ஒரு மணி நேரம் முடிந்திருந்தது. உள்ளே அமைதி. வெளியேயும் அமைதி. எந்தக் கணத்தில் மீட்புப் பணியைத் தொடங்குவது என்பதுதான் விஷயம். முறைப்படி மைக் வைத்து எச்சரிக்கை விடலாம் என்று முடிவு செய்து ராணுவ அதிகாரி மைக்கின் ஸ்விட்சைத் தட்டியபோது நீதிமன்ற வளாகத்தின் உள்ளே, நான்காவது தளத்தில் என்னமோ சத்தம் கேட்பதை உன்னித்துக் கேட்டார். சில வினாடிகளில் மஞ்சளாக சுவர்களெங்கும் ஓர் ஒளி பரவியது.

யாராவது உள்ளே ஞானத்திருவிளக்கு ஏற்றிக் கொண்டிருக்கிறார்களா? அன்பே தகளியாய், ஆர்வமே நெய்யாய், இன்புருகு சிந்தை இடுதிரியாக..

ஓ, நோ.. எரிக்கிறார்கள்! அந்தத் தளத்தில் என்ன இருக்கிறது? அலறியது ராணுவம். விவரமறிந்த நீதிமன்ற அதிகாரி ஒருவர், ‘ஐயோ, அந்தத் தளம் முழுவதும் ஆவணங்கள். நீதிமன்ற ரெக்கார்டுகள் முழுவதும் அங்கேதான் இருக்கின்றன!’ என்றார்.

அதைத்தான் கடத்தல்காரர்கள் எரித்துக்கொண்டிருந்தார்கள்.

18. பற்றி எரிந்த ஆவணங்கள்

நான்காவது தளம் பற்றி எரிந்துகொண்டிருந்தது. அத்தனையும் ஆவணங்கள். நூற்றாண்டுகால கொலம்பிய குற்ற சரித்திரங்கள். தீர்ப்பு விவரங்கள். ஸ்தாவர ஜங்கம சொத்துப் பிரச்னைகள். வாய்தாக் கணக்குகள். சம்பளப் பட்டுவாடா விவரங்கள். ராணுவ ஆட்சிக்காலத்து அவலங்கள் குறித்த அதிமுக்கிய டாக்குமெண்டுகள். அத்தனையும், அத்தனையும் பஸ்பமாகிக்கொண்டிருந்தன.

இதற்குமேல் வேடிக்கை பார்த்துக்கொண்டிருப்பது விபரீதம் என்று கர்னல் அல்ஃபோன்ஸோ ப்லேஜஸுக்குத் தோன்றிவிட்டது. தாக்குதல் தொடங்கட்டும் என்று உத்தரவிட்டார். அப்போது மணி சரியாகப் பிற்பகல் இரண்டு.

முதலில் மெஷின் கன் ஏந்திய கமாண்டோ படையினர் நீதிமன்ற வளாகத்துக்குள் நுழைந்தனர். பின்னணியில் அணிவகுத்த ராணுவ டாங்கிகள் தேவைப்பட்டால் கட்டடத்தை இடித்துக்கொண்டு உள்ளே நுழையத் தயாராக உறுமிக்கொண்டிருந்தன. கட்டடத்தின் அத்தனை தளங்களிலும் பரவி நிறைந்திருந்த அந்த முப்பத்தைந்து தீவிரவாதிகளும் ராணுவம் நுழைவதைப் பார்த்தார்கள். இனி யுத்தம் தான் என்று புரிந்துவிட்டது. எனவே அவர்களும் சுட ஆரம்பித்தார்கள்.

மேல் தளத்தில் இருப்பவர்களுக்கு ஒரு சௌகரியம். கீழிருந்து வருவோரைக் குறிபார்த்துச்சுடுவது சுலபம். ராணுவம் கட்டடத்தை

நெருங்கி, மேலே ஏறும் வரை தீவிரவாதிகளின் கைதான் ஓங்கியிருக்கும். தவிரவும் உள்ளே இருப்பவர்கள் எத்தனை தீவிரவாதிகள் என்கிற கணக்கு ராணுவத்துக்குத் தெரியாது. நூறு என்று நினைத்திருக்கலாம். ஆயிரம் என்றும் கருதியிருக்கலாம். ஒரே ஒரு ஆசாமி என்று நினைக்கவும் வாய்ப்பிருக்கிறது.

எப்படியானாலும் தயக்கமுடன், எச்சரிக்கையுடன் தான் அணுகுவார்கள். அந்த அவகாசத்தைப் பயன்படுத்திக் கொள்வதுதான் புத்திசாலித்தனம்.

தீவிரவாதிகளின் திட்டம் தெளிவாக இருந்தது. எப்படி இருந்தாலும் நீதிபதிகளைக் கொன்றுவிடுவது என்கிற முடிவில் இருந்தார்கள். தங்கள் தரப்பில் அதிக உயிர்ச்சேதம் இல்லாமல் தப்பிக்கச் சில நடவடிக்கைகளை முன்னதாக எடுத்தாக வேண்டும். என்ன செய்யலாம்?

ராணுவம் நுழைவதை உடனடியாக நிறுத்தவும். இல்லாவிட்டால் உயிர்கள் போய்க்கொண்டே இருக்கும் என்று ஒருத்தன் எச்சரிக்கை விடுத்தான். எதற்கும் இருக்கட்டும் என்று ஒரு நீதிபதியைச் சுட்டுக்கொன்று பிணத்தைத் தூக்கி வெளியே வீசியும் காட்டினான்.

அப்படியும் ராணுவம் நுழைவது நின்றபாடில்லை. பிடித்து வைத்திருந்த முன்னூறு ஊழியர்கள் மீதும் கண்மண் தெரியாமல் தாக்குதல் நிகழ்த்தினார்கள். நாற்காலிகளையும் உருட்டுக் கட்டைகளையும் கொண்டு நிகழ்த்தப்பட்ட தாக்குதல். அவர்களது மரண ஓலம் ராணுவத்தைத் தடுக்கும் என்பது எதிர்பார்ப்பு.

ம்ஹூம். அப்படியும் நின்றபாடில்லை. ராணுவம் நுழைந்த பாதையில் இப்போது சில ராணுவக் கவசவாகனங்களும் நுழைந்து கொண்டிருந்தன. எனவே தீவிரவாதிகளின் கமாண்டர் அவசரமாகத் தன் ஆள்களைக் கூப்பிட்டான். உடனடியாக இரண்டு பிரிவுகளாகப் பிரியவும். ஒரு குழு பிணையக் கைதிகள் இருக்கும் அறைக்குள் இருக்கவேண்டும். இன்னொரு பிரிவு உள்ளே நுழையும் ராணுவத்தைத் தடுத்து நிறுத்தும் பணியில் இறங்கவேண்டும்.

அவ்வண்ணமே செய்தார்கள். தாக்குதல் தீவிரமடைய ஆரம்பித்தது. ராணுவத்தினருக்குத் தெளிவான உத்தரவு இருந்தது. அடைபட்டிருக்கும் சிவிலியன்கள் கண்டிப்பாக இங்கே அங்கே

திரிந்துகொண்டிருக்க முடியாது. எனவே நீதிமன்ற வளாகத்தில் தென்படும் எந்தத் தலையையும் உடனே சுட்டுத் தள்ளு.

ஆகவே அவர்கள் அத்தனை ஜன்னல்கள், கதவுகள் வழியாகவும் சுட்டுக்கொண்டே முன்னேறிக்கொண்டிருந்தார்கள். தீவிரவாதிகள் தரப்பிலும் தாக்குதல் கடுமையாக இருந்தது. கைவசம் அவர்கள் எவ்வளவு ஆயுதங்கள், வெடிமருந்துகள் வைத்திருந்தார்கள் என்கிற விவரம் இல்லை. ஆனால் தாக்குதல் தொடங்கிய மூன்று மணி நேரம் வரை வினாடிப்பொழுது இடைவெளியும் இல்லாமல் சுட்டுக்கொண்டே இருந்தார்கள். பல ராணுவ வீரர்கள் இறந்து விழுந்தார்கள். இறந்த உடல்கள் உடனடியாக அப்புறப்படுத்தப்பட்டன. தீவிரவாதிகள் தரப்பில் இறந்தவர்கள் எத்தனை என்பது அடுத்த இரண்டு தினங்கள் வரை தெரியவரவில்லை.

ராணுவம் நீதிமன்ற வளாகத்தின் தரைத் தளத்தை நெருங்கி கொஞ்சம் கொஞ்சமாக ஆக்கிரமிக்கத் தொடங்கியது. தீவிரவாதிகள் முதல் தளத்துக்குப் போனார்கள். அங்கிருந்து தாக்க ஆரம்பித்தார்கள். கவனமாக, பிணைக்கைதிகளை மொத்தமாக நகர்த்திக்கொண்டு போய் ஏற்கெனவே எரிந்துவிட்டிருந்த நான்காவது தளத்தில் ஓர் அறையில் அடைத்துப் பூட்டினார்கள்.

மேலே நடமாட்டம் அதிகமிருப்பதை கவனித்த ராணுவம் உடனடியாக வெளியிலிருந்து கையெறி குண்டுகளை நான்காவது தளத்தை நோக்கி வீசியது. துரதிருஷ்டவசமாக அது பல சிவிலியன்களைக் கொன்றுவிட்டது. இரண்டு தரப்பினரும் தாக்கிக் கொண்டிருந்த வேளையில் தப்பிக்க ஏதாவது வழியுண்டா என்று தேடி ஓடத் தொடங்கிய அப்பாவிகளும் க்ராஸ் ஃபயரில் சிக்கி இறந்து போனார்கள்.

என்ன நடக்கிறது, என்ன நடக்கிறது என்று பத்திரிகைக்காரர்கள் கர்னல் ப்லேஜஸிடம் கேட்டுக்கொண்டே இருந்தார்கள். அவரும் வதனமே சந்த்ரபிம்பமே என்று பாடுகிற தொனியில் புன்னகை மாறாமல், ‘ஜனநாயகம் காப்பாற்றப்படுகிறது பிரதர். டோண்ட் ஒரி’ என்று திரும்பத்திரும்பச் சொல்லிக்கொண்டிருந்தார். அம்மாதிரி ஒரு நெருக்கடிப் பொழுதில் பத்திரிகைக்காரர்களைப் பக்கத்தில் வைத்துக்கொண்டு நிமிஷத்துக்கொருதரம் அவர்கள் கேள்விகளுக்கு

பதில் சொல்லிக்கொண்டிருப்பது என்பது படு பேஜாரான காரியம். ஆனாலும் மிகத் திறமையாகச் சமாளித்தார் கர்னல்.

அன்றைய இரவுப் பொழுதும் தாக்குதல் தொடர்ந்துகொண்டே இருந்தது. தீவிரவாதிகள் நீதிமன்ற வளாகத்தின் விளக்குகள் அனைத்தையும் அணைத்துவிட்டிருந்தார்கள். மெயின் ஃப்யூஸ் பிடுங்கப்பட்டிருந்தது. ராணுவத்தினருக்கு அது ஒரு பொருட்டில்லை என்றாலும் சிவிலியன்கள் தாக்கப்படாதிருக்க வேண்டுமே என்கிற கவலையில் தயங்கித் தயங்கியே முன்னேறினார்கள்.

தீவிரவாதிகளுக்கு அந்தப் பிரச்னையே இல்லை. யார் செத்தால் என்ன? காரியத்தை முடித்துவிட்டுக் கிளம்ப முடிந்தால் சரி. ஆனால் முடியுமா?

அதுதான் தெரியவில்லை. இத்தனை ராணுவ வீரர்கள் உடனடியாக வந்துவிடுவார்கள் என்று அவர்கள் எதிர்பார்க்கவில்லை. எப்படியும் பேச்சுவார்த்தை, இழுபறி என்று இரண்டொரு தினங்கள் கடக்கும் என்று நினைத்திருந்தார்கள். அதிபர் இப்படி அசுர வேகத்தில் ராணுவத்தை அனுப்பக்கூடும் என்று அவர்கள் எண்ணவில்லை. அதனால் பரவாயில்லை. துணிந்தவனுக்குத் துக்கம் இல்லை. மிஞ்சி மிஞ்சி என்ன ஆகிவிடும்? உயிர்தானே? மயிரே போச்சு. போவதற்கு முன்னால் அத்தனை நீதிபதிகளையும் கொன்றுவிட முடியுமானால் சரி.

தாமதிக்க வேண்டாம் கமாண்டர். நாம் முதலில் நீதிபதிகளைக் கொன்றுவிடுவோம் என்று சொன்னான் அடிப்பொடி ஒருவன்.

அதுவும் சரிதான் என்று உத்தரவை வழங்கிவிட்டு தமது ஆள்களை மூன்றாம் தளத்துக்குப் போகும்படிச் சொன்னான் தீ. கமாண்டர்.

அதற்குள் ராணுவம் இரண்டாம் தளம் வரை ஆக்கிரமித்துவிட்டு மூன்றாம் தளத்துக்கு ஏற முயற்சி செய்துகொண்டிருந்தது. தீவிரவாதிகள் மாடிப்படிகள் முழுவதிலும் பெட்ரோல் ஊற்றி வைத்திருந்தார்கள். ஏறி வருவது தெரிந்தால் ஒரே குச்சி. சர்ரக் என்று கிழித்துப் போட்டுவிட்டால் போதும்.

வாசனை இருந்தது. எனவே ராணுவம் படிகளைத் தவிர்த்துவிட்டு மேலே போக வழி தேடிக்கொண்டிருந்தது. மர உத்தரங்கள் இருக்கும் பகுதிகளாகத் தேடிக்கொண்டிருந்தார்கள். சம்மட்டி

கொண்டு மேல் பக்கம் உடைத்து மேலேறித் தாக்கும் திட்டம் அவர்கள் வசம் இருந்தது. ஆனால் அபாயகரமானது. உடைக்கும் இடத்தில் நாலு பேர் இருந்து உடைத்த கணத்தில் ஒரு குண்டைப் போட்டால் போதும். கீழே இருக்கும் அத்தனை பேரும் காலி.

கவனமாகச் செய்யவேண்டும். பதற்றம் கூடவே கூடாது. கர்னலிடமிருந்து வாக்கிடாக்கியில் எச்சரிக்கை வந்திருந்தது. சத்தமில்லாமல் காரியம் பாருங்கள். நீங்கள் எழுப்பும் ஒவ்வொரு ஒலியும் ஒரு உயிர் என்பது நினைவிருக்கட்டும்.

எனவே அவர்கள் மூச்சை இழுத்துப் பிடித்துக்கொண்டுதான் முன்னேறிக்கொண்டிருந்தார்கள். பெரும்பாலான ராணுவ வீரர்கள் தமது ஷூக்களைக் கூடக் கழற்றிவிட்டிருந்தார்கள். வெறும் சாக்ஸுடன் தான் யுத்தம் புரிந்துகொண்டிருந்தார்கள்.

அன்றைய இரவு தாண்டி, மறுநாள் முழுதும் கடந்து, ஏழாம் தேதி வரை தொடர்ந்தது மீட்பு நடவடிக்கை. இடையில் பல உயிர்கள் போய்விட்டிருந்தன. ராணுவத் தரப்பிலும் சரி. தீவிரவாதிகள் தரப்பிலும் சரி. பலத்த சேதம். சில பிணைக்கைதிகள் எப்படியோ தப்பித்து வெளியே ஓடியும் வந்திருந்தார்கள். அவர்கள் சொன்ன தகவல்கள் ராணுவத்துக்கு உதவியாக இருந்தன. தீவிரவாதிகள் எத்தனை பேர்? என்னென்ன ஆயுதங்கள் வைத்திருக்கிறார்கள்? என்ன பேசிக்கொள்கிறார்கள்?

நோக்கம் புரிந்துவிட்டது. நீதிபதிகளைக் கொல்வதுதான். எனவே உள்ளே இருக்கும் ராணுவத்தின் இறுதி இலக்கு அதுதான். அனைவரையும் காப்பாற்றுவது என்பது பெரிய இலக்கு. நீதிபதிகளின் உயிர்களைச் சேதமின்றிக் காப்பது உடனடி லட்சியம்.

சரி, இனி காத்திருக்கவேண்டாம், வெளியிலிருந்து தாக்குதலைத் தொடங்குங்கள் என்று எஞ்சியிருந்த ராணுவத்துக்கு உத்தரவளித்தார் கர்னல்.

மயிர்க்கூச்செரியச் செய்யும் அந்த சாகசக் காட்சிகள் அப்போது அரங்கேறின. வளாகத்தின் நான்கு முனைகளில் இருந்தும் ராணுவ டாங்கிகள் குண்டு போடத் தொடங்கின. பல சுவர்கள் சரிந்து விழுந்தன. கற்கள் உடைபடும் ஓசை காதைப் பிளந்தது.

தீவிரவாதிகள் திகைத்து நாலா புறமும் பார்த்த கணத்தில் பேய்மாதிரி நூறு வீரர்கள் கட்டடத்தின் நாலாபுறங்களிலிருந்தும் பாய்ந்து புறப்பட்டு உடைந்த ஜன்னல்கள் வழியே உள்ளே சுட்டுக்கொண்டே பாய்ந்தார்கள். கண்ணில் பட்ட அத்தனை தீவிரவாதிகளையும் கண்ட இடத்தில் சுட்டு வீழ்த்தினார்கள்.

எஞ்சியிருந்தவர்களுக்கு ஆட்டம் ஒரு முடிவுக்கு வருவது புரிந்துவிட்டது. உடனடியாக நீதிபதிகளை அடைத்துவைத்திருந்த அறைக்கு மொத்தமாக நுழைந்து கண்மண் தெரியாமல் சுடத் தொடங்கினார்கள்.

இருபத்தைந்து ப்ளஸ் இருபது நீதிபதிகள். ஆகமொத்தம் நாற்பத்தைந்து பேரில் பதினோரு பேர் பரிதாபமாக அந்தத் தாக்குதலில் இறந்தார்கள். மிச்சமிருந்தவர்களையும் அவர்கள் கொல்லப் பார்த்த வேளையில் ராணுவம் அந்தப் பகுதிக்கு வந்துவிட்டது.

இருபது தீவிரவாதிகள் அங்கே இருந்தார்கள். அப்படியே ஒவ்வொரு ராணுவ வீரருக்கும் ஒரு தீவிரவாதி என்கிற கணக்கு வைத்துக்கொண்டு அள்ளிக்கொண்டு வெளியே ஓடினார்கள். தூக்கிப் போட்டு மிதி மிதியென்று மிதித்தார்கள். நெஞ்சில் மெஷின் கன் வைத்து வெறி தீரத் தீர்த்துக்கட்டினார்கள்.

ரண களம்! பிராந்தியமே புகையும் ரத்தமும் புழுதியும் மரண ஓலமுமாகிவிட்டது. வெளியே கூடியிருந்த பொதுமக்கள் திறந்த வாயை மூட முடியாமல் பிரமை பிடித்து நின்றுவிட்டார்கள்.

எல்லாம் முடிந்து எரியும் வாசனை மட்டும் மிச்சமாகச் சுழன்று எழுந்து ஓம் சாந்தி ஓம் சாந்தி என்றது.

இறந்தவர்களைச் சேர்த்துத் தொகுத்து எண்ணிப் பார்த்ததில் மொத்தம் நூற்றுப் பதினாறு பேர். நீதிமன்ற ஊழியர்கள், ராணுவ வீரர்கள், தீவிரவாதிகள், நீதிபதிகள்.

தாக்குதலுக்குச் சென்ற தீவிரவாதிகள் முப்பத்தைந்து பேரும் இறந்துவிட்டிருந்தார்கள். அதனாலென்ன? திட்டம் வெற்றி. முன்னூறு பேரைப் பிடித்துவைத்து நூற்றுக்கும் அதிகமானவர்களின் மரணத்தைக் காட்டிவிட முடிந்தது எப்பேர்ப்பட்ட விஷயம்!

எம்-19 குழு தமது 'தியாகிகளுக்கு' வீர வணக்கம் செலுத்தியது. கொலம்பிய சரித்திரத்தில் அப்படியொரு படுபயங்கரத் தாக்குதல் அதற்குமுன் நடைபெற்றதில்லை. நிறைய யுத்தங்களைப் பார்த்த தேசம்தான். லட்சக்கணக்கில் மரணங்களைச் சந்தித்தவர்கள்தான். ஆனால் இப்படி குறிப்பிட்ட இலக்குடன் நீதித்துறை ஆள்களாகப் பார்த்துத் தாக்கி அழித்த சம்பவம் எங்குமே நிகழ்ந்ததில்லை.

அதிபருக்குத் தாங்கமுடியாத கோபம். எம்-19 குழுவை மொத்தமாக ஒழித்துவிடும்படி ராணுவத்துக்கு உத்தரவிட்டார்.

ஆனால் அதற்கு முன்னதாகவே பாப்லோ எஸ்கோபர் அவர்களுக்கு வாக்களித்திருந்தபடி எம்-19ன் முக்கியஸ்தர்கள் பாதுகாப்பாகத் தப்பிச் செல்லவும் இயக்கத்தின் பிற போராளிகள் பதுங்கிக்கொள்ளவும் அத்தனை ஏற்பாடுகளையும் செய்து வைத்திருந்தான். எனவே தாக்குதல் பற்றிய விசாரணை தொடங்கியபோது எம்-19 குழுவைச் சேர்ந்த ஒரு பிரகஸ்பதி கூட கொலம்பியவில் கிடையாது என்று காவல்துறை கைவிரித்து விட்டது!

19. ஒரு தீர்மானம்

கொலம்பியா என்றில்லை. உலகின் எந்த மூலையிலும் அப்படியொரு கொடூரமான தாக்குதல் அதற்குமுன் நிகழ்ந்ததில்லை. உயிரிழந்த நூற்றுக்கணக்கானவர்களுள் பலபேரை அடையாளமே கண்டுபிடிக்கமுடியவில்லை. தாக்குதல் - மீட்பு - தண்ணி ஊத்தி அணைப்பு எல்லாம் முடிந்தபிற்பாடு தீவிரவாதிகள் பதுங்கியிருந்த தளங்களை ராணுவம் சோதனையிட்டபோது ஓர் அறையில், ஒரு நாற்காலியில் ஒரு மனிதர் உட்கார்ந்த நிலையில் முழுதுமாக எரிந்து இருந்தார்! அவரது உடலை நாற்காலியுடன் சேர்த்துக் கட்டியிருந்தது அரைகுறையாகப் பின்னால் கண்டுபிடிக்கப்பட்டது. அந்தப் பாவப்பட்ட மனிதர்தான் அந்நாளைய கொலம்பிய உச்சநீதிமன்றத் தலைமை நீதிபதி அல்ஃபோன்சோ ரெயஸ்.

இன்னும் பல நீதிபதிகளும் எரிக்கப்பட்டே இறந்திருந்தார்கள். இவர்களது உடல்களையெல்லாம் பத்திரமாக அவரவர் குடும்பங்களிடம் வழங்கக்கூட முடியாமல் பலவற்றை ஒரு பெரிய கேனில் போட்டு அப்படியே மொத்தமாகப் பிறகு எரித்து, அஸ்தியை மட்டும் வழங்கிவிட்டார்கள். 1993ம் ஆண்டு வெளிவந்த *The Palace of Justice: A Colombian Tragedy* என்கிற புத்தகத்தில் இந்தப் பரிதாபக் காட்சிகள் அத்தனையும் அணு அணுவாக வருணிக்கப்பட்டிருக்கிறது. இந்தச் சம்பவத்தைப் பற்றி வெளியான புத்தகங்கள் மட்டுமே சுமார் இருபது இருக்கும். நிறைய திரைப்படங்களும் தொலைக்காட்சி நிகழ்ச்சிகளும் மேடை மற்றும் வீதி நாடகங்களும் கூட.

தேசம் தழுவிய அதிர்ச்சி, வேதனை என்பதைத் தாண்டி சர்வதேச அளவில் கொலம்பியாவுக்கு இதன்மூலம் ஏற்பட்ட கெட்ட பெயர் கொஞ்சநஞ்சமல்ல. காட்டுமிராண்டிகளின் தேசமாகக் கொலம்பியாவை வருணித்து மேற்கத்திய தேசங்கள் கார்ட்டூன் போட்டுக் கட்டுரை எழுதின. அதே சமயம் கொலம்பியா என்றதுமே போதை என்கிற அடையாளம் ஏற்பட்டு, காலத்தால் அழிக்கமுடியாதபடிக்கு அந்த தேசத்தின் சரித்திரத்தில் அழுத்தமாகப் பதிந்துபோனது.

அதிபர் பெடான்கரால் ஒன்றுமே செய்யமுடியாமல் போனது. எம்-19 செய்த இந்தக் காரியத்தால் உந்தப்பட்டு கொலம்பியாவெங்கும் அதுநாள் வரை அரை டிக்கெட் ஆட்ட ங்கள் மட்டுமே ஆடிக்கொண்டிருந்த வேறு பல தீவிரவாத இயக்கங்கள் முழு வீச்சில் தமது தாக்குதல்களைத் தொடங்கின. பல இடங்களில் பல்வேறு கொலைகள், குண்டுவெடிப்புச் சம்பவங்கள் தொடர்ந்து நடைபெறத் தொடங்கின. ஒவ்வொரு தாக்குதல் சம்பவத்துக்கும் பொறுப்பு ஏற்றுக்கொள்வதை இயக்கங்கள் பெருமைக்குரிய விஷயமாகக் கருதின.

கொலம்பிய ராணுவமும் காவல்துறையும் சிறப்பாகச் செயல்படக்கூடியவையே. ஆனால் அவர்களிடம் குறிப்பாகப் பயிற்றுவிக்கப்பட்ட தீவிரவாத எதிர்ப்புப் பிரிவு (anti-terrorism wing) என்று ஒன்று அதுநாள் வரை இல்லாமலே இருந்தது. போதைத் தடுப்புப் பிரிவு மாதிரி இதற்கும் ஒரு வேலை செய்தாகவேண்டிய கட்டாயம் ஏற்பட்டுவிட்டதை அதிபர் புரிந்துகொண்டார். உடனடியாகத் தொலைக்காட்சியில் தோன்றி மக்கள் முன் அரை மணிநேரம் சொற்பொழிவாற்றினார்.

தேசம் இருக்கும் நிலை என்ன? அரசாங்கம் செய்யவேண்டியது என்ன? மக்கள் ஆற்றக்கூடிய பணிகள் என்னென்ன? இரு தரப்பும் எப்படி ஒத்துழைப்பது?

அருமையான பேச்சு. அத்தனை பேரும் கைதட்டினார்கள். ஆனால் அரசுத்துறைகளில் மலிந்துவிட்ட ஊழல் மற்றும் கிரிமினல் ஆதரவு மனோபாவஸ்தர்களை யாராலும் ஒன்றும் செய்யமுடியாமல் போனது. என்ன செய்தாலும் நான் இருக்கிறபடிதான் இருப்பேன், அவன் எனக்கு பார்ட் டைம் படியளந்துகொண்டிருக்கிறான்

என்கிற மனோபாவம் அது. ஒரு கட்டத்தில் கொலம்பிய காவல் மற்றும் நீதித்துறைகளில் எழுபது சதவீதத்துக்கும் அதிகமானோர் போதைக் கடத்தல் கும்பல்களிடம் மாதம் தவறாமல் பணம் பெற்றுக்கொண்டிருப்பது தெரியவந்தபோது அரசால் ஒன்றுமே செய்யமுடியாமல் போனது.

வெறுத்துப் போனாலும் அதிபர் மனம் தளரவில்லை. இருக்கிற செட்டப்பிலிருந்து ஆள் எடுத்து தீவிரவாதத் தடுப்புப் பிரிவு ஒன்றை உருவாக்குவதைக் காட்டிலும் புத்தம்புதிதாக அப்படியொரு அமைப்பைத் தொடங்கலாம் என்று முடிவு செய்தார். ராணுவ உயரதிகாரிகள் சிலரிடம் மட்டும் விஷயத்தைச் சொல்லி, தேசமெங்கிலுமிருந்து அர்ப்பணிப்புணர்வுள்ள இளைஞர்களைச் சல்லடை போட்டுத் தேடத் தொடங்கினார்கள்.

அதன் விளைவாக உருவானதுதான் *AFEUR (Agrupacion de Fuerzas Especiales Antiterroristas Urbanas* என்றால் *Urban Counter-Terrorism Special Forces Group* என்று அர்த்தம்).

இரண்டே இலக்குகள்தான் இந்தப் படைக்கு. முதலாவது தீவிரவாத இயக்கங்கள் அனைத்தையும் வேரோடு அழிப்பது. அரசாங்கமோ, காவல்துறையோ, ராணுவத்தின் பிற பிரிவுகளோ, நீதித்துறையோ - யாரும் எந்தக் கேள்வியும் கேட்கமாட்டார்கள். ஆயுததாரியாக யாரைப் பார்த்தாலும் போட்டுத்தள்ளு. எங்காவது துப்பாக்கிகள், குண்டுகள் பதுக்கிவைத்திருக்கிறார்கள் என்று கேள்விப்பட்டால் உடனே போய் போகி கொளுத்திவிடு. போதைக் கடத்தல் தடுப்புப் பிரிவுடன் எப்போதும் தொடர்பில் இருங்கள். அவர்கள் கடத்தல் மட்டும் செய்யும்போது போ.த.க. பிரிவு பார்த்துக்கொள்ளட்டும். அவர்கள் ஆயுதம் தூக்குவது கண்ணில் பட்டால் உடனே நீ களத்தில் இறங்கிவிடு. இது முதல் டார்கெட்.

இரண்டாவது, வி.ஐ.பி. பாதுகாப்பு. அதிலும் சில கட்டுப்பாடுகள் உண்டு. அதிபர், பிரதமர், உச்சநீதிமன்றத் தலைமை நீதிபதி போன்ற தேசத்தின் மிக உயரிய அந்தஸ்தில் உள்ளவர்களுக்கு மட்டும் இந்தத் தீவிரவாதத் தடுப்புப் பிரிவினர் பாதுகாப்பளிப்பார்கள். எப்போதாவது வெளிநாட்டிலிருந்து வி.ஐ.பிக்கள் வரும்போதும் இதே படை பாதுகாக்கும். மற்ற பாதுகாப்புப் பணிகளை வழக்கமான காவல், ராணுவப் பிரிவுகள் பார்த்துக்கொள்ளும்.

ஏற்பாடுகள் தயார். பயிற்சிகள் ஆரம்பமாயின. மறுபுறம் நடந்த தாக்குதல் சம்பவம் தொடர்பான விசாரணைகள் ஓரெல்லை வரை போய் எங்கோ முட்டிக்கொண்டு அந்தரத்தில் நின்றுகொண்டிருந்தது. இந்த விசாரணையில் அமெரிக்க அரசு கொலம்பியாவுக்கு அளித்த ஒத்துழைப்பைச் சொல்லவேண்டும்.

குறிப்பிடும்படியான பல உபயோகமான கண்டுபிடிப்புகளை அமெரிக்க உளவுத்துறை இந்த விஷயத்தில் நிகழ்த்தியது. முக்கியமாக எம்-19 குழுவினருக்கு போதைக் கடத்தல் கும்பலுடன் இருந்த தொடர்பை கொலம்பிய போலீசால் நிரூபிக்க முடியாமல் தவித்துக்கொண்டிருந்த சமயத்தில் பல்வேறு ஆதாரங்களைத் திரட்டிக்கொண்டுவந்து கொடுத்து, இரண்டு அயோக்கியர்களின் இனிய சங்கமத்தை வெளிச்சம் போட்டுக் காட்டியது சி.ஐ.ஏ.தான்.

முதலில் கொலம்பிய அரசே இதனை நம்பவில்லை. எம்-19 கொலைகள் செய்யும், கடத்தும், கொளுத்தும் எல்லாம் செய்யும்தான். ஆனால் அவர்கள் ஒரு கொள்கையின் அடியொற்றி நடக்கும் இடதுசாரிகளாயிற்றே? எப்படி போதைக் கடத்தல்காரர்களுடன் கூட்டணி வைக்கமுடியும் என்று வியந்தார்கள்.

இந்த கொள்கை, உளுத்தம்பருப்பு, புண்ணாக்கு எல்லாம் பணத்துக்கு அப்புறம்தான் ஐயா என்று சொன்னார்கள் சி.ஐ.ஏவின் அதிகாரிகள். நம்பமுடியவில்லை. ஆனாலும் ஆதாரங்கள் மிகப் பலமாக இருந்தன. நீதிபதிகளைத் தீர்த்துக்கட்டுவது தவிர, பல போதை கிரிமினல்களின் ஃபைல்களை அழிப்பதற்காகவும்தான் அந்தத் திட்டம் மேற்கொள்ளப்பட்டது என்று கண்டுபிடிக்கப்பட்டிருந்தது. இரண்டு அத்தியாயங்களுக்கு முன்னர் அந்த நான்காவது மாடி எரிந்ததே, நினைவிருக்கிறதல்லவா?

ஜூன் 1986ல் இந்த வழக்கு தொடர்பான விசாரணைகளுக்கென்று நியமிக்கப்பட்ட கமிஷன் ஒருமாதிரி தன்னுடைய அறிக்கையைச் சமர்ப்பித்தது. ஆனாலும் அதை ஒரு முழுமையான அறிக்கையாகச் சொல்லமுடியாது. நிறைய சந்தேகங்களை வைத்திருந்தார்கள். திடுக்கிடும் தொடர்கதை ஆசிரியர்கள் மாதிரி பல பகுதிகளில் தொடரும் போட்டு, அப்புறம் தொடராமலேயே பாக்கி வைத்திருந்தார்கள்.

அதுபற்றிய வாத விவாதங்கள் பல வருடங்களுக்கு நடந்தன. இறுதி முடிவு என்ன என்பதுதான் இதில் முக்கியம்.

நம்புங்கள். இன்றுவரை கொலம்பிய சுப்ரீம் கோர்ட் நீதிபதிகள் கொலைக்கும் அந்தச் சந்தர்ப்பத்தில் இறந்த நூற்றுக்கணக்கான அப்பாவிப் பொதுமக்களின் மரணங்களுக்கும் டாக்குமெண்ட் எரிப்புச் சம்பவத்துக்கும் ஒட்டுமொத்தத் தாக்குதலுக்குமென்று ஒரு ஈ, எறும்பு, கொசுவைக்கூடக் கடைசி வரைக் கைது செய்யவேயில்லை! தாக்குதலில் ஈடுபட்ட தீவிரவாதிகள் அங்கேயே இறந்துபோனார்கள் என்பதுதான் ஒரே ஆறுதல். மற்றபடி எம்-19 இயக்கத்தின் தொடர்பு, எஸ்கோபரின் தொடர்பு உள்ளிட்ட எத்தனையோ ஆதாரங்கள் கைவசமிருந்தும் ஒருவரைக்கூடக் கைது செய்யமுடியவில்லை, சிறையில் அடைக்க முடியவில்லை.

கொலம்பிய சரித்திரத்தில் மிகப்பெரிய அவமானமாக இன்றுவரை அப்படியே தங்கிப் போய்விட்டது இது. இதில் இன்னொரு காமெடியும் நடந்திருக்கிறது. சம்பவம் நடந்தபோது இறந்தவர்கள் தவிர தப்பிப்பிழைத்தவர்கள் என்றும் சிலர் உண்டல்லவா? அதில் பதினோரு பேரைக் காணவில்லை என்று அறிக்கை கொடுத்தது கொலம்பிய காவல் துறை.

காணோம் என்றால்?

காணோம்தான். இறந்தவர்கள் பட்டியலிலும் அவர்கள் இல்லை. உயிர் பிழைத்து மறுநாள் முதல் உத்தியோகம் பார்க்கவும் வரவில்லை. அவரவர் வீடுகளில் விசாரித்தாலும் தகவல் இல்லை. அதில் பத்தொன்பது வயது சட்டக்கல்லூரி மாணவி ஒருத்தியும் அடக்கம். ஏதோ ஒரு சந்தர்ப்பத்தில் அவளை எம்-19 குழுவிலேயே பார்த்ததாகச் சில உளவாளிகள் சொன்னார்கள். அதற்கும் ஆதாரம் கிடைக்காமல் போய்விட்டது.

இம்மாதிரி பல அபத்தங்களுடன் மக்களால் மறக்கப்பட்ட சம்பவத்தைச் சமீபத்தில் 2005ம் ஆண்டு மீண்டும் தூசி தட்டி எடுத்து, எப்படியாவது வழக்கை ஒரு வழி பண்ணியே தீரவேண்டும் என்று முடிவு செய்தது கொலம்பிய சுப்ரீம் கோர்ட். இதற்காக உண்மை அறியும் குழு ஒன்றையும் அமைத்தது. சில சுப்ரீம் கோர்ட் நீதிபதிகள், அரசியல்வாதிகள், பொதுமக்கள் பிரதிநிதிகளாகச்

சில அரசு சாரா அமைப்பு நிர்வாகிகளைக் கொண்ட இந்தக் குழு, நவம்பர் 3, 2005ல் தனது பணியை ஆரம்பித்தது. அவ்வப்போது இந்தக் குழு இயங்குவது பற்றிய செய்திகள் வருமே தவிர இன்றுவரை இவர்களும் வேலையை முடித்து ஏறக்கட்டியதாகத் தெரியவில்லை!

இந்த அளவில் நீதிமன்றத் தாக்குதல் சம்பவம் தொடர்பான தகவல்களை நிறுத்திக்கொண்டு நாம் மீண்டும் எஸ்கோபரைத் தொடர்வோம். இந்த ஒரு வழக்குதான் 2007 வரை இழுத்தடித்துக்கொண்டிருக்கிறது என்று நினைத்துவிடாதீர்கள். எஸ்கோபர் சம்பந்தப்பட்ட பற்பல வழக்குகள் இன்னும் சாந்தியடையாத ஆன்மாவைப் போல் இப்படித்தான் அலைந்து கொண்டிருக்கின்றன. எஸ்கோபரே 1993ல் இறந்துவிட்டான் என்றபோதும் அந்த வழக்குகள் இன்னும் உயிருடன் தான் இருக்கின்றன. முடிகிற மாதிரி தெரியவில்லை!

சரி, எங்கே விட்டோம்?

ஆம். எஸ்கோபரின் கோபம். அந்தச் சட்ட அமைச்சர் பொனில்லாவைக் கொன்றாகிவிட்டது. உச்சநீதிமன்றத்தின் மீது ஒரு தாக்குதல் நடத்த ஏற்பாடு செய்து ஆசைப்பட்டபடி தலைமை நீதிபதி முதல் பல பேரைக் கொன்று, ஆவணங்கள் அனைத்தையும் எரித்தாகிவிட்டது. அடுத்தது என்ன?

அந்தப் போட்டி கம்பெனி காலி கார்ட்டல். மவனே இனி உனக்குத்தாண்டி பால் என்று மனத்துக்குள் சொல்லிக்கொண்டான் எஸ்கோபர்.

அது எண்பதுகளின் இறுதி வருடங்கள். 87, 88, 89 காலகட்டம் என்று வையுங்கள். அப்போது எஸ்கோபரின் மெடேலின் கார்ட்டல் வருஷத்துக்குக் குறைந்தது முப்பது முதல் முப்பத்தைந்து பில்லியன் டாலர் வரைக்கும் பணம் பண்ணிக்கொண்டிருந்தது. எண்ணில் எழுதி சைபர் போட்டுப் பார்த்தீர்களென்றால் பத்து நாளைக்குத் தூக்கம் வராது.

ஒப்பீட்டளவில் காலி கார்ட்டலுக்கு அத்தனை பெரிய பிசினஸ் அப்போது இல்லை. ஆனால் காலியின் ஒரு பைசா வருமானம் கூடத் தன்னுடையதாகத்தான் இருந்திருக்கவேண்டும் என்பதில்

எஸ்கோபருக்குத் துளி சந்தேகமும் இல்லை. எனக்குப் போட்டியாகத்தானே கிளம்பியிருக்கிறீர்கள்? என் ஏகபோகத்தை ஒழிப்பதுதானே திட்டம்? முதலில் மரிஜ்ஜுவானா அது இது என்று போக்குக் காட்டிவிட்டு இறுதியில் கொகெயின் என்று அடிமடியிலேயே கைவைத்திருக்கிறீர்கள் அல்லவா?

நல்லது. உங்களுக்கு மங்களம் உண்டாகட்டும். இதோ எஸ்கோபர் உங்கள் பக்கம் பார்வையைப் பதித்துவிட்டான். இனி விதியுடன் விளையாடத் தயாராகுங்கள்.

தனது குழுவினர் அத்தனை பேரையும் அழைத்துத் தன் தீர்மானத்தைச் சொன்னான் எஸ்கோபர். கேட்டுவிட்டு அவர்கள் எல்லோரும் எழுந்து நின்றார்கள். கெட்ட காரியஸ்தர்கள்தான் என்றாலும் எஸ்கோபர் சொன்னது அத்தனை சுலபத்தில் அவர்களாலேயே ஜீரணிக்கக்கூடியதாக இல்லை.

20. என் இலக்கு வேறு!

எஸ்கோபர் ஏதோ சொல்லிவைக்க, எதிரே சுற்றி நின்ற உத்தமபுத்திரர்கள் அத்தனை பேரும் அதிர்ச்சியடைந்து எழுந்து நின்றார்கள் என்று சென்ற அத்தியாயத்தில் பார்த்தோம். அப்படி என்ன சொல்லியிருப்பான்? மிஞ்சிப்போனால் ஒரு வில்லனாகப்பட்டவன் என்ன சொல்லமுடியும்? எதிரிகள் கூட்டத்தை மொத்தமாக அழித்து ஒழித்துவிடுவீர்களாக என்று உத்தரவிடமுடியும். அதுதானே? புதுசா என்ன? என்ன பெரிய சஸ்பென்ஸ் வேண்டிக்கிடக்கிறது?

விஷயம் உள்ளது. கிரிமினல் என்றாலும் எஸ்கோபர் அதிபுத்திசாலி. பல சமயங்களில் உணர்ச்சிவசப்பட்டு, கொதிப்படைந்து கத்துகிறவன் என்றாலும் உள்ளுக்குள் அல்ஜீப்ரா, கால்குலஸில் எக்ஸ்பர்ட். நண்பர்களின் கருத்துக்கு மதிப்பளித்துத்தான் எந்தச் செயலையும் செய்யத் தொடங்குவானே தவிர, ஒவ்வொரு செயலின் கிளைமாக்ஸும் அவனது திட்டத்தில் உதித்ததாகத்தான் இருக்கும். எஸ்கோபர் கோபமாக இருக்கிறான், அவன் சார்பில் நாம் யோசிப்போம் என்று சகாக்கள் திட்டம் தீட்டுவார்கள். அவர்கள் அளவில் உத்தமமான யோசனைகளைத்தான் தருவார்கள். எஸ்கோபரும் கேட்டுக்கொள்வான். ஆனால் தன் உள்மனத்தில் என்ன ஓடுகிறது என்பதை வெளிப்படுத்தமாட்டான்.

அவனைப் பொறுத்தவரை தனது சகாக்களின் யோசனைகளைச் செயல்படுத்துவது என்பது ஒரு நெட் ப்ராக்டிஸ் மாதிரி. இறுதி

ஆட்டம் என்பது அவன் தீர்மானிப்பதுதான். அந்தத் தீர்மானம் இறுதியில் உருவானது என்பது போன்றதொரு தோற்ற மயக்கம் எல்லோருக்கும் உண்டாகும். உண்மையில் நெட் ப்ராக்டிஸுக்கு முன்பே அவன் தீர்மானித்திருப்பான். அவனது வாழ்வில் நடைபெற்ற ஒவ்வொரு சிறு சம்பவத்தையும் கவனித்துப் பார்த்தால் இது விளங்கும்.

நீதிமன்றத் தாக்குதல் திட்டம் முடிவடைந்தபிற்பாடு, அடுத்த குறி நேரடியாக காலி கார்ட்டல்தான் என்று எஸ்கோபரின் மெடேலின் கார்ட்டல்காரர்கள் அத்தனை பேருக்கும் சந்தேகமறத் தோன்றியது. எஸ்கோபரின் இறுதி இலக்கும் அதுவாகத்தான் இருக்கும் என்று நினைத்தார்கள். அவனும் அதையேதான் சொல்லிக் கொண்டிருந்தான்.

ஆனால் எஸ்கோபர் தீர்மானித்திருந்த வழிமுறை அவர்கள் கற்பனை செய்ய முடியாதது. அவன் பேசத் தொடங்கினான்:

‘காலி கார்ட்டல். ஆம். நமது விரோதிகள். ஒழித்துவிடலாம். ஆனால் நாளைக்கு ஜாலி கார்ட்டல் என்று இன்னொன்று முளைக்கும். அவர்களுக்காக ஒரு யுத்தம் செய்யச் சொல்வீர்களா? நான் என்ன வேலைவெட்டி இல்லாதவன் என்று நினைத்தீர்களா? தவிரவும் ஒரு யுத்தம் என்பது எத்தனை செலவுகளை உள்ளடக்கியது என்று யோசித்துப் பாருங்கள். நாம் சம்பாதிப்பதெல்லாம் எதிரிகளை அழிப்பதற்கே செலவாகிப் போகுமென்றால் எதற்காக நாம் தொழில் செய்யவேண்டும்? எதிரிகளற்று வாழ்ந்து விட்டுப் போனால் போகிறது! அது ஒரு விஷயமா? நான் ஓர் எம்.பி. ஆனதுபோல் நீங்கள் அனைவரும் எம்.பி. ஆகிவிடுங்கள். வருமானத்துக்கு வருமானமாச்சு, கௌரவத்துக்கு கௌரவமாச்சு. அரசியலில் இப்படியான யுத்தங்களுக்கு வாய்ப்பு வராது. எல்லாமே சாராயக்கடை சண்டைகள் போலத்தான் வரும். இடதுகையை வீசிவிட்டுப் போய்க்கொண்டே இருக்கலாம். என்ன சொல்கிறீர்கள்?’

‘புரியவில்லை எஸ்கோபர்.’

‘நாம் யுத்தக் களத்தில் இருக்கிறோம் என்பது உண்மை. ஆனால் நமது எதிரில் இருப்பது காலி அல்ல என்பதைப் புரிந்துகொள்ளுங்கள்.’

‘சுத்தமாகப் புரியவில்லை எஸ்கோபர்’

'என் செல்ல முட்டாள் நண்பர்களே. காலி கார்ட்டலுடன் நாம் நேரடியாக யுத்தம் செய்யத் தொடங்கினால் முதலில் சந்தோஷப்படப்போவது அரசாங்கம்தான். இரண்டுபேரும் மோதிக்கொண்டு செத்துப் போங்கள் என்று சந்தோஷமாக வேடிக்கை பார்ப்பார்கள். கொஞ்சகாலம் மறைமுகமாக அவர்களுக்கு உதவி செய்தாலும் ஆச்சர்யப்படுவதற்கில்லை. முதலில் நம்மை அழித்துவிட்டு அப்புறம் அவர்களையும் சேர்த்து அழிப்பார்கள். யாருக்கு லாபம்?'

'சரி, அதனால்?'

'யுத்தம் நம் மீது திணிக்கப்பட்டிருக்கிறது என்பதில் சந்தேகமில்லை. ஆனால் அது நேரடியாக காலி கார்ட்டல் மீதல்ல. அரசாங்கத்தின் மீதுதான். தீவிரமான, இடைவிடாத யுத்தம். கட்டாய யுத்தம். அரசு அலறவேண்டும். நாம் ஜெயித்துக்கொண்டே இருக்கவேண்டும். அரசாங்கத்தை நிர்மூலம் செய்வதன்மூலம் பிற அனைத்து போதைக் கும்பலுக்கும் ஒரு நிரந்தரமான அச்சத்தைத் தரவேண்டும். அதுதான் அவர்களை நம் வழியில் குறுக்கிடாமல் தடுக்கும். காலி நமக்குப் போட்டியாளன் தானே தவிர எதிரி அல்ல. போட்டியாளர் இருக்கும்போதுதான் நமது தொழில் சுறுசுறுப்படையும். அழிக்க வேண்டியது எதிரியைத்தானே தவிர போட்டியாளனை அல்ல.'

'சரி, என்ன சொல்ல வருகிறாய் எஸ்கோபர்?'

'யுத்தம் அறிவிக்கிறேன். *Total and absolute War.* கொலம்பிய அரசாங்கத்தின் மீது அறிவிக்கிறேன். துவம்சம் செய்து சின்னா பின்னப்படுத்தப்போகிறேன். அடிக்கிற அடியில் அவர்கள் அலறும் சத்தம் தென்னமெரிக்கா முழுதும் கேட்கவேண்டும் என்கிறேன். காலி, கோலி, ஜாலி எல்லாம் வாலைச் சுருட்டிக்கொண்டு பெட்டிப்பாம்பாய் அடங்கி ஒடுங்கி உட்காரும் என்கிறேன். நமக்கு எதிராகப் பிறகு ஒரு புழு பூச்சி கூட நெளியாது என்கிறேன். புரிகிறதா?'

அறிவிக்கப்படுவதுதான் யுத்தம் என்றால் அப்போது நடந்தது? நண்பர்கள் புரியாமல் குழம்பினார்கள். எஸ்கோபர் சிரித்தான். தன் பிரத்தியேகத் தங்க மதுக்குடுவையிலிருந்து விஸ்கியை கிளாஸ்களில் தானே ஊற்றி அனைவருக்கும் வழங்கினான்.

சாப்பிடுங்கள் என்று சொல்லிவிட்டுத் திரும்பவும் பேசத் தொடங்கினான்.

'நீதிமன்றத் தாக்குதல் நீங்கள் நினைத்ததுபோல் இறுதி யுத்தம் அல்ல நண்பர்களே. ஒரு பயிற்சி ஆட்டம். அரசு இயந்திரத்தைச் சீண்டினால் எப்படி ரியாக்ட் செய்வார்கள் என்று அறிய விரும்பினேன். அவர்களது தற்காப்பு ஆட்டம், எதிர்த்தாக்குதல் எப்படி இருக்கும் என்று பார்க்க விரும்பினேன். காவல் துறையும் நீதித்துறையும் அதிகபட்சம் எத்தனை தூரத்துக்கு வழக்குகளில் முன்னேறும் என்று அறியவிரும்பினேன். அவ்வளவுதான். இதில் நான் புரிந்துகொண்டது என்ன தெரியுமா? அரசு ஒரு கழுதை. பொதி சுமக்குமே தவிர, வேகமாக அதனால் ஓட முடியாது. கழுதைகள் தானாக இலக்குகளை அடைவதில்லை. குதிரைகள்தான். நாம் குதிரைகளாக இருக்கும்வரை கழுதைகளை ஒழிப்பது பெரிய விஷயமல்ல. துரதிருஷ்டவசமாக இன்றைக்குக் கழுதைகள்தான் குதிரைகளை ஆள்கின்றன. அதனை மாற்றுவதுதவிர நமக்குப் பெரிய காரியம் வேறில்லை. எனவே என் யுத்தம் அரசாங்கத்துடன் தான். இதில் மாற்றமில்லை.'

இப்போது சொல்லுங்கள். எஸ்கோபரின் நண்பர்கள் அதிர்ச்சியடையாமல் வேறென்ன செய்வார்கள்?

ஆகஸ்ட் 18, 1989 அன்று மெடேலின் கார்ட்டல் திட்டவட்டமாக, வெளிப்படையாகத் தனது அந்த யுத்த அறிவிப்பை வெளியிட்டது. அரசாங்கத்துடனான முடிவற்ற யுத்தம். இறுதி யுத்தம். தனது ஆள்களைத் தக்க ஆதாரங்கள் இல்லாமல் கைது செய்து அமெரிக்காவுக்கு அனுப்பிவைப்பதை எதிர்த்துத் தொடங்கப் படவிருக்கும் யுத்தம் என்று காரணம் சொல்லப்பட்டது.

யுத்தத்துக்கான செயல்திட்டத்தையும் எஸ்கோபரே வரையறுத்தான். தீவிரவாதச் செயல்களின் மூலம் பொதுமக்களை அச்சுறுத்தி, அதன்மூலம் அரசாங்கத்தை கார்னர் செய்வது. ஏற்கெனவே நூற்றுக்கணக்கில் அம்மாதிரியான காரியங்கள் நிகழ்ந்திருந்தன என்றபோதும் ஒரு தெளிவான திட்டத்துடன் குறிப்பிட்ட கால இடைவெளியுடன் அடுத்தடுத்து, தொடர்ச்சியாகத் தாக்குதல்களை நிகழ்த்துவதன்மூலம் மட்டுமே நிரந்தரமானதொரு அச்சத்தை விளைவிக்க முடியும் என்று எஸ்கோபர் சொன்னான்.

ஆரம்பமானது. தனது முதல் குறியாக மெடேலின் கார்ட்டல் வைத்தது, *Departamento Administrativo de Seguridad (DAS)* என்கிற கொலம்பிய செக்யூரிடி நிர்வாக அமைப்பின்மீது.

DAS ஒரு செக்யூரிடி அமைப்புதான். ஆனால் அதன் செயல்பாடுகள் பெரும்பாலும் ஒரு பெரிய உளவு அமைப்பின் செயல்பாடுகள் போலவே இருக்கும். இன்னும் புரியும் விதத்தில் சொல்லவேண்டுமென்றால் பாகிஸ்தானிய உளவு அமைப்பான ஐ.எஸ்.ஐக்கு ஒன்றுவிட்ட சித்தப்பா என்று சொல்லலாம். தேசத்துக்காக உளவறிந்து சொல்வது ஒரு ஜோலி. இடையிடையே அவசியம் ஏற்பட்டால் சிறு யுத்தங்கள் நிகழ்த்துவதும் அனுமதிக்கப்பட்டதே. அதே சமயம் அரசு மற்றும் அரசுக்கு வேண்டப்பட்ட அரசு சாரா அமைப்புகளுக்குப் பாதுகாப்பு வழங்குவதும் இதன் பணிதான். எல்லாம் பத்தாது பரமாத்மாவே என்று குடியேற்றங்கள், முறை தவறிய குடியேற்றங்கள், விசா காலாவதியாகி ஊருக்குள் சுற்றிக்கொண்டிருக்கும் விடலைகளைக் கண்டறிந்து கைது செய்வது என்று சகட்டு மேனிக்குப் பணிகள் உள்ள அமைப்பு.

ஒரு வரியில் சொல்லுவதென்றால், கொலம்பிய அரசாங்கத்தில் ஆறேழு டிபார்ட்மெண்டுகள் அன்று பார்த்துக்கொண்டிருந்த வேலைகளை இந்த *DAS* அமைப்பும் சைடு பிசினசாகப் பண்ணிக்கொண்டிருந்தது. இதுவும் ஓர் அரசாங்க அமைப்புதான். என் வேலையில் நீ ஏன் குறுக்கிடுகிறாய் என்று பிற அமைப்புகள் எதுவும் இதனைக் கேள்வி கேட்காது. கேட்க முடியாது என்பதுதான் விஷயம். அரசுக்கு மிகவும் செல்லப்பிள்ளை. பல உத்தமமான காரியங்களை முன்னதாகச் செய்துமுடித்து மிகவும் நல்ல பெயர் வாங்கியிருந்தது. செய்த ஒரே தவறு, மெடேலின் கார்ட்டலின் சில முக்கியமான வெளிநாட்டு ஏஜென்சிகளைக் குறிவைத்து வளைத்து, இருக்கிற இடமே தெரியாமல் அழித்துவிட்டிருந்தது. பல சீனியர் பணியாளர்களை திடீரென்று 'காணாமல் போக'ச் செய்து இருந்தது.

ஆகவே 'டாஸை'க் குறிவைத்துத் தன் தாக்குதலைத் தொடங்கலாம் என்று எஸ்கோபர் முடிவு செய்தான்.

யுத்த அறிவிப்பு வெளியிடப்பட்டது ஆகஸ்ட் *18* என்று பார்த்தோம். உடனடியாகச் செயல்திட்டங்களில் இறங்கினார்கள். எம்-*19* மாதிரி

வேறு பல சிறு போராளி மற்றும் தீவிரவாதக் குழுக்களுடன் மெடேலின் ஆட்கள் தொடர்புகொண்டார்கள்.

அதே பாடல், அதே பல்லவி, அதே சரணங்கள். உங்களுக்குப் பணம் வேண்டும், எங்களுக்குச் செயல் வேண்டும். என்ன சொல்கிறீர்கள் என்கிற கதனகுதூகல ராகத்தில் அமைந்த பாடல்.

எம்-19 இயக்கம் மெடேலின் கார்ட்டலுக்காகப் பணிபுரிந்து என்ன சம்பாதித்தது என்கிற தகவல் கிட்டத்தட்ட கொலம்பிய தீவிரவாத இயக்கங்கள் அனைத்துக்கும் அப்போது தெரிந்துவிட்டிருந்தது. அதுநாள் வரை பத்தோடு பதினொன்றாக மட்டுமே இருந்த எம்-19, திடீரென்று எழுச்சி பெற்று பெரிய பொருளாதார சௌகரியங்களுடனும் புதிதாகப் பல உறுப்பினர்களுடனும் தீவிரமாகச் செயல்படத் தொடங்கியிருப்பதைக் கண்டபிறகும் அவர்கள் சும்மா இருப்பார்களா என்ன?

ஆத்துல போற தண்ணி. ஐயா குடி. அம்மா குடி. கசக்கிறதா என்ன? ஐயா எஸ்கோபர், உங்களுக்கு நாங்கள் என்ன செய்யவேண்டும், கட்டளையிடுங்கள் என்று சுல்தான் முன் சேவகன் மாதிரி மண்டியிட்டு அமர்ந்து செவிகொடுத்தார்கள்.

உலகில் வேறெங்குமே நடைபெறாத, நடைபெற முடியாத விஷயம் இது. ஒரு கொள்கையுடன் அரசாங்கத்துக்கு எதிராகக் களமிறங்கி, காட்டிலும் மேட்டிலும் அலைந்து திரிந்து யுத்தப் பயிற்சி எடுத்துக்கொண்டிருந்த இயக்கங்கள் அனைத்தும் பணத்துக்காக மட்டும் ஒரு போதை கிரிமினலுக்கு அடிபணிந்து அவனுக்காக பார்ட் டைம் சேவையாற்றப் புறப்பட்ட சம்பவம். இதனாலேயே பல கொலம்பிய இடதுசாரி கெரில்லா இயக்கங்களுக்கு சர்வதேச அளவில் இயங்கிக்கொண்டிருந்த பல போராளி இயக்கங்கள் மத்தியில் மரியாதை இல்லாமல் ஆயிற்று. சர்வதேசப் போராளி இயக்கங்களுக்கு நிதியுதவி செய்துகொண்டிருந்த பல அமைப்புகள் கொலம்பியாவை மட்டும் த்ராட்டில் விட்டன. அவர்களைப் போலி இடதுசாரிகள் என்று குற்றம் சாட்டத் தொடங்கினார்கள்.

அது வேறு கதை. இங்கே அவசியமில்லை. நாம் பார்க்கவேண்டியது எஸ்கோபரின் அரசாங்கத்துடனான யுத்தம். அதன்மூலம் தனது போட்டியாளர்களைப் பின்வாங்கிப் பதுங்கச்செய்ய அவன் தீட்டிய

ராஜதந்திர திட்டம். திட்டத்தின் தொடக்கப் புள்ளியாக அவர்கள் தீர்மானித்த 'டாஸ்' தலைமையகத் தாக்குதல்.

டிசம்பர் 6 என்று முதலில் தேதி தீர்மானித்தார்கள். 'டாஸ்' அமைப்பின் தலைமையகம் போகாடோ நகரத்தில்தான் இருந்தது. அதன் இயக்குநர் மிகுவேல் மாஸா மார்க்குவேஸ் *(Miguel Maza Marquez)* பிராந்தியத்தில் உத்தமோத்தமர் என்று பெயரெடுத்தவர். தேர்ந்த ராணுவ அதிகாரி. பல அதிரடி ஆப்பரேஷன்களில் சாதித்தவர். குறிப்பாக எஸ்கோபரின் நெட் ஒர்க்கை உடைப்பதற்குப் பழைய சட்ட அமைச்சர் (நினைவிருக்குமே!) ரோட்ரிகோ லாரா பொனில்லாவுக்கு இடது, வலது கரங்களாக இருந்து உழைத்தவர்.

தலைமையகத்தைத் தாக்கித் தகர்த்து, கூடவே மி.மா. மார்க்குவேஸுக்கும் மோட்சப்பிராப்தி அளித்துவிடுவது என்று முடிவானது.

சரி, போய் ஆயிரம் பவுண்டு வெடிமருந்தை முதலில் தயார் செய்யுங்கள் என்று உத்தரவிட்டான் எஸ்கோபர்.

21. 107 பேர்

ஹே அர்ஜுனா, மனிதன் பொருட்களைச் சதா நினைத்துக் கொண்டிருப்பதனால் அவற்றின்மீது பற்று உண்டாகின்றது. அந்தப் பற்று வீரியமுறுகின்றபோது ஆசையாக மாறுகிறது. ஆசை கோபத்துக்கு வித்தாகிறது. கோபத்தால் மனம் மயங்குகிறது. மன மயக்கத்தினால் புத்தி கெடுகிறது. புத்தி கெடுவதனால் பகுத்தறிவு இல்லாது போகிறது. பகுத்தறிவு காலாவதியானால் மனிதன் அழிகிறான்.

ஆகவே குந்திபுத்திரனே என்று கீதையில் பகவான் என்னத்தைச் சொல்லவந்தான் என்று மெல்ல யோசித்துக்கொள்ளலாம். அவகாசம் இருக்கிறது. எஸ்கோபர் ஓர் அழிவினை உத்தேசித்து அதையே நினைத்துக்கொண்டிருந்தபடியால் அவனது புத்தியில் வேறெதுவுமே அப்போது இல்லாமல் ஆகிவிட்டது. *DAS* தலைமையகத்தைத் தகர்த்துவிடுவது என்று முடிவு செய்து ஆயிரம் பவுண்டு வெடிமருந்துக்கு ஆர்டர் கொடுத்த கையோடு அன்றைய தினசரியைப் புரட்டியவனுக்குச் சடாரென்று இன்னொரு யோசனை அக்கணமே உதித்தது.

கட்டடத்தை வெடிவைத்துத் தகர்ப்பது நல்ல யோசனைதான். செயல்படுத்துவதில் பெரிய சிரமம் ஏதுமிராது என்பதிலும் சந்தேகமில்லை. ஆனால் உலகம் திரும்பிப் பார்க்குமா? வேண்டியது என்ன? ஒரு முழுநீள யுத்தம் தொடங்கப்பட்டிருக்கிறது என்பது உலகுக்குத் தெரியவேண்டும். கொலம்பிய அரசாங்கம்

செய்வதறியாமல் கைகளைப் பிசைந்துகொண்டு நிற்கவேண்டும். அழிவு அசாதாரணமாக இருக்கவேண்டும். கட்டடத்தைக் குண்டுவைத்துத் தகர்க்கும்போது நிச்சயம் உயிர்கள் போகும். அதிர்ச்சி உண்டாகும். ஆனால் எத்தனை உயிர்கள் போகும் என்று உறுதியாகச் சொல்வதற்கில்லை. குண்டு வெடிக்கிற நேரத்தில் மக்கள் டீ குடிக்க வெளியே போய்விட்டால் செய்வதற்கு ஒன்றுமில்லை. இயக்குநரைக் கொல்வது என்பது செயல்திட்டத்தின் ஒரு பகுதி. டிசம்பர் 6 என்று குறித்த தினத்தில் அவர் அலுவலகத்தில் இருக்கவேண்டும். சிறுவிடுப்பு விண்ணப்பம் அனுப்பிவிட்டுக் குடும்பத்துடன் குலதெய்வத்துக்குப் படையல் அளிக்கப் போய்விட்டால் முயற்சி வீணாகிவிடும்.

'அதற்காக? கைவிட்டுவிடலாம் என்கிறாயா?' நண்பர்கள் கேட்டார்கள்.

'அவசியமில்லை. அதுபாட்டுக்கு நடக்கட்டும். இன்னொரு காரியத்தையும் கையோடு செய்வோம்.'

'அதென்ன?'

எஸ்கோபர் புன்னகை செய்தான். புரட்டிய நியூஸ் பேப்பரை நண்பர்களிடம் நீட்டினான்.

அன்றைய தேதியில் கொலம்பியாவின் அதிமுக்கிய அரசியல்வாதிகளுள் ஒருவரும் பின்னாளில் (1990 முதல் 94 வரை) கொலம்பிய அதிபராகப் பணியாற்றியவருமான செஸர் காவ்ரியா (Cecar Gaviria)வின் தேர்தல் சுற்றுப்பயண அட்டவணை அதில் வெளியாகியிருந்தது. நவம்பர் 27ம் தேதி அவர் காலி நகரத்தில் ஒரு பொதுக்கூட்டத்தில் பேசவிருக்கிற செய்தி இடையே ஒரு பெட்டி கட்டிப் பிரசுரமாகியிருந்தது.

'புரிகிறதா?' என்று கேட்டான் எஸ்கோபர்.

'கொல்லப்போகிறாயா?'

'சந்தேகமில்லை. ஆனால் அவரை மட்டுமல்ல.'

'பிறகு?'

‘முட்டாளே, கொஞ்சம் மூளையைப் பயன்படுத்து. போகாடோவிலிருந்து காவ்ரியா விமானத்தில்தான் காலிக்குப் போகிறார். போயிங் 727. எப்படியும் முன்னூறு பயணிகளுக்குக் குறையாது. திட்டத்தை அங்கிருந்து தொடங்கினால் உலகம் முழுதும் பார்க்க வசதியாக இருக்கும். தரையில் நிகழ்த்தும் தாக்குதல்களைக் காட்டிலும் விண்ணில் நடக்கும் தாக்குதல்கள் விரைவில் பிரபலமடைகின்றன. நான் முடிவு செய்துவிட்டேன். நமது யுத்தம் இந்த இரண்டு புள்ளிகளில் ஒரே சமயத்தில் தொடங்குகிறது. தேதிகள்தான் வித்தியாசம். ஒன்று நவம்பர் 27. இன்னொன்று டிசம்பர் 6. எது எதற்கு யார் பொறுப்பேற்கிறார்கள் என்று முடிவு செய்துவிட்டு வந்து சொல்லுங்கள்’ என்று உத்தரவிட்டான்.

மளமளவென்று திட்டங்களுக்கான செயல்வடிவம் தயார் செய்யப்பட்டது. தாக்குதலில் ஈடுபடவிருக்கும் அணியை இரண்டாகப் பிரித்தார்கள். விமானத் தாக்குதலுக்கான பணிகளை ‘லெ குயிஸா’ என்ற செல்லப்பெயரால் அழைக்கப்பட்ட டாண்டெனி முனோஜ் மொஸ்கரா *(Dandeny Munoz Mosquera)* என்கிற மெடேலின் கார்ட்டலின் தலைமை கொலைக் கலைஞன் வசம் விடப்பட்டது. தனது வாழ்நாளில் ஆயிரத்துக்கும் மேற்பட்ட கொலைகளை திட்டமிட்டு அரங்கேற்றியவன் அவன். எஸ்கோபரின் இளவயதுத் தோழன் என்று சிலராலும் 1981ம் ஆண்டு முதல் எஸ்கோபரிடம் வந்து சேர்ந்து பணியாற்றிக்கொண்டிருந்தவன் என்று சிலரும் சொல்லுவார்கள். உண்மை என்னவென்று யாருக்கும் தெரியாது. மெடேலின் கார்ட்டல் சார்பில் அரங்கேற்றப்பட்ட பல கொலை மற்றும் தாக்குதல் திட்டங்களுக்குத் தலைமையேற்று வழிநடத்தியவன் என்பது மட்டும் உறுதி.

DAS கட்டடத் தகர்ப்புத் திட்டத்தை முதலில் அவுட் சோர்ஸ் செய்யலாம் என்றுதான் யோசித்தார்கள். ஆனால் இறுதியில் என்ன நினைத்தார்களோ, மெடேலின் ரகசிய ராணுவப் படையிலிருந்தே சிலரைப் பொறுக்கியெடுத்து பழைய சிநேகிதர்களான எம்-19காரர்கள் மூலம் பயிற்சி தரப்பட்டு திட்டத்தை நிறைவேற்ற முடிவு செய்தார்கள்.

நாள்கள் கிட்டத்தில் வந்தன. எஸ்கோபரும் கார்ட்டலின் அதிமுக்கியஸ்தர்களும் பாதுகாப்பான இடங்களுக்குச் சென்று தங்கிக்கொண்டார்கள். கொலம்பியாவே அமைதிப்

பூங்காவாகிவிட்டதுபோல அந்தக் கடைசி வாரம் முழுதும் அப்படியொரு தோற்றம் கொடுத்தார்கள். முதல் தாக்குதல் திட்டமான விமானத் தகர்ப்பு வெற்றியடைந்தாலும் சரி, தோற்றாலும் சரி. அடுத்த திட்டத்தை அது பாதிக்கக்கூடாது என்பதனால், விமானத் தகர்ப்புத் திட்டம் குறித்து *DAS* தகர்ப்புப் பணியில் ஈடுபடவிருந்தவர்களுக்குச் செய்தியளிக்கப் படவேயில்லை. அவர்களை அப்படியே தூக்கிக்கொண்டுபோய் வேறு இடத்தில் தங்கவைத்து, வெளியுலக நடப்புகள் ஏதும் காதில் விழாதவாறு பார்த்துக்கொண்டார்கள்.

மெடேலின் நகரத்திலேயே எஸ்கோபரின் ரகசியப் பதுங்கு தளங்களில் ஒன்றைத் தேர்ந்தெடுத்து அதில் அவர்கள் தங்க வைக்கப்பட்டார்கள். வேளைக்கு காப்பி பலகாரம் மட்டும் உள்ளே போகும். அட்டாச்சுடு பாத்ரூம்கள் இருந்த அண்டர்கிரவுண்டு மாளிகை அது. அங்கேயே ஆய் போய், குளித்து முழுகி, சாப்பிட்டுப் படுத்துத் தூங்கவேண்டியதுதான் அவர்களுக்கு வேலை. டிசம்பர் 6 வரை வெளியே எட்டிப்பார்க்கக்கூடாது என்று சொல்லப்பட்டது. வானொலி, டிவி, செய்தித்தாள் அனைத்தும் தடைசெய்யப்பட்டது. முன்னதாக அங்கிருந்த டெலிபோன் ஒயர்கள் பிடுங்கப்பட்டிருந்தன. அவர்களுக்கு உணவளிக்க நியமிக்கப்பட்ட வேலையாள் ஒரு காது கேளாத, வாய் பேசாத கிழவன். அவனைத் தவிர வேறு யாரும் அங்கே போகாமல் பார்த்துக்கொள்ள தனியொரு கறுப்பு அல்லது சிவப்புப் பூனைப்படை அந்த அண்டர்கிரவுண்ட் மாளிகைக்கு வெளியே காவலுக்கு நிறுத்தப்பட்டது.

இத்தனை ஏற்பாடுகளையும் செய்துமுடித்துவிட்டு விமானத் தகர்ப்புப் பணிக்கு நியமிக்கப்பட்ட அணியைக் கூப்பிட்டு இறுதி விசாரணை மேற்கொண்டான் எஸ்கோபர்.

'ஒரு பிரச்னையும் இல்லை எஸ்கோபர். காரியம் சரியாக முடியும். செஸர் காவ்ரியா அந்த விமானத்தில்தானே பயணம் செய்கிறார்? அதில் மாறுதல் இல்லையே?' என்று கேட்டான் லெ குயிஸா.

'ம்ஹூம். அவரது கட்சி அலுவலகத்தில் விசாரித்தாகிவிட்டது. அதே போயிங் விமானம்தான். போய் இறங்கி, பொதுக்கூட்டத்தில் பேசிவிட்டு இரவே போகாடோ திரும்பிவிடுவதாக அவர்களுடைய திட்டம்.'

‘ஐயோ பாவம்’ என்று குயிஸா சொன்னான்.

‘பிசிறில்லாமல் காரியம் முடியவேண்டும் குயிஸா. என்ன செய்ய உத்தேசித்திருக்கிறாய்?’

‘சிம்பிள். விமானத்தை நடுவானில் கடத்தி, பயணிகளைச் சுட்டுக் கொல்வதெல்லாம் நமக்குச் சாத்தியமில்லை. அதற்கெல்லாம் மத்தியக் கிழக்கிலிருந்து ஆள் எடுக்கவேண்டும். அது நம்மால் முடியாது, அதில் எனக்கு விருப்பமும் இல்லை. நமது சக்திக்கு உட்பட்ட மாதிரி ஒரு திட்டம் வரைந்திருக்கிறேன். கேட்கிறாயா?’

‘சொல்லு, சொல்லு.’

‘விமானம் புறப்படுவதற்கு ஒருமணி நேரம் முன்னதாக இறுதிக்கட்ட செக்யூரிடி பரிசோதனைகள் நடைபெறுவது வழக்கம் என்று கேள்விப்பட்டேன். அந்தச் சடங்கெல்லாம் முடிந்து பயணிகள் ஏற வருவதற்கு இடையில் முப்பத்தைந்து நிமிடங்கள் உண்டு. அந்த நேரத்தில் நாம் விமானத்தை நெருங்குகிறோம்.’

‘சரி. என்ன செய்யவிருக்கிறாய்?’

‘விமானத்தின் இரண்டு எரிபொருள் டாங்குகளில் ஒன்றில் மட்டும்தான் பெட்ரோல் இருக்கும். இன்னொன்று காலியாக இருக்கும்.’

‘எப்படி உறுதியாகச் சொல்லுகிறாய்?’

‘ஏற்கெனவே ஏற்பாடு செய்தாகிவிட்டது எஸ்கோபர். நீ கவலையே படாதே. விமானத்தின் இரண்டாவது எரிபொருள் டாங்க், கழுவி சுத்தம் செய்யப்பட்டு ரெடியாக இருக்கும். நாம் அருகே சென்றதும் அதனைத் திறந்துவைத்துவிட்டு ஒரு பணியாளன் நகர்ந்து நின்று நமக்குக் காவல் இருப்பான்.’

‘பிறகு?’

‘ஆர்.டி.எக்ஸுக்கு ஏற்பாடு செய்திருக்கிறது. வந்துவிடும். அதை உள்ளே வைத்துவிடுகிறோம். விமானம் புறப்பட்ட ஐந்தாவது நிமிடம் வெடிப்பது மாதிரி திட்டம்.’

‘விமான நிலையத்தில் பிரச்னை ஏதும் வராதே?’

‘வாய்ப்பில்லை. எல்லா ஏற்பாடுகளும் ஒழுங்காக நடக்கின்றன.’

திட்டங்களுக்கான பணப்பட்டுவாடாவுக்கென தனியே ஒரு திடீர் பேங்க் உருவாக்கப்பட்டது. இரு திட்டங்களிலும் சம்பந்தப்பட்ட கொலையாளிகள் யார், எதற்கு, எவ்வளவு பணம் கேட்டாலும் கணக்கு எழுதிக்கொண்டு உடனே கொடுக்கும்படி உத்தரவிடப்பட்டது.

எல்லாம் தயாராக இருந்தன. எல்லாமே சரியாக இருந்தது. எல்லோரும் சந்தோஷமாகவே இருந்தார்கள்.

நவம்பர் 27ம் தேதி காலை விடிந்தபோது எஸ்கோபர் ஷேவ் செய்து, குளித்து முழுகித் தயாராக டிவி முன் உட்கார்ந்தான். அவனது ரகசியத் தொலைபேசிகள் எந்நேரமும் துடிக்கத் தயாராக அருகே காத்திருந்தன. அவனது தளபதிகள் அத்தனை பேரும் ஆளுக்கொரு ரகசிய இடத்தில் பதுங்கியிருந்தார்கள்.

குயிஸாவிடமிருந்து முதல் தகவல் வந்தது. விமான நிலையத்துக்குள் நமது ஆள்கள் நுழைந்துவிட்டார்கள்.

ஐந்து நிமிடம். பத்து நிமிடம். இருபது நிமிடங்கள். ஓவர். வெடிமருந்து வைத்தாகிவிட்டது. ஆள்கள் திரும்பிவிட்டார்கள். விமானம் புறப்படவிருக்கிறது. கிளம்பியதும் ஐந்தாவது நிமிடத்தில் வெடிக்கும்.

ஒன்று. இரண்டு. மூன்று. நான்கு. ஐந்து. ஆறு. ஏழு. பத்து. இருபது. நூறு. முன்னூறு.

எஸ்கோபர் நகம் கடித்துக் காத்திருந்தான். திட்டம் பிசகவில்லை.

போகாடோ எல் டொராடோ விமான நிலையத்திலிருந்து 101 பயணிகளையும் ஆறு விமான சிப்பந்திகளையும் ஏற்றிக்கொண்டு புறப்பட்ட அந்த போயிங் விமானம் சுக்கல் நூறாக வெடித்துச் சிதறியது. பயணம் செய்த அத்தனை பேரும் பலி.

ஒரே ஒரு விஷயம். கட்டக் கடைசி வினாடியில் செஸர் காவ்ரியா மட்டும் காலி நகரத்தில் நடைபெறவிருந்த பொதுக்கூட்டத்தை கேன்சல் செய்துவிட்டு போகாடோவிலேயே இருந்துவிட்டார்.

சே என்று தலையில் அடித்துக்கொண்டான் எஸ்கோபர். ஆனாலும் 107 பேர் உயிரை பலிவாங்கிய அந்தத் தாக்குதல் கொலம்பியாவில் ஏற்படுத்திய அதிர்ச்சி கொஞ்சநஞ்சமல்ல. முதல் முறையாக எஸ்கோபரின் மெடேலின் கார்ட்டல் தான் மேற்கொண்ட அந்தத் தாக்குதலுக்கு முன்வந்து பொறுப்பேற்றுக்கொண்டது.

ஆமாம். நாங்கள்தான் செய்தோம். என்ன செய்யமுடியும் உங்களால்? முடிந்ததை நீங்கள் செய்துகொள்ளுங்கள்.

யுத்தத்தின் தோற்றுவாய் என்று வருணிக்கப்பட்டது அது.

22. தப்பித்த அதிகாரி

ஈஸாவாஸ்ய உபநிஷத்து என்ன சொல்லுகிறது? பானையைக் கண்டதும் செய்தது குயவன் என்று கண்டறிவது அதி எளிமையானது. ஆனால் பாண்டத்தைப் பயன்படுத்தும்போதெல்லாம் குயவனை நாம் நினைவுகூர்ந்துகொண்டிருக்கிறோமா?

அது சரி, கொலம்பிய அரசாங்கம் பாண்டத்தைக் கண்டதா? உபநிஷத்தைக் கண்டதா? அவர்கள் கண்டதெல்லாம் பேரழிவு. செய்தது எஸ்கோபரின் கூட்டம் என்று தெரிந்துவிட்டது. அதிர்ச்சி ஒரு பக்கம். அவலம் மறுபக்கம். இங்கே பதற்றம். அங்கே அழுகை, ஓலம். எங்கும் கவலை, எதிலும் அச்சம். எங்கெங்கு காணினும் மக்கள் தலைதெரிக்க ஓடிக்கொண்டிருந்தார்கள். எல் டொராடோ விமான நிலைய வளாகமே ஒரு யுத்த பூமியாக மாறிவிட்டிருந்தது. நிலைமையைக் கட்டுப்படுத்த என்ன செய்வதென்றே புரியவில்லை.

விமானம் கிளம்பி நடுவானில் வெடித்துச் சிதறி எங்காவது விழுந்திருந்தால் விஷயம் வேறு. கிளம்பிய ஐந்தாவது நிமிடத்திலேயே வெடித்தபடியால் விமான நிலைய வட்டாரத்துக்குள்ளேயேதான் சிதறி விழுந்தது. விமானத்தின் பாகங்கள் விழுந்தே கீழே இரண்டு பேர் இறந்திருந்தார்கள். மீட்புப்படை உள்ளே நுழைந்து உடல்களை இழுத்துப் போட்டபோது பெரும்பாலும் கருகிய நிலையிலேயே இருந்தன. விமானியும் உதவி விமானியும் இருக்கையில் இருந்தபடியே

இறந்திருந்தார்கள். அழகிய விமானப் பணிப்பெண்கள் அத்தனைபேரும் புன்னகையா அதிர்ச்சியா என்று இனம் காணமுடியாத முகபாவத்தில் உறைந்திருந்தார்கள்.

அதிர்ஷ்டவசத்தால் தப்பித்த வருங்கால அதிபருக்குப் பிற அரசியல்வாதிகள் அத்தனைபேரும் வாழ்த்து சொல்ல விரைந்தார்கள். என்ன நடக்கிறது கொலம்பியாவில்? அமெரிக்கா கவலை கொண்டது. போதைக் கடத்தல்காரர்களின் கரம் அங்கே ஓங்கும்போதெல்லாம் அடி விழுவது அமெரிக்காவுக்குத்தான். ஏற்கெனவே பார்த்தபடி கொலம்பியச் சரக்குகளின் மொத்தக் கொள்முதல் நிலையமாக அன்றைக்கு அமெரிக்காவே இருந்தது. அவர்கள் கை மேலும் ஓங்குமானால் அதனைத் தாங்கக்கூடிய வல்லமை தனக்கில்லை என்று அது நினைத்தது. யுத்தம் என்றால் வரிந்துகட்டிக்கொண்டு நிற்க முடியும். அரசியல் காய் நகர்த்தல்கள் என்றால் அல்வா சாப்பிடுவதுமாதிரி. என்ன வேண்டுமானாலும் செய்யலாம். ஆனால் போதையின் பாதை வேறு. தடுக்கவோ, கட்டுப்படுத்தவோ முடியாத வீரியம் கொண்ட விஷம். ஏற்கெனவே பாதி அமெரிக்கா மயங்கிக்கிடக்கிறது. அடுத்த தலைமுறை என்று ஒன்று தங்குமா என்பதே கேள்விக்குறியாகிக்கொண்டிருக்கிறது. வல்லரசின் அண்டர்வேர் இங்ஙனமாகத்தான் உருவப்படவேண்டும் என்று என்னப்பன் இட்டமுடன் தலையில் எழுதிவைத்துவிட்டானா என்ன?

உடனடியாக சி.ஐ.ஏ.வின் ரகசியக் குழு ஒன்று கொலம்பியவுக்கு விரைந்தது. காவல் மற்றும் உளவுத்துறை உயர்மட்ட அதிகாரிகளுடன் மூன்று சுற்றுப் பேச்சுவார்த்தைகள் நடத்தப்பட்டன.

இதுநாள் வரை மெடேலின் கார்ட்டல் செய்ததெல்லாம் எளிய குற்றங்கள். போதைக் கடத்தல் ஒரு புறமிருக்க, அதன் துணைத் தொழில்களாகச் செய்யப்பட்ட கொலைகளும் பிற தாக்குதல் நடவடிக்கைகளும் சாதாரணமானவையாகவே இருந்து வந்திருக்கின்றன. ஆனால் இதனை அப்படி எடுத்துக்கொள்ள முடியாது. ஒரு விமானத்தைத் தகர்ப்பது என்பது சாதாரணமல்ல. விமானத்தின் எடையைக் கணக்கிட்டு, அதற்கேற்ப வெடி மருந்துகளைத் தயாரித்து எடுத்து வந்து உள்ளே வைத்து சரியாக வெடிக்கச் செய்திருக்கிறார்கள் என்றால் கொலம்பியாவின் செக்யூரிடி லட்சணமும் இதில் சேர்த்தே வெளிப்படுகிறது.

என்னதான் அந்தத் தாக்குதல் முயற்சி செஸர் காவ்ரியாவுக்குக் குறிவைக்கப்பட்டதாகச் சொல்லப்பட்டாலும் நோக்கம் அது மட்டுமில்லை நண்பர்களே. செஸர் காவ்ரியாவை அவரது வீட்டிலேயே போட்டுத்தள்ளலாம். அலுவலகத்தில் காப்பியில் சயனைடு வைத்துக் கொல்லலாம். அட ஒரு துணி காயப்போடும் க்ளிப்பை எடுத்து அவர் மூக்கில் போட்டு ஐந்து நிமிடங்கள் அழுத்திப் பிடித்துக்கொண்டிருந்தால் ஆள் காலியாகிவிடமாட்டாரா? வேலை மெனக்கெட்டு அவர் பயணம் செய்யவிருந்த போயிங் விமானத்தைக் குறிவைப்பார்களா யாராவது?

விபரீதத்தைப் புரிந்துகொள்ளுங்கள். இது ஒரு தாக்குதலுடன் முடிகிற ஜோலியாகத் தெரியவில்லை. ஒரு மாபெரும் யுத்தத்தின் தொடக்கமாகவே எங்களுக்குத் தெரிகிறது. உங்களுக்கு அப்படித் தெரியவில்லை?

சி.ஐ.ஏவின் கழுகு மூக்கு அதிகாரிகள் கொலம்பிய அதிகாரிகளைக் கேட்டார்கள். உண்மையில் கொலம்பிய காவல் து¨றைக்கு அது புரியவில்லை என்றுதான் சொல்லவேண்டும். ஒரு தாக்குதலை அதன் முழுப் பரிமாணத்துடன் அணுக முடிந்த அவர்களால், ஒரு மாபெரும் யுத்தத்தின் முதல் அத்தியாயமாக அதனை கற்பனை செய்து பார்க்க முடியவில்லை அல்லது தெரியவில்லை.

அவர்கள் அதனை யூகித்திருந்தால் கண்டிப்பாக அந்த டிசம்பர் 6 தாக்குதலைத் தவிர்த்திருக்க முடியும். அதற்கடுத்து, அதற்கடுத்து, அதற்கடுத்து என்று மாதம் மும்மாரி பொழிந்த மெடேலின் கார்ட்டலின் கெட்ட காரியங்கள் அனைத்தையும் தடுத்து நிறுத்தியிருக்க முடியும். தவறிவிட்டார்கள்.

தத்திகள் என்று சி.ஐ.ஏ. தலையில் அடித்துக்கொண்டது. ஆனால் பைசா பிரயோஜனமில்லாமல் போய்விட்டது. ஆட்டம் ஒரு ட்வெண்டி ட்வெண்டி கடைசி ஓவர் ரேஞ்சில் சூடுபிடிக்கத் தொடங்கிவிட்டது. நடந்தது இவ்வாறாக:

டிசம்பர் 4ம்தேதி சாயங்காலம் சரியாக ஏழு முப்பது மணிக்கு மெடேலின் கார்ட்டலின் மார்க்கெடிங் பிரிவு ஆள் ஒருத்தன் போகாடோவில் இருந்த ஒரு காயலான் கடைக்குப் போனான். அந்த இடத்தை, அந்த ஊரின் இரும்பு சாமான் மூர் மார்க்கெட் என்று

சொல்லலாம். நல்ல சரக்கு, கெட்ட சரக்கு, திருட்டு சரக்கு, உள்ளூர் சரக்கு, வெளியூர் சரக்கு எதுவேண்டுமானாலும் கிடைக்கும். புல்லட் முதல் புஷ்பக விமானம் வரை சகலவிதமான வாகனங்களுக்குமான உதிரி பாகங்கள் சகாய விலையில் கிடைக்கும். வாகனங்களே வேண்டுமானாலும் தங்கமாகக் கிடைக்கும். கள்ள நம்பர் ப்ளேட் தேவை என்றால் அதுவும் கிடைக்கும். எல்லாம் காசு. கொடுக்கிற அளவுக்கேற்ப சேவையின் தரம் இருக்கும்.

மேற்படி மார்க்கெடிங் ஆபீசர் அந்த மூர் மார்க்கெட்டுக்குப் போய் தட்டிப் பார்த்து ஒரு நசுங்கிப்போன மினி பஸ்ஸை விலைக்குக் கேட்டான்.

நல்ல தகரம் சாரே. பாத்துப் போட்டுக்குடுங்க என்று ஒருவாறு துண்டு போட்டு பேரம் பேசி பதினாறாயிரம் பெசோக்களில் வந்து முடித்தான். தனியே எஞ்சின் ஒன்றை வாங்கி அங்கேயே பொருத்தினான். ராவோடு ராவாக புது பெயிண்ட் அடிக்கப்பட்டு காயவைக்கப்பட்டது. டயர்களில் காற்று நிரப்பப்பட்டு, அசப்பில் ஒரு பஸ் மாதிரியே தோற்றத்துக்கு வந்துவிட்டது.

‘எத்தனை தூரம் ஓடும்?’

பத்து கிலோ மீட்டருக்குப் பழுதில்லை என்று சொல்லப்பட்டது. போதாது? யதேஷ்டம். மறக்காமல் பஸ்ஸின் அத்தனை ஜன்னல்களுக்கும் கண்ணாடி போடப்பட்டது. உள்ளே சீட்டுகள்? அது எதற்கு தண்டத்துக்கு என்று சொல்லிவிட்டான். சரி, ஒருவேளை ஆட்டு மந்தை எதையாவது ஏற்றிப்போகப்போகிறான் போலிருக்கிறது என்று நினைத்துக்கொண்டிருப்பார்கள்.

பஸ்ஸைத் தள்ளிக்கொண்டு தமது இருப்பிடத்துக்கு வந்து சேர்ந்தான்.

முன்னதாக பெருவிலிருந்து தருவிக்கப்பட்டிருந்த ஆர்.டி.எக்ஸ் ஆயிரம் பவுண்டு அங்கே தயாராக இருந்தது. அதனை ஒரு பெரிய சிலிண்டரில் அடைத்துவைத்திருந்தார்கள். சிலிண்டரின் மூக்கில் பச்சை கலரில் இரண்டு வயர்கள் நீட்டிக்கொண்டிருந்தன. அதனை கடிகாரத்துடன் இணைக்கலாம். அல்லது பற்றவைக்கலாம். இரண்டில் என்ன செய்தாலும் சமர்த்தாக வெடிக்கும்.

எல்லாம் தயார் என்றதும் டிசம்பர் 5ம் தேதி இரவு பதினொரு மணிக்கு மெடேலின் நகரத்தில் அண்டர் கிரவுண்டில் பதுக்கிவைக்கப்பட்டிருந்த திட்ட கமிஷன் உறுப்பினர்களை வெளியே அழைத்துவந்தார்கள். அவர்கள் வசம் பஸ் ஒப்படைக்கப்பட்டது. வெடிமருந்து சிலிண்டரை உள்ளே ஏற்றி சுற்றிலும் தேங்காய் நார்கள் குவிக்கப்பட்டன. அதனைச் சுற்றி அடுத்த லேயராக நிறைய வெங்காய மூட்டைகள் ஏற்றப்பட்டன. எல்லாம் ஒரு பாதுகாப்புக்கு. புறப்பட்டுப் போகிற வழியிலேயே ஏதாவது அசம்பாவிதம் வந்துவிட்டால்? அட, கடமை உணர்வுடன் யாராவது போலீஸ்காரன் ஏறி சோதனை போடுகிறேன் பேர்வழி என்று புறப்பட்டுவிட்டால்?

அதெல்லாம் பார்க்காதீர்கள். அப்படி ஒரு பிரச்னை வந்தால் உடனே சுட்டுவிடுங்கள் என்று சொல்லப்பட்டிருந்தது.

ஒரு முடிவுடன் தான் இருந்தார்கள். ஆயிரம் பவுண்ட் வெடிபொருள் வெடித்தால் இழப்பு எப்படியும் கணிசமாகத்தான் இருக்கும். ஆனால் அது வெடிக்கிற இடம் சரியானதாக அமையவேண்டும். முன்னதாக எஸ்கோபரின் உளவுப்பிரிவைச் சேர்ந்த அதிகாரிகள் சிலர் *DAS* கட்டட வளாகத்தில் ஒருவாரம் அலைந்து திரிந்து வண்டியை எங்கே கொண்டு நிறுத்தவேண்டும், பற்றவைத்துவிட்டு உள்ளிருந்து எப்படி குதித்துத் தப்பிக்கவேண்டும் என்றெல்லாம் ஆராய்ச்சி செய்து வந்து, அண்டர்கிரவுண்ட் ஆசாமிகளுக்குப் படம் வரைந்து பாடம் சொல்லிக்கொடுத்திருந்தார்கள்.

வெடிமருந்து ஏற்றிப்போகிற வேன் டிரைவர் எப்படியும் இறந்துபோவான் என்பது அவர்களுக்குத் தெரியும். ஆனாலும் அவனிடம் அதனைச் சொல்லவில்லை. நீ கண்டிப்பாகத் தப்பிப்பாய், உன்னைப் பாதுகாப்பாக ஏற்றிச்செல்ல, காம்பவுண்டு சுவருக்கு வெளியே வண்டி தயாராக இருக்கும், கலவரத்தில் நீ தப்பிப்பதை யாரும் கவனிக்கமாட்டார்கள் என்று அவனுக்கு உறுதியளித்திருந்தார்கள்.

உண்மையில் அதற்கு வாய்ப்பே இல்லை என்பது அவர்களுக்குத் தெரியும். *DAS* கட்டடம் என்பது மிகவும் பாதுகாக்கப்பட்ட ஓரிடம். அத்துமீறி வெளி வாகனங்கள் உள்ளே நுழையவே முடியாது. கேட் க்ராஷ் செய்துதான் வேன் உள்ளே போயாகவேண்டும்.

அது சொல்லப்பட்டிருக்கிறது. உள்ளே நுழைந்ததும் சரியாக கட்டடத்தின் நுழைவாயில் அருகே சென்று வண்டியை சடன் ப்ரேக் அடித்து நிறுத்தி, அந்தக் கணமே சிலிண்டரைப் பற்றவைக்கவேண்டும். அதற்கு ஒரு ஆள் தயாராக இருப்பான். பற்றவைத்த ஆறாவது வினாடி அது வெடிக்கும். எனவே வேன் கதவைத் திறந்து ரெடியாக வைக்க இன்னொருவன். ஆக மொத்தம் மூன்று பேர் வேனில் இருப்பார்கள்.

டிரைவர் வண்டியை நிறுத்தியதும், அவன் பற்றவைத்ததும், இவன் கதவைத் திறந்ததும் மூவரும் பாய்ந்து இறங்கி, வெளிவாசலுக்கு எதிர்ப்புறச் சுவர் நோக்கி ஓடவேண்டும். வண்டி வெடிக்கும்போது எழும் நெருப்பிலும் புகையிலும் இவர்களை யாரும் பார்க்க முடியாது என்று சொல்லப்பட்டிருந்தது.

உண்மையில் அந்த வெடிமருந்து வெடித்தால் சுற்றிலும் ஐம்பதடி தூரத்துக்கு ஒரு கொசு கூடப் பிழைத்திருக்கமுடியாது. அதனை உத்தேசித்துத்தான் ஏற்பாடு செய்திருந்தார்கள். தவிரவும் ஒரு மாபெரும் கட்டடத்தையே தகர்க்கும் திட்டத்துடன் வந்துவிட்டு மூன்று பேரைக் காப்பாற்ற நினைப்பது நடக்கக்கூடிய காரியமா? சும்மா ஒப்புக்குத்தான் சொல்லிவைத்திருந்தார்கள்.

அது அவ்வாறு இருக்க, அன்றைய பொழுது விடிந்தது. டிசம்பர் 6. 1989. திட்டமிட்டபடி வெடிமருந்து ஏற்றிய வேனில் மூன்று பேரும் சாமி கும்பிட்டுவிட்டு ஏறி உட்கார்ந்துகொண்டார்கள். ஒரு வாரம் முன்னர்தான் விமானத்தாக்குதல் நடந்திருந்தது என்கிறபடியால் போகாடோ நகரத்தில் செக்யூரிடி வலுவாகவே இருந்தது. விமான நிலையத்திலும் அரசு அலுவலகங்களிலும் பொது இடங்களிலும் எப்போதும் போலீசார் இருந்தனர். ஆனால் பொதுமக்களுக்கு இடைஞ்சல் இல்லாமல் வேலை பார்த்துக்கொண்டிருந்தார்கள்.

மணி ஏழு. அந்தப் பாடாவதி மினி பஸ் புறப்பட்டது. வெற்றிச் சின்னம் காட்டி வழியனுப்பிவைத்த பிரகஸ்பதிகள் அத்தனை பேரும் அந்த இடத்திலேயே காணாமல் போனார்கள். அப்பாவி ஊழியர்கள் மூவர் மட்டும் மாபெரும் சாகசம் செய்யும் பரவசத்தில் எப்படித் தப்பிக்கப்போகிறோம் என்று மட்டும் கற்பனை செய்தபடி வண்டியை ஓட்டிக்கொண்டு DAS தலைமை அகத்துக்குப் போய்ச் சேர்ந்தார்கள்.

அன்றைக்கு அங்கே ஏழு நாற்பதுக்கு ஒரு மீட்டிங் நடைபெறவிருந்தது. *DAS*ன் இயக்குநர் மிகுவேல் மாஸா மார்க்குவேஸ் தலைமை தாங்கி நடத்தவிருந்த மீட்டிங். அதனை உத்தேசித்துத்தான் அந்த அதிகாலையிலேயே தாக்குதலுக்குத் திட்டமிடப்பட்டிருந்தது. சரியாக ஏழரைக்கு வண்டி உள்ளே பாய்ந்துவிடவேண்டும். ஒரு கணம் கூடத் தாமதிக்கக்கூடாது. உள்ளே சென்று பற்றவைத்துவிட்டுக் காணாமல் போய்விடுங்கள்.

சொன்னபடியே செய்தார்கள். அதிகபட்ச வேகத்துடன் சீறிப் பாய்ந்து வாசல் செக்யூரிடியை உதைத்துத் தள்ளியபடி உள்ளே நுழைந்தது அந்த பஸ். இரண்டே வினாடிகள். குறிப்பிட்ட இடத்தில் சடன் பிரேக் அடித்து நின்றது. அதற்குள் காவலர்கள் சுதாரித்து ஓடி வர, 'ம், சீக்கிரம்' என்று உள்ளே குரல் கேட்டது. சிலிண்டர் வயர்கள் இணைக்கப்பட்டன.

வண்டியின் கதவு திறக்கப்பட்டதா என்று தெரியவில்லை. ஆனால் வெடித்துவிட்டது. ஒரு ஆல மர உயரத்துக்கு வண்டி எழுந்து விழுந்து நொறுங்கி, எரிந்து பிராந்தியத்தையும் உடைத்துச் சிதறி, சின்னாபின்னப்படுத்திவிட்டுத்தான் அடங்கியது.

ஐம்பது பேர் தலத்திலேயே இறந்திருந்தார்கள். அறுநூறு பேர் படுகாயம்.

ஒரு விஷயம். விமானத் தாக்குதலில் எதிர்கால அதிபர் தப்பியதுபோல இங்கும் ஒருவர் தப்பித்திருந்தார். எஸ்கோபர் மிகவும் ஆசைப்பட்ட *DAS*ன் இயக்குநர் மிகுவேல் மாஸா மார்க்குவேஸ்தான் அவர்.

வழியில் டிராஃபிக் ஜாம் ஆகி அவர் வந்து சேரக் கொஞ்சம் தாமதமாகியிருந்ததுதான் காரணம்!

23. உதவி வேண்டுமா? இந்தா!

இரண்டு அதிரடிகளை தரிசித்துக் கொஞ்சம் அசந்து போயிருப்பீர்கள். கொஞ்சம் சமநிலைக்கு வரவேண்டிய நேரம் இது. யோசிக்கலாம், தப்பில்லை. என்னடா இது? போதைக் கடத்தல் கும்பலுக்கும் அரசாங்கத்துக்கும் இடையில் ஒரு யுத்தம் தொடங்கியிருக்கிறது என்கிறார்கள், சரி. வெளிப்படையாக நாங்கள்தான் காரணம் என்று மெடேலின் கார்ட்டல் அதிகாரிகள் அறிவிக்கவும் செய்கிறார்கள், சரி. மெடேலின் கார்ட்டலின் எம்பெருமான் எஸ்கோபர்தான் என்பது அகில உலகத்துக்குமே தெரியும், அதுவும் சரி. அன்னார் கொலம்பிய அரசியலிலும் ஒரு முக்கியப் புள்ளியாச்சே, இன்னும் எப்படி அவனை எம். பியாக வைத்துக்கொண்டிருப்பார்கள்; அதனைக் கேள்விகேட்க அங்கே ஒரு நாதி கிடையாதா? இப்பேர்ப்பட்ட கொலைகாரன், கடத்தல்காரனை நாடாளுமன்ற உறுப்பினராக வைத்துக்கொண்டு கொலம்பிய அரசாங்கம் சூயிங்கம் சாப்பிட்டுக்கொண்டிருக்குமா? அட, அரசாங்கத்தை விடுங்கள். அவனுக்கு சீட்டுக் கொடுத்த கட்சி அடுத்த எலக்ஷனில் தலைகாட்ட வேண்டாமா? அதைக்கூடக் கண்டுகொள்ளாத அளவுக்கு கொலம்பிய மக்கள் அசமஞ்சங்களா?

தோன்றுகிறதல்லவா?

உண்மையைச் சொன்னால் கொஞ்சம் வியந்தேபோவீர்கள். நடந்த களேபரங்களை கவனித்துக்கொண்டிருந்த கொலம்பிய அரசாங்கத்துக்கும் சரி, கொலம்பிய மக்களுக்கும் சரி. எஸ்கோபர்

ஒரு எம்.பியும்கூட என்பதே தாற்காலிகமாக மறந்துவிட்டிருந்தது என்பதுதான் உண்மை.

அட ஒரு எதிர்க்கட்சிக்காரன்கூட கேள்வி கேட்கவில்லை ஐயா. என்னத்தைச் சொல்ல? அதிர்ச்சிகளில் உறைந்துபோவது என்று ஒருவார்த்தை சொல்லுவார்கள் இல்லையா? அதன் உண்மையான அர்த்தம் அப்போதுதான் தெரியவந்தது. உண்மையிலேயே இந்தப் பிரச்னை மிகத் தாமதமாகத்தான் எழுப்பப்பட்டது.

அஹோ, வாரும் பிள்ளாய், கொலம்பிய காங்கிரசாரே! ஒரு கிரிமினலை எம்.பியாக வைத்துக்கொண்டு உலகத்துக்கு பூச்சாண்டி காட்டிக்கொண்டிருக்கிறோமே, அத்தனை பேரும் வழித்துக்கொண்டு சிரிக்கமாட்டார்களா? உடனே ஆவன செய்யும் அரசுப் பெருந்தகையே என்று எதிர்க்கட்சி, ஆளுங்கட்சி பேதமில்லாமல் அத்தனைபேரும் ஆளுக்கொரு கடிதம் எழுதிப் பிரதம மந்திரியிடம் அளித்தார்கள்.

எஸ்கோபர் ஏதோ ஒரு உணர்ச்சிவேகத்தில் அரசியலுக்குள் நுழைந்தானே தவிர அவன் ஒழுங்காக சட்டசபைக்கு - சே, மக்களவைக்குப் போகிற ஜாதியைச் சேர்ந்தவனில்லை. சொல்லப்போனால் தனது பதவிக்காலத்தில் இரண்டு முழு தினங்கள் அவன் அவையில் இருந்திருந்தாலே பெரிய விஷயம். தனது காரியங்கள் சிக்கலில்லாமல் நடைபெற, எம்.பி. பதவி ஏதாவது உதவுமாக்கும் என்று நினைத்துத்தான் அந்தக் காரியத்தைச் செய்தான்.

ஆனால் எம்பி எம்பிப் பார்த்தாலும் ஒரு எம்.பி பதவியை வைத்துக்கொண்டு ஒன்றும் கழற்றமுடியாது என்பது அவனுக்குத் தெரிந்துவிட்டது. செய்வது கிரிமினல் ஜோலி. எந்தப் பதவியில் இருந்தாலும் அதற்குரிய கஷ்ட நஷ்டங்கள் இருந்தே தீரும். உள்ளே ஒரு வேஷம், வெளியே ஒரு வேஷம் போடுகிற நிலையிலும் இல்லை. என்ன பெரிய பதவி, புண்ணாக்கு? தூக்கிக் கடாசிவிட்டான். அவனுக்கென்ன?

ஆனால் பதவியில் இருந்தாலும் இல்லாதுபோனாலும் அவனுடைய ராபின்ஹூட் இமேஜ் மட்டும் கடைசிவரை அப்படியேதான் இருந்தது என்பதையும் சொல்லிவிடவேண்டும். அரசாங்கமும்

அரசியல்வாதிகளும் அவனைத் தூற்றினாலும், காவல் துறையினர் பொறிவைத்துத் தேடிக்கொண்டிருந்தாலும், தலைக்கு இத்தனை லட்சம் என்று போஸ்டர் அடித்து ஒட்டினாலும் மக்கள் அவனை நம்பினார்கள். யார் திருடவில்லை? யார் கெட்டகாரியம் செய்யவில்லை? எல்லோரும்தான் செய்கிறார்கள். எஸ்கோபரும் செய்கிறான். ஆனால் எஸ்கோபர் ஏழைகளுக்கு உதவுகிறான். எந்த அரசியல்வாதி அதைச் செய்கிறான் என்று மக்கள் கேட்டார்கள்.

தலையில் அடித்துக்கொள்வதைத் தவிர வேறென்ன செய்யமுடியும்?

விமானத் தகர்ப்பு மற்றும் DAS மையக் குண்டுவெடிப்புச் சம்பவங்களுக்குப் பிறகு எஸ்கோபரை வெளிப்படையாகவே ஒரு பயங்கர கிரிமினல் என்று வருணித்து, அவன் தலைக்கு இரண்டு லட்சத்தி எழுபதாயிரம் டாலர் விலையும் வைத்துத் தேடத்தொடங்கியது கொலம்பிய காவல்துறை.

எந்த கெரில்லா குழுக்களை எஸ்கோபர் வளைத்து, தனக்காக வேலை பார்க்கச் சொன்னானோ, அதே கெரில்லா குழுக்களை இப்போது அரசாங்கமும் அணுகியது. இதோ பார். உனக்கும் எனக்கும் உள்ள சண்டை சச்சரவுகள் கொஞ்சநாளைக்கு தூங்கப் போகட்டும். இப்போது எனக்கு எஸ்கோபர் வேண்டும். நீ பிடித்துக் கொடுத்தாலோ, அல்லது கொன்றுவிட்டு உடலைக் கொண்டுவந்து கொடுத்தாலோ உனக்கு இரண்டு லட்சம் டாலர். முதலில் அவன் அழியட்டும். அப்புறம் நீயும் நானும் மோதிக்கொள்வது பற்றிப் பார்க்கலாம். அவன் கிரிமினல். நீ போராளி. உங்கள் இருவருக்கும் வித்தியாசம் இருக்கிறது. அவனைப் பிடிக்க நீ உதவி செய்தால் உன் தவறுகள் ஒருவேளை மன்னிக்கப்படலாம். என்ன சொல்கிறாய்?

வெளிப்படையாகவே பேரம் பேசப்பட்டது.

அவர்களுக்கும் இஷ்டம்தான். ஆனால் அச்சம் ஆளைக்கொல்வதாக இருந்தது. ஏனென்றால் அரசாங்கத்தைக் காட்டிலும் அவர்களுக்கு எஸ்கோபரின் இயல்பு மிக நன்றாகத் தெரியும். நட்பு என்று வந்துவிட்டால் உயிரைக் கொடுக்கக்கூடியவன் எஸ்கோபர். அதே சமயம் நண்பர்களில் யாராவது பால்மாறிவிட்டால் சற்றும் யோசிக்காமல் உயிரை எடுக்கக்கூடியவன் அவன்.

அன்றைய தேதியில் கிட்டத்தட்ட அத்தனை கொலம்பிய போராளிக் குழுக்களுமே ஏதோ ஒரு வகையில் எஸ்கோபருடன் சம்பந்தப்பட்டிருந்தன. அவனிடம் பென்ஷன் வாங்கிக்கொண்டிருந்த போராளிகள் பலர். மூன்றுவேளைச் சாப்பாட்டுக்கு எஸ்கோபரை எதிர்பார்த்துக்கொண்டிருந்த குழுக்கள் பல. ஆயுதங்களுக்கு அவனை அண்டியிருந்தவர்கள் பலர். பல வெளிநாட்டுத் தொடர்புகளுக்காக, ரகசிய வங்கிக் கணக்குகளுக்காக, ஹவாலா பணப்பரிமாற்றங்களுக்காக, இன்னும் பல கெட்டகாரியங்களுக்காக எஸ்கோபரின் நெட் ஒர்க்கை வெள்ளமாகப் பயன்படுத்திக்கொண்டிருந்தவர்கள் அவர்கள்.

உதவி என்று கேட்கிறவர்களுக்கு இல்லை என்று சொல்லும் குணம் அவனுக்குக் கிடையாது. குறிப்பாக, எம்-19 குழுவைப் பயன்படுத்தித் தன்னுடைய சில காரியங்களை அவன் சாதித்துக்கொண்ட பிறகு வேறு பல குழுக்கள் எஸ்கோபருடன் நட்புகொள்ளத் தாமே வலிய முன்வந்தன. அவர்கள் யாரிடமும் அவன் உதவி பெறவில்லை என்றாலும் அவர்களுக்குத் தன்னால் முடிந்த அனைத்தையும் செய்துகொடுக்கத் தவறவில்லை.

இந்தத் தொடர்புகள் கொஞ்சம் கொஞ்சமாக விரிவடைந்து, எஸ்கோபருக்குத் தெரிந்த குழு, அவனுக்குத் தெரிந்த குழுவுக்குத் தெரிந்தகுழு, அவர்களுடைய மாமன் குழு, மச்சான் குழு என்று அந்த நட்பு நெட் ஒர்க் தேசம் முழுதும் பரவியிருந்தது. அதனைத்தான் கொலம்பிய போலீஸ் குறிவைத்தது. பணத்துக்காகத்தானே இவர்கள் எஸ்கோபருடன் நட்பாகப் பழகுகிறார்கள்? அந்தப் பணத்தை நான் தருகிறேன். எனக்காக நீ எஸ்கோபரைப் பிடித்துக்கொடு.

ஆனால் போலீசுக்கு ஒரு விஷயம் தெரியாது. தனக்கு நெருங்கிய யாராவது தனக்கு எதிராகச் செயல்படுவது எஸ்கோபருக்குத் தெரிந்துவிட்டால், தீர்ந்தது விஷயம். கொலம்பிய தீவிரவாதக் குழுக்களுக்கு இந்த விஷயத்தில் சந்தேகமே இல்லை. அவர்களுக்குக் கண்முன் சாட்சியாக ஒரு சம்பவம் இருந்தது.

1989 செப்டெம்பர் 2ம் தேதி நடந்த சம்பவம் அது. கொலம்பியாவின் தேசிய செய்திப் பத்திரிகையான எல் எஸ்பெக்டேடரின் (El Espectador) போகாடோ தலைமை அலுவலக வாசலில் ஒரு சக்தி மிக்க கார் குண்டு வெடித்தது. உயிரிழப்பு ஏதுமில்லை என்றாலும்

சுமார் 80-90 பேர் படுகாயமடைந்து ஆசுபத்திரிக்கு எடுத்துப் போகப்பட்டார்கள்.

முதலில் ஒரு பத்திரிகை ஆபீசுக்கு யார் குண்டுவைக்கப்போகிறார்கள் என்றுதான் எல்லோரும் சந்தேகப்பட்டார்கள். ஏனென்றால் எல் எஸ்பெக்டேடர் அந்த ஊரில் மதிப்பு மிக்க மக்கள் பத்திரிகை. பிரமாதமாக யாரையும் திட்டமாட்டார்கள், குறை சொல்ல மாட்டார்கள். நல்ல சர்க்குலேஷனுடன், எல்லா தரப்பிலும் நல்ல பெயருடனும் இயங்கிக்கொண்டிருந்த செய்தித்தாள் அது.

என்னடா விஷயம் என்று பார்த்தால், அப்புறம்தான் தெரியவந்தது. போதைக் கடத்தலுக்கு எதிராகக் கொலம்பிய அரசாங்கம் நடத்திக் கொண்டிருந்த தர்ம யுத்தத்தை ஆதரித்து அந்தப் பத்திரிகையின் ஞாயிறு சப்ளிமெண்ட் ஒன்றில் ஒரு கட்டுரை வெளிவந்தது. கட்டுரையை எழுதிய பத்திரிகையாளரை எஸ்கோபரின் அடிப்பொடிகளுள் ஒருவர் வரவழைத்துப் பேசியிருக்கிறார். மிரட்டல் ஏதுமில்லை. சும்மா ஒரு அறிமுக சந்திப்பு. அப்பா, மகனே, நீ இந்தமாதிரி எழுதியிருக்கிறாய். ஆனால் உண்மை நிலவரம் வேறு. அரசாங்கம் ஒன்றும் யோக்கியமில்லை. அங்கே இத்தனை அயோக்கியர்கள் இருக்கிறார்கள். இன்னின்னார் எங்களிடம் மாசச் சம்பளமே வாங்கிக்கொண்டிருக்கிறார்கள். இந்த இந்த எம்.பிக்களுக்கு கொலம்பியாவில் கொகெயின் தோட்டம் இருக்கிறது. யாரும் உத்தமோத்தமர் இல்லை. இதையெல்லாமும் நீ தெரிந்துகொள்ளவேண்டுமென்பதற்காகத்தான் சொல்லுகிறேன். இந்தா புடி ஆதாரங்கள் என்று என்னென்னத்தையோ எடுத்துப் போட்டிருக்கிறார்கள்.

அந்த நிருபருக்கு அந்தக்கணம் உணர்ச்சி பீறிட்டிருக்கிறது. ஆஹா, இப்படியெல்லாம் செய்கிறார்களா? இத்தனை அயோக்கியர்கள் அரசாங்கத்தில் இருக்கிறார்களா? விட்டேனா பார் என்று வீர சபதம் செய்துவிட்டுப் போயிருக்கிறார்.

போனவர் பிறகு என்ன செய்தார், அல்லது என்ன செய்ய நினைத்துச் செய்யமுடியாமல் போனது என்று தெரியவில்லை. சொல்லி வைத்தமாதிரி அதற்குப் பிறகு வெளிவந்த எல் எஸ்பெக்டேடர் இதழ்களில் அடுத்தடுத்து எஸ்கோபரின் நெட் ஒர்க்கைக் கிழி கிழி என்று கிழித்து தினசரி ஏதாவது செய்தி போட்டுக்கொண்டே

இருந்தார்கள். கூடவே அரசாங்கத்தின் யுத்தத்துக்குப் பொதுமக்களின் ஆதரவு கேட்டும் எழுதினார்கள்.

இதனாலெல்லாம் கடுப்பான எஸ்கோபர் அந்தப் பத்திரிகைக்கு ஏதாவது 'செய்ய'வேண்டுமென்று முடிவு செய்தான்.

நண்பர்கள் முதலில் தடுத்தார்கள். ஏற்கெனவே *1986*ல் இதேமாதிரி ஒரு சந்தர்ப்பத்தில் எல் எஸ்பெக்டேடரின் நிர்வாக இயக்குநராக இருந்த குலர்மோ கேனோ இஸஜா *(Guillermo Cano Isaza)* என்பவரைப் போட்டுத் தள்ளிய சம்பவத்தை நினைவுபடுத்தினார்கள்.

பத்திரிகை என்றால் அப்படித்தான் இருக்கும். இரண்டு பக்கமும் எழுதுவார்கள். எது எப்போது விலைபோகிறதோ, அதை அப்போது தருவதுதான் அவர்களுடைய தருமம் என்று சொன்னார்கள்.

எஸ்கோபர் கேட்கவில்லை. பத்திரிகையின் தர்மம் வேறாக இருக்கலாம். ஆனால் நம்மிடம் அந்த நிருபர் சொல்லிவிட்டுச் சென்றது என்ன? நடப்பது என்ன? அவன் ஒன்றும் கத்துக்குட்டி இல்லை. இருபது வருடங்களாக அந்தப் பத்திரிகையில் வேலை பார்க்கிறவன். சீனியர் ஆசாமி. நாம் கொடுத்த ஆதாரங்களைக் கண்டிப்பாக அவன் நிர்வாகத்திடம் காட்டியிருப்பான். அதை ஒரு தூசாகக் கூட மதிக்காமல் இப்படி நமக்கு எதிராக வரிந்துகட்டிக்கொண்டு எழுத ஆரம்பித்திருக்கிறார்கள் என்றால், என்னளவில் இந்தக் காரியத்துக்கு அந்த நிருபரும் ஒரு உடந்தை.

எனவே -

எனவே நூறு கிலோ வெடிமருந்தைத் தயார் செய்து ஒரு ஜிப்ஸி வேனில் ஏற்றி எடுத்துச் சென்று அந்தப் பத்திரிகை ஆபீசின் வாசலில் நிறுத்தி வெடிக்கவைத்தார்கள்.

காம்பவுண்டு சுவர் தவிடுபொடியானது. செக்யூரிடி ஆபீஸ் மேற்கூரை பிய்ந்துபோனது. அங்கிருந்த பல சைக்கிள்கள், சில மோட்டார் சைக்கிள்கள், இரண்டு கார் அனைத்தும் தகரக்குவியல்களாயின. சாலையில் போய்க்கொண்டிருந்தவர்கள், பத்திரிகையின் ஊழியர்கள், ஒரு மூத்த துணை ஆசிரியர் உள்பட - மொத்தம் சுமார் தொண்ணூறுபேர் கை, கால்களை இழந்து ரணகளமாக ஆகிப்போனார்கள்.

எஸ்கோபர் சொன்னான்: ‘அதிருப்தி இருக்கிறது என்பதைத் தெரிவிக்க மட்டுமே இந்த நடவடிக்கை. இன்னும் கோபம் எழவில்லை. அது வந்தால் என்ன நடக்கும் என்று எனக்கே தெரியாது.’

24. எழுதுகிறேன் ஒரு கடிதம்

யுத்தம் என்று சொல்லியாகிவிட்டது. அடுத்தடுத்து நிகழ்த்தப்பட்ட இரண்டு தாக்குதல்களிலும் கணிசமான உயிர்ச்சேதம் பார்த்தாகிவிட்டது. இதுதான் என்றில்லை; இன்னதுதான் என்றில்லை. கிடைத்த ஒவ்வொரு சந்தர்ப்பத்தையும் தாக்குதலுக்குப் பயன்படுத்திக்கொள்ளுங்கள் என்று தன் குழுவினருக்கு எஸ்கோபர் உத்தரவிட்டிருந்தான்.

மறுபுறம் முன்னைக்காட்டிலும் அதிவேகமாக, மிக அதிக அளவில் போதைக் கடத்தல் தொழிலும் சூடுபிடிக்கத் தொடங்கியிருந்தது. ஏற்கெனவே பார்த்திருக்கிறோம். கொலம்பிய அரசாங்கம் அமெரிக்க அரசுடன் போதைத் தடுப்பு ஒப்பந்தம் ஒன்றைப் போட்டுக்கொண்டு, இங்கே பிடிக்கிற ஆசாமிகளையெல்லாம் அமெரிக்காவுக்கு அனுப்பிக்கொண்டிருந்தது என்று.

எஸ்கோபரின் அத்தனை கடுப்புகளிலும் ஆதாரக் கடுப்பு அதுதான். அவனது கோபத்தின் மையப்புள்ளியைத் தேடிக்கொண்டு போனால், அது பயம் என்று புரியும். ஒரு வகையில் அந்த பயம் நியாயமானதும்கூட. இன்றைய தேதியில் மெடேலின் கார்ட்டல் ஆள்கள் பலபேர் கைதாகி, அமெரிக்கச் சிறைகளுக்குப் போய்க் கொண்டிருக்கிறார்கள். ஒரு பேச்சுக்கு நாளைக்கு ஏதோ ஒரு அசந்தர்ப்பத்தில் தானே போலீசில் அகப்பட்டுவிட்டால்?

தன்னை மட்டும் கொலம்பியாவிலேயே வைத்திருப்பார்களா? வைத்துக்கொண்டு என்ன செய்வது? பொருட்காட்சியில்

கண்ணாடிக் கூண்டில் உட்காரவைத்து, டிக்கெட் போட்டு வந்து பாருங்கள், இவன் தான் எஸ்கோபர், நம்பர் 1 கிரிமினல் என்று ஃப்ளெக்ஸ் அடித்து வாசலில் கட்டுவார்களா? வெறும் அபத்தம். கண்டிப்பாகத் தன்னை அமெரிக்காவிடம் ஒப்படைப்பதுதான் கொலம்பிய அரசின் தலையாய பணியாக இருக்கும் என்று அவனுக்கு உறுதியாகத் தோன்றியது.

அப்படி மாட்டுகிற பட்சத்தில் தான் உயிருடன் கொலம்பியாவுக்கு மீள முடியாது என்பதும் அவனுக்குத் தெரிந்திருந்தது.

அந்தப் பதற்றத்தில் அறிவிக்கப்பட்ட யுத்தம்தான் அது. உக்கிரமென்றால் அப்படியொரு உக்கிரம். மெடேலின் கார்ட்டலின் கொலைப் பிரிவு ஊழியர்கள் அத்தனை பேரும் துப்பாக்கியும் தோளுமாகத்தான் திரிந்துகொண்டிருந்தார்கள். நிஜ எதிரிகள், எதிரிகளாக இருக்கலாம் என்று சந்தேகிப்பவர்கள், எதிர்காலத்தில் எதிரியாகலாம் என்று நம்பப்பட்டவர்கள், அரசு ஊழியர்கள், நீதிபதிகள், வழக்கறிஞர்கள், காவல் துறை உயர் அதிகாரிகள், விசாரணை கமிஷன்களின் உறுப்பினர்கள், போதைத் தடுப்புப் பிரிவு அதிகாரிகள், கஸ்டம்ஸ் அதிகாரிகள் என்று மளிகை லிஸ்ட் மாதிரி போட்டுவைத்துக்கொண்டு போட்டுத் தள்ளிக்கொண்டிருந்தார்கள்.

ஒவ்வொரு கொலையையும் ஆற அமர விஸ்தாரமாக விவரித்துக் கொண்டிருந்தால் பக்கம் காணாது. அதிமுக்கிய அழிவுச் சம்பவங்களின் ஒரு சிறு பட்டியலை மட்டும் பார்த்துவிட்டு மேலே போய்விடுவோம். சுவாரசியம் அதன்பின்னால்தான் இருக்கிறது.

DAS தலைவரைக் கொல்லமுடியாத கடுப்பு ஒன்று அடிமனத்தில் இருந்திருக்கும் அல்லவா? ஆகவே அவரது லெஃப்டினண்டுகளான இரண்டு பேரை - லூயிஸ் வாஸ்கோ என்றொருத்தர், கில்பர்ட்டோ ஹெர்னாண்டஸ் என்றொருத்தர் - அதே அலுவலகத்தில் நேரில் சந்தித்து, கைகுலுக்கி, நெற்றிப்பொட்டில் துப்பாக்கிவைத்து அழுத்தி வெடித்துத் தீர்த்தார்கள். இது நடந்தது பட்டப்பகல். அலுவலக நேரம்.

ஆச்சா? அடுத்தபடியாக துலியோ மானுவேல் காஸ்டிரோ கில் என்றொரு பிரசித்தி பெற்ற நீதிபதியை மோட்டார் சைக்கிளில்

பின் தொடர்ந்து சுட்டுத் தீர்த்தார்கள். அன்னார், முன்னதாக ஏழு மெடேலின் கார்ட்டல் ஆள்களுக்கு தண்டனை வழங்கி அமெரிக்காவுக்குக் கடத்தியிருந்தார் என்பதுதான் காரணம்.

ஜெய்ம் பர்டோ லீல் என்றொரு அரசியல்வாதி, கார்லோஸ் மௌரோ ஹோயோஸ் என்றொரு அட்டர்னி ஜெனரல், அண்டோனியோ ரோல்டன் என்ற கவர்னர், ஜார்ஜ் என்ரிக் புலிடோ என்றொரு பத்திரிகையாளர், மிரியம் ரோஸியோ வேலேஸ் என்றொரு பெண் நீதிபதி இவர்களெல்லாம் போட்டுத்தள்ளிய லிஸ்டில் வருபவர்கள். விடுபட்ட ஆத்மாக்கள் இதில் நிறைய. பதவி முக்கியத்துவம் உள்ள சிலரை மட்டுமே இங்கே குறிப்பிட்டிருக்கிறேன்.

இம்மாதிரியான தனிநபர் கொலைகள் ஒருபக்கம் நடந்து கொண்டிருக்க, மறுபுறம் பேரழிவுச் சம்பவங்களை உத்தேசித்துச் செய்யப்பட்ட காரியங்களும் அதிகம். நூற்றுக்கணக்கான கார் குண்டு வெடிப்புகள். பத்திரிகை அலுவலகங்கள், போலீஸ் ஸ்டேஷன்கள், நீதிமன்ற வளாகம், அரசு அலுவலகங்கள் என்று எங்கு பார்த்தாலும் வெடிக்கும். பிரதி வெள்ளிக்கிழமை ஒரு இடிபாடு என்று திட்டமிட்டிருக்கவேண்டும். லிஸ்டைப் பார்த்தால் வாரத்துக்கு வாரம் குண்டு வெடிக்கும் இடங்களில் மட்டும்தான் வித்தியாசமே தவிர, வைக்கிற பாணி, வெடிக்கிற விதம், அழிவின் சதவீதம் எல்லாம் ஒரே மாதிரிதான் இருக்கின்றன.

ஒரு கட்டத்தில் கொலம்பிய அரசாங்கத்தாலும் காவல் துறையினராலும் இந்த அட்டகாசங்களைத் தடுக்கவே முடியாத சூழல் உண்டானது. என்னதான் செய்வது இந்த ஆசாமியை, அல்லது கூட்டத்தை என்று புரியாமல் விழித்தார்கள். மெடேலின் நகரத்துக்குள் காவல் துறையினரால் காலெடுத்துக்கூட வைக்கமுடியவில்லை. அங்கே நமது எஸ்கோபர் ஒரு கடவுள் அல்லவா? மக்கள் அவனை அப்படி அடைகாத்தார்கள். ஷிப்ட் போட்டுக்கொண்டு பொது மக்களே அவனுக்காக வேவு பார்த்தார்கள். வெளியூரிலிருந்து யாரும் எக்காரணம் கொண்டும் மெடேலினுக்கு வந்து ஒன்றுக்கு மேற்பட்ட தினம் தங்கிவிட முடியாது. உடனே செய்தி எஸ்கோபருக்குப் போய்விடும்.

அப்படித் தங்கும் நபர் யாராக இருந்தாலும் சரி. முதலில் அவருக்கு என்ன வேண்டும், எதற்கு வந்திருக்கிறார், உள்ளூரில் யார்

தொடர்பு என்பது போன்ற விவரங்களை அவர் தங்கும் ஹோட்டல் ரிசப்ஷனிஸ்டே விசாரித்துவிடுவார். பதில் ஒழுங்காக இருந்தால் சரி. இல்லாதுபோனால் உடனடியாக ரூம் இல்லை என்று சொல்லிவிடுவார்கள்.

அதிசயம்தான். ஆனால் நம்பித்தான் ஆகவேண்டும். மெடேலின் நகரத்தில் எஸ்கோபர் தான் வாழ்ந்த காலத்தில் ஒரு பரமபிதாவாகவே இருந்தான். ஒரு பக்கம் கொலைகளும் களேபரங்களும் அரங்கேறிக்கொண்டிருந்தாலும் இன்னொருபுறம் அவன் வீதிக்கு வீதி தேவாலயங்கள் கட்டிக்கொண்டிருந்தான். ஏழைகளின் குடியிருப்புப் பகுதிகளுக்கு மாதம் ஒருமுறை எஸ்கோபரின் டீம் போகும். யாருக்கு வீடில்லை? யார் வீடு மழைக்கு ஒழுகுகிறது? யாருக்கு உடம்புசரியில்லை? யார் கண் ஆப்பரேஷன் பண்ணிக்கொள்ளவேண்டும்? யாருக்கு மளிகை சாமான் வாங்கப் பணம் வேண்டும்? யார் படிக்கவேண்டும்? யார் பரீட்சைக்குப் பணம் கட்ட வேண்டும்?

கூப்பிட்டுக் கூப்பிட்டுக் கேட்பார்கள். விசாரணை என்று ஏதும் கிடையாது. மக்கள் என்ன கேட்கிறார்களோ, அதை உடனடியாக நிறைவேற்றுவார்கள். யாருக்கும் எந்தக் குறையும் இல்லை என்று தெரியவந்தால், சரி வெச்சிக்கோ என்று ஆளுக்குச் சில கற்றை ரூபாய் நோட்டுக்களைக் கொடுத்துவிட்டுப் போய்விடுவார்கள்.

யார் வீட்டுச் சொத்து?

எல்லாம் போதைப் பணம். ஆனாலும் கொடுப்பதற்கு அவனுக்கு மட்டும்தானே மனசு வருகிறது என்று கண்ணீர் மல்க எஸ்கோபர் புகழ் பாடினார்கள் மெடேலின் மக்கள். அரசாங்கத்துக்கு இதுதான் பெரிய பிரச்னை.

உள்ளூர் மக்களின் ஒத்துழைப்பு இல்லாமல் எஸ்கோபரை நெருங்கவே முடியாது என்பது தெரிந்துவிட்டது. தலைக்கு விலை வைப்பதெல்லாம் வெத்து. வேறு ஏதாவது ஸ்டிராங்காகச் செய்தாலொழிய இவன் கொட்டத்தை அடக்கவேமுடியாது என்பது புரிந்துவிட்டது.

சி.ஐ.ஏ. அதிகாரிகளும் தம்மால் முடிந்த அத்தனை தகிடுதத்தங்களையும் செய்துபார்த்தார்கள். ஒன்றும்

பெயரக்காணோம். ஒரு சமயம் எஸ்கோபரின் துணிமணிகளை இஸ்திரி செய்யும் கிழவன் ஒருவனைப் பிடித்து அவன் சட்டையின் உள்புறம் விஷப்பொடி ஒன்றைக்கூடத் தடவி அனுப்பிவைத்தார்கள். உடலெல்லாம் எரிந்து, அப்படியே சதை பிய்ந்து உருகி விழுந்துவிடும் என்று எதிர்பார்த்துக்கொண்டிருந்தார்கள். அப்போது எப்படியும் ஆசுபத்திரி எதற்காவது வந்துதானே ஆகவேண்டும்? அங்கே கோழி அமுக்குவது மாதிரி அமுக்கிவிடலாம் என்பது திட்டம்.

என்னடா இது ஜோக்காக இருக்கிறதே என்று நினைக்காதீர்கள். சி.ஐ.ஏவின் சரித்திரம் என்று தனியே எழுத நேர்ந்தால் இதனைக்காட்டிலும் அபத்தமான ஆயிரம் உத்திகளை அவர்கள் கையாண்டிருக்கிற கதைகள் அதில் வெளிவரும்! அது நிற்க.

இஸ்திரி பண்ண துணியை எடுத்துச் சென்ற கிழவனை ஒரு சி.ஐ.ஏ. அதிகாரி கவனித்தபடியே இருந்தார். எங்காவது அவன் வழியில் சொதப்பிவிடுவானோ என்கிற முன்னெச்சரிக்கை.

கிழவனுக்கும் அடிவயிற்றில் பயம்தான். வாங்கிய காசுக்கு ஏதாவது செய்துதான் ஆகவேண்டும். அதே சமயம் பரமாத்மாவான எஸ்கோபருக்குத் தீங்கு நேர்ந்தாலும் சரித்திரம் தன்னை மன்னிக்காது. என்ன செய்யலாம்?

எஸ்கோபரின் வீட்டுக்குள் போனான். இஸ்திரி பண்ண துணிமணிகளையெல்லாம் எண்ணி எடுத்துக் கொடுத்தான். பயத்தில் தானாக வந்ததோ, வரவழைத்துக்கொண்டானோ - குறிப்பிட்ட சட்டை மீது மட்டும் வாந்தி எடுத்து வாங்கிக்கட்டிக்கொண்டான். பிறகு எஸ்கோபரின் மனைவியோ யாரோ வந்து விசாரித்து விஷயத்தைக் கறந்துகொண்டார்கள். அதன்பின் அவனது துணிகளை இஸ்திரி பண்ணுவது கூட வீட்டுக்குள்ளேயே நடைபெறத் தொடங்கியது!

சே. இதெல்லாம் உபகதை. மேட்டருக்கு வருவோம்.

1990-91ம் ஆண்டு எஸ்கோபரின் அரசாங்கத்தின் மீதான யுத்தம் அதன் உச்சங்களைத் தொட்டிருந்தது. எங்குபார்த்தாலும் கொலை அல்லது குண்டுவெடிப்பு. மறுபுறம் மெடேலின் கார்ட்டல் ஆசாமிகளைத் தேடித்தேடிக் கைதுசெய்யும் படலமும் அரங்கேறிக்கொண்டிருந்தது.

எத்தனை நாளைக்கு இந்த விளையாட்டு போகும் என்று யாருக்குமே தெரியவராத சூழலில், கொலம்பிய அரசாங்கம் படும் கஷ்டங்களைப் பார்த்து, நான் ஏதாவது உதவி செய்ய வரட்டுமா என்று பிரிட்டன் கேட்டது. ஏற்கெனவே அமெரிக்கா உதவிக்கு நின்று கொண்டிருந்த நிலையில் பிரிட்டனும் கூட சேருமானால், அந்த ஆரம்ப ஜோருக்காவது கொஞ்சம் துடிப்புடன் வேலை நடக்கும் என்று எல்லோரும் எதிர்பார்த்தார்கள்.

எஸ்கொபருக்கு இது கவலையளித்தது. ஏற்கெனவே அவனுடைய பெரும்பாலான முக்கியத் தளபதிகள் கைது செய்யப்பட்டிருந்தார்கள். உள்ளூரில் ஒப்புக்கு ஒரு விசாரணை நடத்திவிட்டு உடனடியாக கார்கோவில் பார்சல் போட்டு அமெரிக்காவுக்கு அனுப்பிவிடுவார்கள்.

பிடிபடுகிற மெடேலின் கார்ட்டல்காரர்களின் பெயர், விவரங்கள் மட்டும்தான் கொலம்பிய போலீசுக்குத் தெரியும். உள்ளே மிச்சம் எத்தனைபேர் இருக்கிறார்கள் என்கிற விவரம் தெரியாது அல்லவா?

உண்மையில் 1991ம் ஆண்டு எஸ்கோபரின் பெரும்பாலான ஆட்கள் கைதுசெய்யப்பட்டுவிட்டிருந்தார்கள். இன்னும் கொஞ்சம் காலம் கடத்தினால் சுத்தமாக வழித்துத் துடைத்துவிடுவார்கள் போலிருந்தது. தன் பலம் முழுமையாக அரசாங்கத்துக்குத் தெரியாத வரைதான் இந்தக் கண்ணாமூச்சி விளையாட்டு. எல்லோரும் போய்விட்டார்கள், எஸ்கோபர் இனி தனி ஆள் என்பது மட்டும் தெரிய வந்துவிட்டால், தீர்ந்தது கதை.

தவிரவும் எஸ்கோபருக்கு அந்த இரண்டு வருடங்களில் அதிகம் களைப்பு ஏற்பட்டிருந்தது. செய்த கொலைகள் கொடுத்த களைப்பு. சம்பாதித்துக் குவித்த பணம் கொடுத்த களைப்பு. இழந்த தளபதிகள் கொடுத்த தளர்வு. இப்படியே இருக்கிற கொஞ்சநஞ்சபேரும் போய்விட்டால் தன்னைக் குறிவைத்துப் பிடிக்கவோ, அமெரிக்காவுக்குக் கடத்தவோ அதிக அவகாசம் இருக்கமுடியாது என்று நினைத்தான்.

என்ன செய்யலாம் என்று யோசித்தபோது மிகவும் வினோதமான ஒரு யோசனை அவனுக்கு உதித்தது. உண்மையில் ஒரு கிரிமினல் அப்படியொரு யோசனைக்கோ, முடிவுக்கோ செல்லவே முடியாது. எஸ்கோபர் அதிலும் வித்தியாசமாக இருந்தான்.

ஒரு கடிதம் எழுதினான். கொலம்பிய அரசாங்கத்துக்கு. கிட்டத்தட்ட ஒரு காதல் கடிதம் என்று வைத்துக்கொள்ளுங்கள்.

அன்புடையீர், வணக்கம். இப்பவும் நாளது பங்குனி23ம் தேதி சித்தயோகம் கூடிய சுபயோக சுபதினத்தில் பாப்லோ எஸ்கோபராகிய நான் உங்கள் காவல் துறையில் சரணடைந்து சிறையிருக்கச்சித்தமாக இருக்கிறேன். பதிலுக்கு நீங்கள் என்னுடன் ஒரு டீலுக்கு வரவேண்டும். சம்மதமா என்று கேட்டது அந்தக் கடிதம்.

25. அழகான நிபந்தனைகள்

இந்தப் புத்தகத்தில் இடம்பெறும் பெயர்களும் சம்பவங்களும் கண்டிப்பாகக் கற்பனையல்ல. அத்தனையும் நூறு சதவீத உண்மை என்று இதுகாறும் எவ்விதமான டிஸ்க்ளெய்மரும் போடவேண்டிய அவசியம் நேர்ந்ததில்லை. இந்த ஒரு அத்தியாயத்துக்கு அது நேர்ந்திருக்கிறது. எல்லாம் என்னப்பன் இட்டமுடன் என் தலையில் எழுதிவைத்த விதி. நம்பித்தான் ஆகவேண்டும். இப்படியும் ஒரு மனிதன் வாழமுடியுமா, இப்படிக்கூட நடக்க சாத்தியமுண்டா என்று இந்த ஓர் அத்தியாயத்தில் மட்டும் ஒவ்வொரு வரியிலும் உங்களுக்குத் தோன்றக்கூடும். ஒரு வரி பதில்: ஆம். நடந்தது.

எஸ்கோபர், கொலம்பிய அரசாங்கத்துக்கு ஒரு கடுதாசி எழுதியது பற்றிச் சென்ற அத்தியாயத்தில் பார்த்தோமல்லவா? நான் சரணடையத் தயார்; ஆனால் சில நிபந்தனைகளுக்கு உட்படவேண்டும் என்று சொல்லியிருந்தது அந்தக் கடிதம். என்ன நிபந்தனைகள்?

• காவல் துறைவசம் நான் என்னை ஒப்படைப்பேன். கௌரவமாக என்னை நடத்தவேண்டும்.

• நீதிமன்ற விசாரணைகள் நீளவேண்டாம். ஐந்து வருடங்கள் சிறைத்தண்டனை அளிக்கப்படலாம். அதற்குமேல் ஐந்து நிமிஷம் கூடக் கூடாது. ரொம்பக் குடையக் கூடாது.

• உங்கள் கொசுக்கடி ஜெயிலெல்லாம் எனக்குச் சரிப்படாது. எனக்கான சிறைச்சாலையை நானே தீர்மானிப்பேன்.

• எல்லா கைதிகளையும்போல என்னை நடத்தக்கூடாது. என் தினசரி வாழ்வின் எந்த ஒரு அம்சமும் பாதிக்கப்படக்கூடாது - போதைக் கடத்தல் தொழில் தவிர.

• எனக்குக் காவலர்களாக யார் யாரை நியமிக்கலாம் என்று நானேதான் சொல்லுவேன். வேறு யாருக்கும் ட்யூட்டி போடக்கூடாது.

• எல்லாவற்றைவிட முக்கியம், என்னைக் கைதுசெய்தபின் அமெரிக்காவுக்கு அனுப்பக்கூடாது. ஒருவேளை விதிமுறைகளை மீறுவீர்களானால் பிறகு ரொம்ப விபரீதமாகிவிடும், கபர்தார்.

இது முழு நிபந்தனைப் பட்டியலல்ல. வெளி உலகத்துக்குத் தெரியவந்த சில நிபந்தனைகள் மட்டுமே மேலே தரப்பட்டுள்ளன. இம்மாதிரியான நிபந்தனைகள் அடங்கிய ஐந்து பக்கக் கடிதம் அது.

கடிதம் ஒரு வழக்கறிஞர் மூலமாக கொலம்பிய அரசின் நீதித்துறைக்கும் காவல் துறைக்கும் உள்துறைக்கும் அனுப்பப்பட்டது.

உடனடியாக அரசாங்கம் உட்கார்ந்து ஆலோசிக்கத் தொடங்கியது. இது ஒரு வாய்ப்பு. என்ன காரணமோ என்னமோ. எஸ்கோபர் தானே மனம் உவந்து கைதாகச் சம்மதித்திருக்கிறான். நாம் எத்தனையோ வருஷங்களாக அவனை மடக்க மெனக்கெட்டுக்கொண்டிருக்கிறோம். நயா பைசா பிரயோஜனமில்லை. இதற்காக எத்தனை மில்லியன் பணம் செலவிட்டிருக்கிறோம்? எல்லாம் வேஸ்ட். எஸ்கோபரின் வலது கை, இடது கை, சுண்டு விரல், கட்டைவிரல் என்று நம்மை நாமே தேற்றிக்கொண்டு பல மூட்டைப்பூச்சிகளைத்தான் இதுவரை கைது செய்திருக்கிறோம். அதனால் எல்லாம் என்ன பிரயோஜனம்? கொகெயின் உற்பத்தி நடந்துகொண்டேதான் இருக்கிறது. அவனது வியாபாரம் கொழித்துக்கொண்டேதான் இருக்கிறது. நமது பொருளாதாரம் நாசமாகிக்கொண்டேதான் போகிறது.

எஸ்கோபர் பயத்தினால் இப்படியொரு முடிவுக்கு வந்தானா, உண்மையிலேயே செய்த தவறுக்குத் தண்டனை அனுபவிக்க விரும்புகிறானா என்பது முக்கியமல்ல. ஐந்து வருடங்கள் சிறையிருக்கத் தயார் என்று எழுதியிருக்கிறான். ஐந்து வருடங்களில் உலகமே அழிந்தாலும் அழியலாம்,

நமக்கே விடிந்தாலும் விடியலாம். அவன் உள்ளே இருக்கும் காலத்துக்குள் கொலம்பியாவில் மிச்சம் மீதி உள்ள அத்தனை கடத்தல்காரர்களையும் கொத்து பரோட்டா போட்டுவிடலாம். சுலபம். என்ன சொல்கிறீர்கள்?

உண்மையிலேயே அன்றைக்குக் கொலம்பியாவின் நிலைமை அத்தனை பரிதாபகரமாகத்தான் இருந்தது. ஒரு கிரிமினலின் அத்தனை அடாவடி நிபந்தனைகளையும் ஏற்றுக்கொண்டாவது அவனைக் கைதுசெய்துவிடமாட்டோமா என்று துடித்தார்கள்.

மிக நீண்ட ஆலோசனைகளுக்கும் விவாதங்களுக்கும் பிறகு எஸ்கோபரின் நிபந்தனைகளை முழுதாக ஏற்றுக்கொள்வது என்று முடிவு செய்தார்கள். தகவல், முறைப்படி எஸ்கோபருக்குத் தெரிவிக்கப்பட்டது. அன்புடையீர், வணக்கம், வந்தனம், சுஸ்வாகதம். நீங்கள் என்ன சொன்னாலும் கேட்கிறோம். இன்னும் பத்து நிபந்தனைகளைப் பின் இணைப்பாக அனுப்ப மறந்திருப்பீர்களானால் அதனையும் காலக்ரமத்தில் அனுப்பி வையுங்கள். சேர்த்துக் கேட்கிறோம். ஆனால் கைதாகச் சம்மதம் என்று ஒரு வார்த்தை சொல்லி வயிற்றில் பீர் வார்த்தீர்களே, அது! அந்த ஒரு சொல்லுக்காக உங்களுக்குக் கோயிலே கட்டுகிறோம் என்று விழுந்து சேவித்தார்கள்.

கோயில் வேண்டாம், நான் சொல்லுகிற மாதிரி ஒரு ஜெயில் கட்டுங்கள் என்று சிரித்தபடி சொன்னான் எஸ்கோபர். அந்தக் கட்டுமானம் அடுத்த நாளே தொடங்கியது.

லெ கதீட்ரல் *(La Catedral)* என்று அந்தக் கட்டடத்துக்குப் பெயர். ரொம்பச் சின்ன வயசில் 'சிட்டாடல்' மாதிரி ஒரு மாளிகை கட்டி அதில் வசிக்கவேண்டும் என்று எஸ்கோபர் தன் கார் திருட்டு நண்பனிடம் கனவு கண்டு விவரித்ததை இந்தக் கதையின் தொடக்க அத்தியாயம் ஒன்றில் பார்த்தோம் நினைவிருக்கிறதா? அதை நினைவு கூர்ந்து அந்தமாதிரி ஒரு மதன மாளிகையைத் தயார் செய்யச் சொல்லி வரைபடமும் அளித்தான்.

தரையெங்கும் மார்பிள். சுவரெல்லாம் சித்திரங்கள். உட்கார்ந்தால் பாதாள லோகம் வரை ஒரு குட்டிப்பயணம் போய்விட்டு வந்ததுபோல் தோற்ற மயக்கம் தரும் குஷன் சோபாக்கள். வெள்ளிக்

கைப்பிடி வைத்த ஈசி சேர். சாண்டலியர் விளக்குகள். இங்கே கதவைத் திறந்தால் அகன்று பரந்த புல்வெளி. அங்கே ஜன்னலைத் திறந்தால் அழகான கால்ஃப் மைதானம். குளிர்காலத்துக்கு உள்ளே, வெயில் காலத்துக்கு வெளியே என்று இரண்டு நீச்சல் குளங்கள். மாடிக்குப் போக லிஃப்ட். ஜோடிக்கு அவ்வப்போது கிளிகள். அழகான கிச்சன். விரும்பிய உணவு, விரும்பிய நேரத்தில் கிடைத்தாகவேண்டும். அதற்கெனத் தனியே சமையல்காரர்கள். கை அமுக்க ஒருத்தி. கால் அமுக்க ஒருத்தி. குளிப்பாட்ட ஒருத்தி. கொண்டாட ஒருத்தி.

இன்னும் என்ன வேண்டும்? உள்ளேயே ஒரு குட்டி தியேட்டர். டிவி, வீடியோ வசதிகள். தினசரி செய்தித்தாள்கள். வார, மாத இதழ்கள். தொலைபேசி வசதி. குடிப்பதற்கு ஒரு பார். அங்கே விலை உயர்ந்த மதுவகைகள். எஸ்கோபரின் பிரத்தியேக பிரேசில் சுருட்டு, கட்டுக்கட்டாக முன்னதாகவே வாங்கி உள்ளே அடுக்கப்பட்டிருந்தன.

வாழ்க்கை என்றால் அது. அதிகாரத்தின் உச்சம் என்றால் அது. இத்தனையும் எதற்காக? ஐந்து வருடகாலம் எஸ்கோபர் கடத்தல் தொழிலில் ஈடுபடாமல் சமர்த்தாக ஒரே இடத்தில் இருப்பதற்காக.

நிபந்தனையே அதுதான். அவன் தன் தொழிலை நிறுத்துவதற்குப் பிரதி உபகாரமாக அரசு செய்யவேண்டியவை என்றுதான் பட்டியலிட்டிருந்தான். ஐந்து வருட காலத்துக்குப் பிறகு மீண்டும் கடத்தலில் இறங்கினால்?

அப்போது மீண்டும் என்னைப் பிடித்து அமெரிக்காவிடமோ ஆப்பிரிக்காவிடமோ அனுப்பிவிடுங்கள் என்று எகத்தாளமாகச் சொல்லிவிட்டான் எஸ்கோபர்.

உண்மையில் அவனது திட்டம் முற்றிலும் வேறு. அமெரிக்க நிர்ப்பந்தத்தாலும் கொலம்பிய அரசின் நீண்டநாள் வெறுப்பின் காரணமாகவும் 1989ம் ஆண்டின் மத்தியில் சூடுபிடித்த போதைக் கடத்தல்காரர்கள் வேட்டை, 1990ன் தொடக்கத்தில் அதன் உச்சபட்ச தீவிரத்தைத் தொட்டிருந்தது. பல நூற்றுக்கணக்கான போதைத் தொழிலாளர்கள் சகட்டுமேனிக்கு தினசரி கைதாகிக்கொண்டே இருந்தனர். ஏராளமான சரக்கும் பிடிபட்டுக்கொண்டிருந்தது.

அக்கம்பக்கத்து தேசங்களெல்லாம் கொலம்பியாவுக்கு இது விஷயத்தில் ஒத்துழைப்பு தரத்தொடங்கவே, எஸ்கோபர் மிகவும் திட்டாடிப் போயிருந்தான். என்ன செய்து இந்தப் பிரச்னையிலிருந்து தப்பிக்கலாம் என்று யோசித்தவனுக்குத் தோன்றிய ஐடியாதான், தான் கைதாவது!

இது அவன் அரசாங்கத்துடன் மேற்கொண்டிருந்த 'முடிவற்ற யுத்த'த்தைவிட பலமான ஆயுதம் என்பது அவனது நண்பர்களுக்குத் தெரிந்திருந்தது.

'நிஜமாகவே நாம் தொழிலை நிறுத்தப்போகிறோமா என்ன?' என்று அவர்கள் கேட்டார்கள்.

எஸ்கோபர் சிரித்தான். 'சேச்சே. நான் தான் நிறுத்தப்போகிறேன். நீங்கள் தொடரத்தான் போகிறீர்கள்' என்று பதில் சொன்னான்.

இப்போது அவர்கள் சிரித்தார்கள். அவர்களுக்குத் தெரியும். சிறைக்குள் இருந்தாலும் வினாடிக்கு வினாடி எஸ்கோபரிடமிருந்து கட்டளைகளும் நிபந்தனைகளும் வழிகாட்டுதல்களும் எப்படியாவது வந்துகொண்டுதான் இருக்கும்.

அப்படியேதான் ஆனது.

பின்னாளில் 'க்ளப் மெடேலின்' என்றும் 'ஹோட்டல் எஸ்கோபர்' என்றும் படு ஜாலியாக வருணிக்கப்பட்ட அந்த சொகுசுச் சிறைச்சாலைக்கு 1991ம் ஆண்டு மார்ச் அல்லது ஏப்ரலில் (விவரம் வெளிவரவில்லை) பால் அல்லது சாராயம் காய்ச்சி எஸ்கோபர் குடி பெயர்ந்தான். உள்ளே போனதும் அவனது ரெகுலர் பணிகள் ஒருநாள் இடைவெளியும் இன்றி ஆரம்பமாகிவிட்டன.

முன்னதாக, காவல் துறையில் தனக்கு மிகவும் வேண்டப்பட்ட ஒரு சூப்பிரண்டண்டைத்தான் தன்னை மேற்பார்வையிடும் அதிகாரியாக நியமிக்கக் கேட்டுக்கொண்டிருந்தான் எஸ்கோபர். அதன்படியே அந்தக் குறிப்பிட்ட அதிகாரி வந்து சல்யூட் வைத்தார். அவரிடம் விலாவாரியாகத் தன் நோக்கங்களை விவரித்துவிட்டு, நமக்குச் சாதகமான செக்யூரிடி ஆள்களை மட்டுமே இந்த ஏரியாவுக்குள் நடமாட விடுங்கள் என்று உத்தரவிட்டான்.

எஸ்கோபரிடம் மாதாந்திரக் கப்பம் வாங்கிக்கொண்டிருந்தவர்கள் அத்தனை பேரும் போட்டி போட்டுக்கொண்டு அந்த லெ கதீட்ரல் சிறைச்சாலைக்கு 'சேவை' புரிய வந்தார்கள். ஒவ்வொருவரும் எஸ்கோபர்மீது தாம் கொண்டிருந்த அன்பை வெளிப்படுத்தும் விதமாக தினமொருவராகத் தத்தம் வீட்டிலிருந்து அவனுக்கு பலமான விருந்து தயாரித்துக் கொண்டுவரத் தொடங்கினர்.

உண்மையிலேயே எஸ்கோபர் அதிகம் வெயிட் போட்ட காலகட்டம் அது என்று தெரிகிறது!

அதெல்லாம் நிற்க. சிறைச்சாலையில் எஸ்கோபர் செய்தது என்ன? அதுதான் முக்கியம். இது குறித்துப் பலவிதமான யூகங்களும் வதந்திகளும் உண்மைகளும் கலந்துகட்டி உலவுவதால் கரெக்டாக எதையும் சுட்டிக்காட்ட முடியாமல் போகிறது.

ஆனால், தனது தொழிலுக்கு எந்த பாதிப்பும் இல்லாமல் அவன் பார்த்துக்கொண்டான் என்பது மட்டும் உறுதி. கூடவே தனது தொழில் எதிரிகள், போட்டியாளர்கள் பலரைப் போட்டுத்தள்ளுவதற்கு காவல் அதிகாரிகளையே துணையாகக் கொண்டு பல திட்டங்கள் தீட்டி, அவற்றை வெற்றிகரமாகச் செயல்படுத்தியிருக்கிறான்.

கொலம்பிய அரசுக்கு உண்மையிலேயே அது பெரிய சோதனைக் காலம்தான். எஸ்கோபர் உள்ளே இருக்கிறான். வெளியே நிறைய கொலைகள் நடக்கின்றன. எல்லோருக்குமே, அவையெல்லாம் எஸ்கோபரின் உத்தரவுப்படி நடக்கிற கொலைகள்தான் என்பது தெரியும். ஆனாலும் ஆதாரம் கிடையாது. என்ன செய்ய முடியும்?

ஒரு கட்டத்தில் - அதாவது, எஸ்கோபர் அந்த மதனமாளிகைக்குக் குடிவந்து சரியாக ஒரு வருடமும் ஒரு மாதமும் நிறைவடைந்திருந்த தருணத்தில் - இத்தகைய அநாமதேயக் கொலைகளின் எண்ணிக்கை எக்கச்சக்கமாகப் போய்க்கொண்டிருந்தது. கொலம்பிய அரசு எதிர்பார்த்தமாதிரி கடத்தல் பிசினஸின் வேகம் ஒன்றும் குறைந்ததாகவும் தெரியவில்லை. மாதம் தோறும் எஸ்கோபருக்கான செலவு என்று வரும் பில்களைப் பார்த்தால் மாதம் ஒரு மாவட்டத்தை எடுத்துக்கொண்டு மாதிரி மாவட்டமாக்கிவிடலாம் போல் இருந்தது.

முழி பிதுங்க, கையைப் பிசைந்துகொண்டு நின்றது கொலம்பிய அரசாங்கம். ம்ஹூம். இதெல்லாம் கட்டுப்படியாகாது ராசா.

இவனைத் தூக்கி ரெகுலர் சிறையில் போடு. ரெகுலர் பாதுகாப்பு ஏற்பாடுகளே போதும். பங்களாவாசமா கேட்கிறான்? மவனே, இருடி உனக்கு வெக்கறேன் என்று யாரோ கடமை தவறாத நீதிபதியும் காவல் அதிகாரியும் முடிவெடுத்திருக்கவேண்டும்.

எஸ்கோபருக்கு அடுத்தக் கணம் விஷயம் போனது. அப்படியா? சரி, அரசாங்கம் பேச்சு நான் கா. நான் போகிறேன். போய் கொல்லைக் கதவைத் திறந்துவிடு என்று தன் பாதுகாப்புக்கு இருந்த காவல் அதிகாரியிடம் எஸ்கோபர் சொன்னான்.

26. தப்பித்தால் தப்பில்லை

தப்பித்துப் போக முடிவு செய்தபோது கொல்லைப்புறக் கதவைத் திறந்து விடு என்று எஸ்கோபர் தன்னுடைய செக்யூரிடி ஆபீசரிடம் சொன்னாலும், அந்த கதீட்ரல் சிறையில் இருந்த காலத்தில் அவன் வெகு அலட்சியமாகப் பல சமயம் வாசல் கதவு வழியாகவே வெளியே போய்விட்டு வந்திருக்கிறான்.

அவனே கட்டிக்கொண்ட சிறை. அவன் விருப்பத்துக்குக் காவலர்கள். அவன் கேட்ட வசதிகள் அத்தனையும் உள்ளே உண்டு. அவனே விதித்துக்கொண்ட ஐந்தாண்டு சிறைக்காலம் என்பதெல்லாம் பொதுவாக வாழ்க்கையில் அல்லாமல் கதைகளில் மட்டுமே சாத்தியம். எஸ்கோபருக்கு என்ன மச்சமோ? நிஜ வாழ்வில் இவையெல்லாம் சாத்தியமாகியிருந்தன.

இன்னொரு விஷயம் சொல்லவேண்டும். அவனுக்கு 'சாக்கர்' (அமெரிக்க ஃபுட்பால்) விளையாட்டின்மீது மாளாத காதல் நோய் உண்டு. அவன் ஒரு சாக்கர் பைத்தியம். கொலம்பியாவில் உள்ள பல சாக்கர் க்ளப்களுக்கு எஸ்கோபர் கௌரவத் தலைவர் அல்லது கௌரவ செகரட்டரி அல்லது கௌரவ உறுப்பினர் அல்லது கௌரவப் பார்வையாளர் அல்லது கௌரவப் புரவலர். வேலை வெட்டி இல்லாத சமயங்களில் எல்லாம் அவனைக் கண்டிப்பாக ஏதாவது ஒரு மைதானத்தில் அவசியம் பார்க்கலாம். பல சமயம் அவனது பிசினஸ் நண்பர்கள் உட்கார்ந்து ஆறஅமரப் பேசுவதென்றால் நேராக மைதானத்துக்கு வந்துவிடுவார்கள்.

எஸ்கோபர் தன் அலுவலகத்தில், வீட்டில் இருப்பதைக் காட்டிலும் வெகு இயல்பாகவும் சந்தோஷமாகவும் உற்சாகமாகவும் இருக்கிற இடம் அதுதான்.

அப்பேர்ப்பட்ட சாக்கர் பைத்தியம், ஐந்தாண்டு காலம் ஒரு வீட்டுக்குள் அடைந்து கிடப்பதென்பது சாத்தியமா என்ன? கோல் போஸ்டை நோக்கிப் பந்து பாயும் கணங்களிலெல்லாம் தன்னை மறந்து எழுந்து நின்று உற்சாகமாக விசிலடித்துக் கத்தி, கைதட்டி கலாட்டா பண்ணும் விடலைத்தனம் அவனுக்கு வாழ்நாள் பூரா இருந்தது. தன்னை என்றும் இளமையாக வைத்திருப்பது சாக்கர் காதல்தான் என்று எஸ்கோபரே பலசமயம் சொல்லியிருக்கிறான்.

அப்படிப்பட்டவன் ‘சிறையிருந்த’ காலத்திலும் ரெகுலராக மைதானங்களுக்குப் போய்விடுவது வழக்கம்.

கிளம்புமுன் தன்னுடைய செக்யூரிடி ஆபீசரைக் கூப்பிட்டுச் சொல்லிவிடுவான். இதோபார், நான் மேட்ச் பார்க்கப் போகிறேன். உங்கள் ஆள்களில் யாராவது ஒருத்தன் என்னுடன் வருவதென்றால் வரலாம். ஆனால் சும்மா பக்கத்தில் உட்கார்ந்துகொண்டு நைநை என்று இம்சிக்கக்கூடாது. நான் உட்காரும் இடத்திலிருந்து இருபதடி தொலைவில் நின்றுகொண்டு என்னைக் கண்காணிக்கலாம். மேட்ச் முடிகிறவரை பக்கத்தில் வரக்கூடாது. மேட்ச் முடிந்ததும் என்னுடைய நண்பர்களை நான் சந்தித்துப் பேசவேண்டியிருக்கும். விளையாட்டு வீரர்களில் பெரும்பாலோர் எனக்குப் பிறக்காத குழந்தைகள் போன்றவர்கள். அவர்கள் அத்தனை பேரும் நைனா நைனா என்று வந்து என்னை மொய்த்துக்கொள்ளக்கூடும். அதையெல்லாம் நீங்கள் பொருட்படுத்துவது தகாது. ஜாலியாக இரண்டு மூன்று மணிநேரத்துக்கு என்னை விட்டுவிட்டு நீங்கள் வேடிக்கை பார்க்கவேண்டும். மேட்ச் முடிந்ததும் நான் வீட்டுக்கு - சாரி, சிறைக்குக் கிளம்பிவிடுவேன். அப்போது என்னுடன் நீங்களும் வந்துவிடலாம்.

இதையெல்லாம் ஒரு இஷ்யுவாகக் கருதி கவர்மெண்டுக்கு எழுதி பர்மிஷன் கேட்கிற வேலையெல்லாம் வேண்டாம். கவர்மெண்டுக்கு ஆயிரத்தெட்டு ஜோலிகள் உண்டு. எப்பப்பார் என்னையே கவனித்துக்கொண்டிருக்க முடியாது. என்ன, புரிகிறதா?

புரிந்தாலும் புரியாதுபோனாலும் எஸ்கோபர் சொன்னால் கேட்டுத்தானே ஆகவேண்டும்?

அவன் மேட்ச் பார்க்கப் புறப்படுகிற தினம் - அநேகமாகப் பிரதி சனி, ஞாயிறுகள் மாலை மூன்று மணிக்குப் பிறகு - லெ கதீட்ரல் சிறைக்கூட வளாகமே திருவிழாக்கோலம் பூண்டுவிடும். செக்யூரிடி ஆபீசர்களுக்கு எஸ்கோபரின் நடவடிக்கைகள் ஒருவாறு பழகிவிட்டதே இதற்குக் காரணம். ஒரு ரெகுலர் திருடன், கேப்மாரி மாதிரி எஸ்கோபரை அவர்கள் கருதவில்லை. பெரிய மனது பண்ணி தன்னைத்தானே சிறைப்படுத்திக்கொண்டவன். அவன் தப்பித்துப் போய்விடுவானோ, வெளியே விட்டால் யாரையாவது போட்டுத்தள்ளிவிடுவானோ என்கிற பயமெல்லாம் அவர்களுக்கு முதல் சில தினங்களிலேயே தீர்ந்துவிட்டது.

அவன் மேட்ச் பார்க்கப் புறப்பட்டால், செக்யூரிடி ஆபீசர்களே சிப்ஸ் பாக்கெட்டுகளையும் வாட்டர் பாட்டிலையும் பீர் டின்களையும் எடுத்து அவன் காரில் வைத்துவிடுவார்கள். அவனது விருப்பத்துக்கேற்ற நடனக்குழுக்களுக்கு முன்னதாக போன் செய்து, இந்தமாதிரி, எஸ்கோபர் மேட்ச் பார்க்க வருகிறார், நீங்கள் கிரவுண்டுக்குப் போய் கெட்ட ஆட்டம் போட ரெடியாக இருங்கள், அவருக்குப் பிடித்த பாடல்களையே உங்கள் இசைக்குழு இசைக்கவேண்டும் என்று சொல்லிவிடுவார்கள்.

எஸ்கோபர் தயவில் பல அதிகாரிகள் ஜாலியாக ஓசி பாஸில் மேட்ச் பார்க்கப் போவதும் உண்டு. அம்மாதிரியான சந்தர்ப்பங்களில் எஸ்கோபர் தன்னுடைய செக்யூரிடி ஆபீசர்களை மிகுந்த மரியாதையுடன் நடத்துவான். கேலரியில் அவர்களுக்கு சிறப்பு இருக்கை ஏற்பாடு செய்து, அவர்களை கவனித்துக்கொள்ள தனியே அடியாள் போடுவான். ஆபீசர்களுக்கென்ன? மூன்று மணிநேரம் உட்கார்ந்து மேட்ச் பார்க்கலாம். இடையே கொறிக்க விதவிதமாக ஐட்டங்கள் வந்தபடியே இருக்கும். எஸ்கோபருடன் வந்தவர் என்கிறபடியால் சாக்கர் க்ளப் நிர்வாகிகள் விழுந்து விழுந்து கவனிப்பார்கள். ராஜ மரியாதை என்றால் அதுதான். இதையெல்லாம் வெறும் கவர்மெண்ட் சர்வண்டாக இருந்து எந்தக் காலத்தில் அனுபவிப்பது?

கொலம்பியாவில் இருந்த பல சாக்கர் க்ளப்களுள் 'நேஷனல்' (Nacional என்பது ஸ்பானிஷ் ஸ்பெல்லிங்) என்கிற க்ளப் மிகவும்

பிரசித்தம். சற்று பெரிய க்ளப்பும் கூட. பல வெளிதேசங்களுடன் நேரடியாக மேட்ச் ஆடுகிற க்ளப் அது. கொலம்பிய சர்வதேச சாக்கர் அணிக்குப் பல வீரர்களைக் கொடுத்திருக்கும் க்ளப்.

அந்த க்ளப்புக்கு எஸ்கோபர் ஒரு காட்ஃபாதர் மாதிரி. அவனைக் கேட்காமல் அங்கே யாரும் பந்தைக்கூட உதைக்கமாட்டார்கள். ஏதாவது கொள்கை முடிவு எடுக்கவேண்டிய கட்டாயம் வந்தால், க்ளப் நிர்வாகிகள் ஃபைல்களைத் தூக்கிக்கொண்டு நேரே எஸ்கோபரிடம் வந்துவிடுவார்கள். கொஞ்சநஞ்சப் பணத்தையா கொடுத்திருக்கிறான்? சொன்னால் வியந்துபோவீர்கள். வருடத்துக்குச் சுமார் மூன்று முதல் ஏழு மில்லியன் டாலர்கள் வரை அந்த ஒரு க்ளப்புக்குப் படியளப்பது எஸ்கோபரின் வழக்கம். 'நேஷனல்' க்ளப் வீரர்கள் மட்டும் கொலம்பியாவில் எப்போதும் சுகஜீவனம் நடத்துபவர்களாக, சுகசௌகரியங்களில் நீச்சலடிப்பவர்களாக, பரம சந்தோஷமாக வாழ்பவர்களாக இருப்பார்கள்.

ஏற்கெனவே அது பெரிய க்ளப், தேசிய முக்கியத்துவம் வாய்ந்த க்ளப் என்பது ஒரு காரணம். ஆட்ட வருமானம், பிற வருமானங்கள் தவிர எஸ்கோபர் மூலம் வரும் வருமானம் வேறு அவர்களுக்குக் கணிசமாக உண்டு என்கிறபடியால் ஒவ்வொரு ப்ளேயரும் காரில் அல்ல; தேரில்தான் வந்து இறங்குவது வழக்கம். அப்படியொரு கவனிப்பு. இதற்காகவே நேஷனல் க்ளப்பில் பந்து பொறுக்கிப் போடுகிற உத்தியோகமாவது கிடைக்குமா என்று பல பள்ளி, கல்லூரி மாணவர்கள் அலைவார்கள்.

எஸ்கோபர் கதீட்ரலில் இருந்த காலத்தில் இந்த நேஷனல் க்ளப் அங்கத்தினர்களும் நிர்வாகிகளும் வீரர்களும் வாரம் ஒரு முறையாவது தவறாமல் வந்து அவனைப் பார்த்துவிட்டுப் போவது வழக்கம்.

தனிமைச் சிறை என்றுதான் பெயர். ஆனால் ஒருபோதும் எஸ்கோபர் அங்கே தனியாக இருந்ததில்லை. ஒவ்வொரு வேளையும் அவனுடன் குறைந்தது பத்துப் பேராவது உட்கார்ந்து சாப்பிடாமல் இருந்ததில்லை. குறிப்பாக மாலை வேளைகளில் அவனோடு உட்கார்ந்து தண்ணியடித்தபடியே பிசினஸ் பேச வருவோரின் எண்ணிக்கை மிக அதிகம். லெ கதீட்ரல் சிறைச்சாலையில் (சே,

இப்படிச் சொல்ல கை வெட்கப்படுகிறது. சிட்டாடலில் என்று மாற்றிப்படித்துக்கொள்ளவும்.) எஸ்கோபருக்கென்று ஒரு பிரத்தியேகமான பார் உண்டு. அங்கே கிடைக்காத மதுவகைகளே கிடையாது. உலக சரக்குகள் முதல் உள்ளூர் சரக்குகள் வரை சகலமும் கிடைக்கும்.

ஒரு சமயம், பிரான்ஸிலோ, ஜெர்மனியிலோ ஒரு சாராயத் திருவிழா நடந்தது. எஸ்கோபர் சிறையிருந்த காலம் அது. மிகப் புராதனமான, 'பழம்பெரும்' ஒயின்களுக்கான போட்டி ஒன்று நடத்தினார்கள். பல பேர் ஐம்பதாண்டு ஒயின், நூற்றாண்டு கொண்டாடிய ஒயின், நூற்றைம்பது வருஷ ஒயின் என்று தம்மிடம் இருந்த பொக்கிஷங்களை அங்கே கொண்டுவந்து காட்டிப் பெருமை அடைந்து பரிசு பெறலாம் என்று அறிவித்தார்கள்.

எஸ்கோபரின் காதுகளுக்கு இந்த விஷயம் போனது. சும்மா இருப்பானா? உடனே தன் செக்யூரிடி ஆபீசரைக் கூப்பிட்டான்.

மகனே கோவிந்தசாமி! என் வீட்டில் ஒரு சூப்பர் சரக்கு வைத்திருக்கிறேன். நாநூறு வருஷப் பழசான ஒயின் பாட்டில். அமெரிக்காவுக்கு கொலம்பஸ் வந்த காலத்தில் சாப்பிட்டுவிட்டு மிச்சம் வைத்தது என்று நினைக்கிறேன். சாப்பிட மனசே வராமல் ஆறு வருடங்களாகப் பாதுகாத்து வருகிறேன். ஆகமொத்தம் அதற்கு 406 வயசு ஆகிறது. நீ என்ன செய்கிறாய், நேரே இங்கிருந்து என் வீட்டுக்குப் போ. இப்போதே ஓடு. நான் என் பெண்டாட்டிக்கு போன் செய்து விஷயத்தைச் சொல்லுகிறேன். அந்த பாட்டிலை சர்வ ஜாக்கிரதையாக வாங்கிக்கொண்டு வந்துவிடு. நான் விசா எடுத்துக்கொடுத்து, போய்வர ஆகும் செலவுக்குப் பணமும் கொடுக்கிறேன். நீயே ஒரு ஆளைத் தேர்ந்தெடுத்து பாட்டிலைக் கொடுத்து அனுப்பு. கண்டிப்பாகப் போட்டியில் என்னுடைய பாட்டில்தான் ஜெயிக்கவேண்டும். ஓடு உடனே என்று துரத்தினான்.

அந்த ஒயின் போட்டியில் எஸ்கோபர் ஜெயித்தானா, என்ன பரிசு கிடைத்தது என்று தெரியவில்லை. இந்தச் சம்பவத்தை இங்கே நினைவுகூரக் காரணம், சிறையில் அவன் எம்மாதிரியான வாழ்க்கை வாழ்ந்துகொண்டிருந்தான் என்பதைச் சுட்டிக்காட்டவே. தன்னுடைய நேஷனல் க்ளப் சாக்கர் வீரர்களுக்கு சிறைக்குள் வாரம் ஒருமுறை விருந்தளிப்பது அவன் வழக்கம். அப்போது தண்ணி

கரைபுரண்டு ஓடும். லெ கதீட்ரல் வளாகத்தில் இருந்த ஸ்விம்மிங் பூல் அருகே புல்வெளியில் வெள்ளைக் குடைகள் பயிரிட்டு அடியில் நாற்காலி டீப்பாய்கள் போட்டு, எஸ்கோபருக்குக் காவல் அதிகாரிகளே சேவை செய்வார்கள். எஸ்கோபரும் அவனுடைய விளையாட்டு நண்பர்களும் விடியவிடியக் குடித்துவிட்டு ஜாலியாக ஸ்விம்மிங் பூலில் மிதந்துகொண்டிருப்பார்கள்.

நன்றாகக் குடித்துவிட்டு ஸ்விம்மிங் பூலில் மல்லாக்கப் படுத்து நீந்துவது அவனுக்கு மிகவும் பிடித்தமான பொழுதுபோக்கு. அப்போது இதமான ஸ்பானிஷ் நாடோடி இசை ஒலித்துக் கொண்டிருக்க வேண்டும். அவனது கண் பார்வை செல்லும் இடங்களிலெல்லாம் ஆடை உடுத்திய / உடுத்தாத பெண்கள் வலிக்காமல் ஆடிக்கொண்டிருக்கவேண்டும். அப்படி மல்லாக்க நீந்தியபடியே குடிக்கிற விபரீத வழக்கமும் அவனிடம் இருந்தது. அதற்காகவே ஓர் அடிப்பொடி, கையில் கிளாசுடன் ஸ்விம்மிங் பூலின் ஆழமற்ற பகுதிளில் நடை பயின்றபடி இருப்பான்.

ஒரு கணம் நின்று யோசித்தால் நாமெல்லாம் என்ன வாழ்க்கை வாழ்கிறோம் என்கிற திடீர் சுயசோகம் வந்துவிடும் அபாயம் இருக்கிறது. எஸ்கோபர் மாதிரி அனுபவிக்க முடியாது என்பதைப் போலவே அவனைப்போல் அபாயங்களுடன் வாழ்வதும் மற்றவர்களுக்குச் சாத்தியமில்லை என்பதையும் சொல்லிவிடவேண்டும்.

அவன் சிறைக்குள் இருந்த காலத்தில் எப்படியாவது அவனைப் போட்டுத்தள்ளிவிடவேண்டும் என்கிற வெறியுடன் பல போட்டி போதைக் கடத்தல்காரர்களும் அவர்கள் ஏற்பாடு செய்திருந்த உள்நாட்டு / வெளிநாட்டுத் தீவிரவாதக் குழு - கூலிக்குழுவினரும் நாயாய் அலைந்திருக்கிறார்கள்.

அவர்கள் எல்லோரும் எஸ்கோபரால் ஏதோ ஒருவகையில் பாதிக்கப்பட்டவர்கள். பணம் இழந்தவர்கள். பொருள் இழந்தவர்கள். நிம்மதியையும் குடும்ப வாழ்க்கையையும் தொழிலையும் தொடர்புகளையும் இழந்தவர்கள். எஸ்கோபரால் வாழ்க்கையின் ஓரத்துக்கே விரட்டப்பட்டவர்கள். கதறக் கதற அடிக்கப்பட்டவர்கள். அவன் வெளியே இருந்தபோது கிட்டே கூட நெருங்கமுடியாது. எஸ்கோபரைப் பொறுத்தவரை மெடேலின்

நகரமே ஒரு மாபெரும் சிறைக்கூடம்தான். அந்நகரத்தின் வாக்காளர் பட்டியலில் உள்ள அத்தனை பேருமே அவனுக்கு செக்யூரிடி ஆபீசர்கள். யாரும் சம்பளம் கொடுக்கவேண்டுமென்கிற கட்டாயமில்லை. அது அவர்களாக எடுத்துக்கொண்ட பொறுப்பு. சந்தோஷமாகச் செய்தார்கள்.

எஸ்கோபரை ஒழித்துக்கட்டுவது என்கிற திட்டமுடன் அப்போதெல்லாம் யார் மெடேலினுக்குள் நுழைந்தாலும் ஒரு வாரம் அல்லது பத்து நாள் தாங்கமாட்டார்கள். ஒன்று ஓடிவிடுவார்கள். அல்லது அவர்கள் ஒழித்துக்கட்டப்பட்டிருப்பார்கள்! அப்படியொரு வாழ்க்கை வாழ்ந்துகொண்டிருந்தான் எஸ்கோபர். ஏதோ மனசுவந்து தன்னைச் சிறைப்படுத்த ஒப்புக்கொண்டு அனுபவித்துக்கொண்டும் இருந்தான்.

அவனைப்போய் ரெகுலர் ஜெயிலுக்கு அனுப்பப் போகிறார்களாமே? என்ன அக்கிரமம் இது?

ஜூலை 22, 1992 அன்று எஸ்கோபருக்கு முன்னறிவிப்பு ஏதுமின்றி சிறைமாற்ற உத்தரவு வழங்கிவிடலாம் என்று கொலம்பிய நீதித்துறை முடிவு செய்திருந்தது. அன்றைக்கே அவனை மெடேலின் கதீட்ரல் சிறையிலிருந்து கிளப்பி, போகாடோவில் இருந்த மத்திய சிறைச்சாலைக்குக் கொண்டுபோய்விட முடிவு செய்திருந்தார்கள்.

அதே ஜூலை 22, 1992 அன்று அதிகாலை 4.30க்கு அவனுக்கு இந்த விவரம் வந்து சேர்ந்தது. 4.32க்கு எஸ்கோபர் கதீட்ரலின் பின்வாசல் வழியே வெளியே வந்தான். தயாராக ஒரு கார் அங்கே நின்று கொண்டிருந்தது. துணைக்கு அவனது தளபதிகளுள் சிலர் துப்பாக்கி சகிதம் இருந்தார்கள். ஏறிக்கொண்டான். தான் வெளியேற உதவி புரிந்த செக்யூரிடி ஆபீசருக்கு நன்றி சொல்லி, டாட்டா காட்டினான்.

பறந்துவிட்டான்.

27. நெட் ஒர்க்கைச் சிதறடிப்போம்!

ஒரு பிளேடு பக்கிரி சிறையிலிருந்து தப்பித்தாலே தினத்தந்தியின் எட்டாம் பக்கத்தில் நாலு செண்டிமீட்டருக்கு நியூஸ் வரும். எஸ்கோபர் மாதிரி ஒரு மெகா கிரிமினல் தப்பித்திருக்கிறான் என்பது கொலம்பியாவில் எம்மாதிரியான விளைவுகளை ஏற்படுத்தியிருக்கும் என்று யூகித்துப் பாருங்கள்.

முதலில் அவன் சிறைப்பட்டான் என்கிற தகவலையே தேசத்தில் பெரும்பாலானோர் நம்பவில்லை. காவல் துறை அவனை எப்படி, எங்கே கைது செய்திருக்கும் என்று முதலில் கொஞ்ச நாளைக்கு வியப்புடன் பேசிக்கொண்டிருந்தார்கள். அப்புறம் விஷயம் வெளியே வந்துவிட்டது. அவனை யாரும் பிடிக்கவில்லை; அவனே மனமுவந்து தொழிலை நிறுத்துவதாகச் சொல்லிவிட்டுச் சிறைப்பட்டிருக்கிறான். இது இரண்டாவது வியப்பு. மூன்றாவது, அந்த லெ கதீட்ரல் சிறைச்சாலையில் பாப்லோவுக்காகப் பிரத்தியேகமாகச் செய்து தரப்பட்டிருந்த வசதிகள். உலகில் எந்த ஒரு கிரிமினலுக்கும் அத்தனை ராஜ மரியாதை கிடைப்பது சாத்தியமில்லை. நான்காவதாக இந்தத் தப்பித்தல் காண்டம்.

எஸ்கோபர் ஏன் தப்பிக்கவேண்டும்? ரைட் ராயலாக காரில் ஏறி வெளியே போய்வரக்கூடியவன் தானே அவன்? எத்தனை முறை சாக்கர் கிரவுண்டில் பார்த்தோம்? எத்தனை முறை நட்சத்திர ஹோட்டல்களுக்கு வந்திருக்கிறான்? சிறைப்பட்டிருந்த காலத்தில்கூட பல கிராமப்புறங்களிலும் சேரிப்பகுதிகளிலும்

நலப்பணிகளைத் தொடங்கிவைக்க வந்தானே? அவன் கைதாகியிருக்கிறான் என்கிற எண்ணமே எழாதபடிக்குத்தான் நடவடிக்கைகள் இருந்திருக்கின்றன.

ஆகவே, தப்பித்தான் என்கிற செய்தி வந்தபோது கொலம்பியா முழுதும் அதிர்ச்சியும் வியப்பும் விண்ணைத்தொட்டன.

மக்களுக்கு இப்படி என்றால் எஸ்கோபரின் போட்டியாளர்களுக்கும் எதிரிகளுக்கும் வேறு விதமான கவலை. இங்கே ஒரு விஷயத்தை நினைவுபடுத்தவேண்டும். எஸ்கோபரை ரெகுலர் சிறைக்கு மாற்றுவது என்று நீதித்துறை எடுத்த முடிவு பேப்பரில் எல்லாம் வரவில்லை. அது ரகசிய முடிவு. ஒரு ராத்திரி முடிவு செய்து மறுநாள் செயல்படுத்தப்படவிருந்த நடவடிக்கை. அந்த ராவோடு ராவாக அவனுக்கு விஷயம் வந்துவிட்டபடியால்தான் அவன் அதிகாலை பிரும்ம முகூர்த்தத்தில் கிளம்பிப் போனான்.

இந்த சங்கதியெல்லாம் அவனது எதிரிகளுக்குத் தெரிந்திருக்க நியாயமில்லை அல்லவா? எனவே, எஸ்கோபர்தப்பித்தான் என்கிற தகவல் வந்தபோது அவர்கள் தற்காப்பு நடவடிக்கையாக இரண்டு காரியங்கள் செய்தார்கள். உடனடியாகத் தங்கள் பிசினஸை ஒருவாரம் சஸ்பெண்ட் செய்து வைத்தது முதலாவது. தங்கள் இருப்பிடத்தை அந்த ஒருவாரமும் மாற்றிக்கொண்டே இருந்தது அடுத்தது.

எதற்காக அப்படிச் செய்யவேண்டும் என்பதற்குச் சரியான காரணங்கள் தெரியவில்லை. ஆனால் அப்படித்தான் செய்தார்கள். எஸ்கோபர் சிறைப்பட்டிருந்த காலத்தில் அவனுடைய மெடேலின் கார்ட்டலை ஒழித்துக்கட்டிவிடப் பலவிதமான நடவடிக்கைகள் மேற்கொள்ளப்பட்டன. ஏற்கெனவே ஆள் பலம் குறைந்திருந்தது. எஸ்கோபர் வேறு உள்ளே இருக்கிறான். விட்டால் இப்படியொரு சந்தர்ப்பம் மீண்டும் வராது என்று போட்டி கார்ட்டல்கள் நினைத்தன. எனவே, படிப்படியாக மெடேலின் கார்ட்டலின் செல்வாக்கைக் குறைக்கும்விதமான செயல்களை அவர்கள் தொடங்கினார்கள்.

உதாரணமாக, மெடேலினுக்கு ஈக்வடாரில் இருந்த நெட் ஒர்க்கை காலி கார்ட்டல் எப்படி அழித்தது என்று பார்க்கலாம்.

காலி குறித்து ஏற்கெனவே பார்த்திருக்கிறோம். தெற்கு கொலம்பியாவில் உருவான இன்னொரு போதைக் கூட்டணி. அவர்களுக்கு ஐரோப்பாவில் பிசினஸ் வலுவாக இருந்தது. சில தூரக்கிழக்கு தேசங்களிலும் அவர்களது நெட் ஒர்க் இயங்கிக்கொண்டிருந்தது. ஆனால் அமெரிக்கா, தென்னமெரிக்க தேசங்கள், ஆப்பிரிக்க நாடுகளில் அவர்களால் பெரிய அளவில் வியாபாரம் செய்யமுடியவில்லை. காரணம் அங்கெல்லாம் எஸ்கோபரின்நெட்ஒர்க்கொடிகட்டிப்பறந்துகொண்டிருந்ததுதான்.

கொலம்பியாவின் தென் மேற்கு எல்லைப்புற தேசமான ஈக்வடாரின் பார்டரிலிருந்து கல்லெறி தூரத்தில்தான் காலி நகரம். ஒப்பீட்டளவில் மெடேலின் ரொம்ப தூரம். ஆனால் காலி கார்ட்டல் தன்னுடைய வியாபாரத்தை ஈக்வடாரில் தொடங்கக்கூட முடியவில்லை. அங்கிருந்த போதை ஏஜெண்டுகள் எஸ்கோபர் தவிர வேறு யாரிடமும் சரக்கு வாங்க மறுத்தார்கள் என்பதுதான் காரணம். கள்ள காரியம் என்றாலும் பிசினஸ் நேர்மைக்கு எஸ்கோபர் பெயர் போனவன். அசம்பாவிதங்கள் ஏதாவது நடந்து சரக்கு நஷ்டமானால், இறக்குமதி செய்பவர்களின் தலையில் கைவைக்காமல், நஷ்டத்தைத் தானே ஏற்றுக்கொண்டு மாற்றுச் சரக்கு அனுப்புபவன். தன்னிடம் சரக்கு வாங்குகிறவர்களுக்கும் சேர்த்துத் தன் செக்யூரிடி ஏஜென்சிகள் மூலம் பாதுகாப்பு தருகிறவன். இதனாலெல்லாம் அவனுக்கு அங்கே சக்கரவர்த்திக்குரிய மரியாதை அளித்துக்கொண்டிருந்தார்கள்.

இதை எப்படியாவது உடைத்து, ஈக்வடார் மார்க்கெட்டைப் பிடித்துவிடுவது என்று காலி கார்ட்டல் முடிவு செய்தது. அதற்கு அவர்கள் சந்தர்ப்பம் தேடிக்கொண்டிருந்தபோதுதான் எஸ்கோபர் சிறைக்குப் போனான்.

உடனடியாக மெடேலின் கார்ட்டலின் கீழ்மட்ட அதிகாரிகள் சிலரை அதிக சம்பளத்துக்கு அவர்கள் வளைக்கப் பார்த்தார்கள். பலர் இதற்குச் சம்மதிக்கவில்லை என்றாலும் ஒரு சிலர் ஒப்புக் கொண்டு காலிக்கு இடம் பெயர்ந்தார்கள். வெளிப்படையாக ஆள்களைக் 'கடத்திய' விஷயத்தை காலி சொல்லவில்லை. மாறாக, எஸ்கோபரின் சில நபர்கள் திடீரென்று காணாமல் போன விவரம் மட்டும் வந்துகொண்டிருந்தது.

மக்கள் என்ன நினைப்பார்கள்? அல்லது எஸ்கோபர் என்ன நினைப்பான்? எத்தனையோ பேரை கொலம்பிய போலீஸ் கைது செய்து அமெரிக்காவுக்கு அனுப்பிக்கொண்டிருக்கிறது. அப்படி மாட்டிக்கொண்டு போய்விட்டார்கள் போலிருக்கிறது என்றுதானே முதலில் நினைக்கத் தோன்றும்?

அதைத்தான் காலி தனக்குச் சாதகமாகப் பயன்படுத்திக்கொண்டது. என்ன செய்தார்கள் என்றால், எஸ்கோபரின் சில ஆள்களை வளைத்துத் தங்களுக்காக வேலை பார்க்கச் சொல்லி ஏற்பாடு செய்தவுடன், முதல் காரியமாக அவர்களை ஈக்வடாருக்கு அனுப்பினார்கள். ஈக்வடாரில் உள்ள எஸ்கோபரின் பிசினஸ் பார்ட்னர்களுக்கு அவர்களை நன்றாகத் தெரியும் அல்லவா? போய் உட்கார்ந்து பேசி, மெடேலின் கார்ட்டலை இனி நம்பிப் பயனில்லை; இனிமேல் கொகெயின் வேண்டுமென்றால் காலிதான் ஒரே வழி என்று மார்க்கெட் பண்ணச் சொல்லி உத்தரவிட்டார்கள்.

ஏன் மெடேலின் இல்லை? எஸ்கோபர் கைதாகிவிட்டான். இனி வெளியே வர வாய்ப்பில்லை.

சரி. இரண்டாம் கட்டத் தலைவர்கள் இருக்கிறார்களே? பிசினஸ் ஒழுங்காகத்தானே இதுவரை நடந்துகொண்டிருக்கிறது?

வாஸ்தவம். அவர்களிலும் பலர் கைதாகி அமெரிக்காவுக்குக் கடத்தப்பட்டுவிட்டார்கள். மிச்சமுள்ளவர்கள் விரைவில் கைதாகி விடுவார்கள். ஒருநாள் யாருமில்லாமல் போகும் அபாயம் நேரலாம்.

இந்த கதி நாளைக்குக் காலிக்கும் வராது என்பது என்ன நிச்சயம்?

கண்டிப்பாக வரும். ஆனால் இன்றைக்கு அந்த அபாயமில்லை. அப்போதைக்கு இப்போதே சொல்லிவைத்தேன், அரங்க மாநகருளானே. மகனே உன் சமத்து. முடிந்தால் இந்த பிசினஸைப் பிடித்துக்கொள். இல்லாவிட்டால் கொகெயின் விற்பதை விட்டுவிட்டு கொள்ளு இறக்குமதி செய்து குதிரை வியாபாரத்தில் இறங்கு. நீயாச்சு, உன் முடிவாச்சு.

ஈக்வடாரில் ஓரளவு எஃபக்டிவாகச் செயல்படத்தொடங்கிய இந்தத் தந்திரத்தைப் படிப்படியாக வேறு சில நாடுகளுக்கும் காலி கார்ட்டல் பரப்பத் தொடங்கியது. பொலிவியா, அர்ஜெண்டைனா,

சிலி என்று எங்கெல்லாம் எஸ்கோபரின் நெட் ஒர்க் வலுவாக இருந்ததோ, அங்கெல்லாம் இதே உத்தியைப் பயன்படுத்தி தன்னைத் திணித்துக்கொள்ளப் பார்த்தது.

காலி கார்ட்டல் மாதிரியே கொலம்பியாவில் எஸ்கோபருக்குப் போட்டியாக வேறு நான்கு கார்ட்டல்களும் இருந்தன. அளவில் சிறிதென்றாலும் அவர்களுக்கும் பல தேசங்களில் கணிசமான பிசினஸ் இருந்தது. போதைக்கு பிசினஸ் இல்லாத இடம்தான் எது?

டெல் வாலி கார்ட்டல் (Norte del Valle Cartel) என்று ஒரு கூட்டணி. மிரிண்டோ கார்ட்டல் என்று இன்னொரு கூட்டணி. சாண்டா மார்ட்டா கார்ட்டல் என்று இன்னொன்று. மீட்டு கார்ட்டல் என்று வேறொன்று.

எல்லாருமே தனித்தனியாகத் தம்மாலியன்ற போதைச்சேவை செய்துகொண்டிருந்தவர்கள்தான், ஒரு காலத்தில். எஸ்கோபர் முதல் முதலில் மெடேலின் கார்ட்டல் என்று மெடேலின் நகரம் சார்ந்த அனைத்து வியாபாரிகளையும் ஒன்றிணைத்து, ஒரு கூட்டணி அமைத்து, பிசினஸில் கொடிகட்டத் தொடங்கியபிறகு, அடடே இந்த உத்தி சூப்பராக இருக்கிறதே என்று மயங்கித் தாமும் தொடங்கியவர்கள். ஒரு ராஜகாளியம்மனின் வெற்றிக்குப் பிறகு ஆயிரத்தெட்டு அம்மன் படங்கள் வருவதில்லையா? அம்மாதிரி.

அவரவர் சரக்கின் தரத்துக்கேற்ப, பிசினஸ் மாடல்களுக்கேற்ப, தொழிலில் இருந்த நல்ல பெயருக்கு ஏற்ப வியாபாரம் நடந்தது.

எஸ்கோபர் ஒருபோதும் இத்தகைய பிற போதைக் கூட்டணிகளை உடைக்கவேண்டும் என்று நினைத்தவனில்லை. இது வெட்டவெளி. இங்கே கொட்டிக்கிடக்கிறது. உன்னால் முடிந்தால் நீ வந்து பயிரிட்டு, அறுவடை செய்து சாப்பிட்டு சந்ததி வளர்த்து சுகமாக இருந்துவிட்டுப் போ என்பதுதான் அவன் சித்தாந்தம். தன் வழியில் யாராவது குறுக்கிட்டால் மட்டும்தான் அவனுக்குக் கோபம் வரும். உடனே கைமா செய்ய ஆளனுப்பிவிடுவான்.

ஆனால் அவன் சிறைப்பட்டிருந்த அந்த ஒரு வருட காலத்தில் இந்தக் குட்டிக் கூட்டணிகளுக்கெல்லாம் குதூகலமாகிப் போய்விட, எஸ்கோபர் ஒழிந்தான் என்றே முடிவு செய்து அவனது நெட் ஒர்க்கிலெல்லாம் தங்கள் சரக்கைத் திணிக்க முயற்சி செய்ய

ஆரம்பித்திருந்தார்கள். இதில் மிகப்பெரிய காமெடி, அதற்குமுன் முகம் கொடுத்துக் கூடப் பேசியிராத எதிரெதிர் கார்ட்டல்காரர்கள், எஸ்கோபரின் நெட் ஒர்க்கை உடைக்கிற விஷயத்தில் மட்டும் ஒன்று சேர்ந்து கொட்டமடிக்கத் தொடங்கியிருந்ததுதான்.

இதனாலெல்லாம்தான் எஸ்கோபர் தப்பித்துவிட்டான் என்கிற செய்தி வந்தபோது பிற போதைக்கூட்டணியினர் அத்தனை பேரும் அண்டர்கிரவுண்ட் தேடி ஓடினார்கள். தாங்கள் புரிந்த திருவிளையாடல்களில் குறிப்பிட்ட சதவீதம் எஸ்கோபரின் கவனத்துக்குப் போயிருக்கும் என்று அவர்களுக்குத் தெரியும். சிறைக்காலத்தில் கண்டிப்பாக எஸ்கோபர் ஒரு புத்தர் ஆகியிருக்க முடியாது. தவிரவும் அவன் சிறையில் இருந்தானா என்ன? சொர்க்கத்தில் அல்லவா ஒரு வருஷம் வெக்கேஷனுக்குப் போய் இருந்துவிட்டு வந்திருக்கிறான்? எனவே நிச்சயமாக, வெளியெ வந்ததும் தங்களைக் குறிவைப்பான் என்று நினைத்தார்கள். உயிர் பிழைக்கவும், தொழில் பிழைக்கவும் வழிதேடி, தாற்காலிக ரகசியத் தளங்களில் அடைக்கலமானார்கள். (ஏழெட்டு பேர் பெரு தேசத்துக்கே தப்பித்துப் போய்விட்டார்கள்!)

இது ஒருபுறம் நடந்துகொண்டிருக்க, எஸ்கோபரைத் தப்பிக்க விட்ட கொலம்பிய காவல் துறை என்ன செய்தது என்றும் பார்க்கவேண்டும். அவர்களுக்கு அது மிகப்பெரிய ஏமாற்றம். நீதித்துறையில் யாரோ ஒன்றிரண்டு பேர் மனத்துக்குள் ஒரு விஷயத்தை நினைத்துக்கொண்டிருக்கும்போதே அது எப்படி எஸ்கோபருக்குத் தெரிந்தது என்பது அவர்களுக்குப் புரியாத புதிர்.

டிபார்ட்மெண்டில் சில புல்லுருவிகள் இருப்பார்கள் என்பது எதிர்பார்க்கக்கூடியதுதான். ஆனால் டிபார்ட்மெண்டே எஸ்கோபரின் கட்டுப்பாட்டில்தான் இயங்குகிறது என்பது மேலிடத்துக்குத் தெரியாத விஷயமாக இருந்தது. ஒப்புக்குச் சில செக்யூரிடி ஆபீசர்களை சஸ்பெண்ட் செய்துவிட்டு, உருப்படியாக வேறென்ன செய்யலாம் என்று உட்கார்ந்து யோசித்தார்கள்.

எஸ்கோபர் மெடேலின் நகரத்திலிருந்து எப்படியும் வெளியேறியிருப்பான் என்று முடிவு செய்து கொலம்பியா முழுவதும் பலமான தேடுதல் வேட்டைக்கு உத்தரவிட்டார்கள். அத்தனை விமான நிலையங்களிலும் கடுமையான செக்யூரிடி

போடப்பட்டது. உளவு கேமராக்கள் நிறுத்தப்பட்டன. பேருந்துகள், ரயில்கள், விமானங்கள், சாலை வழியே செல்லும் பிற அனைத்து வாகனங்கள், துறைமுகத்துக்கு வந்துபோகும் கப்பல்கள் என்று அத்தனை சாத்தியங்களையும் சந்தேக வட்டத்துக்குள் கொண்டு வந்து துருவிக்கொண்டே இருந்தார்கள்.

மெடேலின் நகரத்தையும் விட்டுவைக்கவில்லை. எஸ்கோபரின் வீட்டைச் சுற்றி மிகபலத்த உளவு வளையம் அமைக்கப்பட்டது.

இதற்குள் விஷயம் தெரிந்து (மூன்று மணிநேரத்தில்) அமெரிக்க உளவுத்துறை சி.ஐ.ஏவும் ஒரு தனிப்படையை கொலம்பியாவுக்கு அனுப்பிவைத்தது. இரு தரப்பும் உட்கார்ந்து ஆலோசித்தன. வேறு வழியே இல்லை. எப்படியாவது எஸ்கோபரைக் கண்டுபிடித்துத் தீர்த்துக்கட்டிவிடுவதுதான் சரி என்று முடிவு செய்தார்கள்.

லெ கதீட்ரலிலிருந்து தப்பித்த எஸ்கோபர் அப்போது அந்த அசகாய சிறைச்சாலை இருந்த இடத்திலிருந்து சரியாக இரண்டு சாலைகள் கடந்து மூன்றாவதாக ஒரு வளைவில் இருந்த எளிய ஹோட்டல் ஒன்றில் உட்கார்ந்து பர்கர் சாப்பிட்டுக்கொண்டிருந்தான். ஹோட்டலின் அத்தனை கதவு, ஜன்னல்களையும் இழுத்து மூடி வாசலில் ‘விற்பனைக்கு’ என்று ஒரு போர்ட் மட்டும் மாட்டியிருந்தது.

28. எஸ்கோபர் வேட்டை

ஜூலை 22, 1992 அன்று எஸ்கோபர் தப்பித்தான். ஜூலை 27ம் தேதி அமெரிக்க உளவுத்துறை அரசுக்கு ஓர் அறிக்கை அனுப்பியது. இதற்குமேல் கபடி ஆடிக்கொண்டிருக்க முடியாது. இறுதி ஆட்டத்துக்கு ஏற்பாடு செய்யவேண்டிய நேரம் வந்துவிட்டது.

உடனடியாக அமெரிக்க அரசு தனது உளவு அமைப்பின்மூலம் கொலம்பிய அரசைத் தொடர்புகொண்டது. கூட்டு ராணுவ நடவடிக்கையின்மூலம் எஸ்கோபரைக் கண்டுபிடித்துத் தீர்த்துக்கட்ட உடன்படிக்கை செய்துகொண்டார்கள். இதற்கு அமெரிக்க சிறப்பு அதிரடிப் படை 'டெல்டா ஃபோர்ஸை'ப் *(Delta Force)* பயன்படுத்தலாம் என்று முடிவு செய்தார்கள். பிரமாதம் ஒன்றுமில்லை. நம் வீரப்பனைப் பிடிக்க அரசாங்கங்கள் ஆடாத ஆட்டமா? அடிக்காத கூத்தா? அந்த மாதிரிதான். என்ன ஒரு வித்தியாசம், வீரப்பன் விஷயம் இரண்டு மாநிலங்கள் சம்பந்தப்பட்டது. இது இரண்டு நாடுகள். அவ்வளவுதான்.

கொலம்பிய அரசு ஒரு காரியம் செய்தது. தனது காவல் துறை முழுதும் சல்லடை போட்டுத் தேடித் துளைத்து, சர்வீஸில் ஒரு முறை கூட ஊழல், லஞ்சம், தகிடுதத்த கேஸ்களில் மாட்டாத ஆபீசர்களாகச் சில நூறு பேர்களைத் தேடிப் பிடித்தது. அத்தனை பேரும் சீசரின் மனைவி போன்றவர்கள். ஒரு துளி சந்தேகம் ஒருத்தருக்கு வந்தால் கூட நீக்கிவிடுவார்கள். அவர்களைத் தேடித் தொகுத்து, புடம்போட்டு ஓரணியாக்கி, *Search Bloc* என்றொரு

குழுவை அமைத்தார்கள். என்ன பிரச்னை என்றால், எத்தனைதான் உத்தமோத்தமராக ஒரு ஆபீசரைப் பிடித்து எஸ்கோபர் ஆபரேஷனில் இறக்கிவிட்டாலும் ஏதாவது ஒரு கட்டத்தில் அவர் விலை போய்விடுவார். என்ன மாயம் செய்வார்கள், எப்படி மனத்தை மாற்றுவார்கள் என்றே சொல்லமுடியாது. சிலர் காசுக்கு விலை போவார்கள். சிலர் கன்னிக்கு விலை போவார்கள். பலபேர் பயத்தில் பணிந்துவிடுவார்கள். இவற்றையெல்லாம் தாண்டியும் பல உத்திகளை மெடேலின் கார்ட்டல் பின்பற்றிக்கொண்டிருந்தது. சும்மா பொழுதுபோக்குக்குக் கடத்திக் கொண்டுபோய் ஒரு மாசம் எங்காவது மலைப் பிரதேசத்தில் கொகெயின் தோட்டத்தில் கட்டிப்போட்டுவிடுவார்கள். தனிமையும் இருளும் அடியாள் பலமும் ஆகாரமின்மையும் அவர்களை நசித்துவிடும். விட்டால் போதும்டா சாமி என்று வீட்டுக்குப் போகிற வேளையில் எஸ்கோபர் இருக்கும் திசை நோக்கி ஒரு பெரிய கும்பிடு போட்டுவிடுவார்கள். இன்னொரு முறை வாலாட்டினால் நீயல்ல; உன் மனைவிக்கு இந்த தண்டனை என்று சொல்லிவிடுவார்கள். அல்லது மகனுக்கு, மகளுக்கு. போதாது?

இந்த உத்தி கணிசமாக வேலை செய்தது. அப்படியும் மீறி நீதியை நிலைநாட்ட யாரும் விரும்பினால் இருக்கவே இருக்கிறது கொலை. கொன்று, மலைப்பிராந்தியங்களில் வீசிவிட்டால் ஓநாய்களுக்கு ஒரு வேளை உணவு. தீர்ந்தது விஷயம்.

எப்படியும் சிக்கல்தான். மாட்டிக்கொண்டு அதனை அனுபவிப்பதைக் காட்டிலும் எஸ்கோபரால் விளையக்கூடிய லாபங்களைக் கொஞ்சமேனும் அனுபவித்துவிட்டுப் போவோமே என்று பெரும்பாலான ஆபீசர்கள் அங்கே நினைத்துவிட்டதுதான் பிரச்னை. இதனால்தான் விஜயகாந்த் மாதிரி நேர்மையான போலீஸ் ஆபீசர்களைத் தேடிப்பிடிப்பதில் கொலம்பிய அரசுக்குச் சிக்கல் உண்டானது. எப்படியோ ஒருவழியாக அத்தகைய சீலர்களைக் கண்டுபிடித்து ஒரு குழுவாக்கியபிறகு அவர்களுக்கு அமெரிக்க டெல்டா ஃபோர்ஸ் பயிற்சியளிக்கத் தொடங்கியது.

பயிற்சியின் தொடக்கத்திலேயே சொல்லிவிட்டார்கள். அப்பா, மகனே, நீ உத்தமன் என்பதில் எங்களுக்குச் சந்தேகமில்லை. ஆனால் வருஷக்கணக்காக ஒத்தை ஆசாமி நமக்குத் தண்ணி காட்டிக்கொண்டிருக்கிறான். உங்களை மாதிரி எத்தனையோ

போலீஸ் ஆபீசர்கள் வந்துபோய்விட்டார்கள். எல்லோரும் நல்லவர்கள்தான். ஆனால் எல்லோரும் ஏதோ ஒரு கட்டத்தில் பால்மாறிவிடுகிறார்கள். எனவே உங்கள் அணிக்குள்ளேயே ஓர் ஒற்றனை நியமித்திருக்கிறோம். நீங்கள் கொஞ்சம் திசைமாற்றி சுவாசித்தால்கூட அவன் விஷயத்தைக் கண்டுபிடித்து வந்து சொல்லிவிடுவான். அதன்பின் நீங்கள் இந்த அணியில் அல்ல; உலகத்தின் எந்த அணியிலும் இருக்கமுடியாது. கண்டிப்பாகக் கணக்கைத் தீர்த்துவிடுவோம்.

உலகில் எங்குமே நிகழாத விசித்திரம் இது. பொறுப்பு மிக்க காவல்துறை அதிகாரிகளுக்கான சிறப்புப் பயிற்சி முகாமில், அவர்களைக் கண்காணிக்கவே ஓர் ஒற்றன்!

அந்த ஒற்றர் யார் என்று இறுதிவரை வெளிவரவில்லை. ஆனால் இன்னொரு விஷயம் வெளிவந்துவிட்டது. அதே சிறப்பு அதிரடிப் படையில் எஸ்கோபர் ஓர் ஒற்றனை நியமித்திருந்தான் என்பதுதான் அது!

லாஜிக் உதைக்கிறதா? உலக உத்தமர்களில் தேடிச் சலித்து ஒரு படையை உருவாக்கினார்கள் என்று முதலில் பார்த்துவிட்டு, இப்போது அந்த உத்தமர்களில் ஒரு சொத்தைமர் என்றால் என்ன அர்த்தம்?

அது தெரியாது. ஆனால் இப்படியொரு ரகசியப் படை உருவாக்கப்படுகிறது என்று கேள்விப்பட்ட உடனேயே எஸ்கோபரின் அடிப்பொடிகள், அங்கே தேர்ந்தெடுக்கப்பட்ட அத்தனை ஆபீசர்களின் ஜாதகத்தையும் கொண்டுவந்து கொடுத்துவிட்டார்கள். எல்லோரும் நல்லவர்கள்தான் - ஓர் எல்லைவரை என்பது எஸ்கோபரின் கணக்கு. மழைக்குக் குடை. பசி நேரத்துக்கு உணவு. வாழ்வினுக்கு எங்கள் கண்ணன் என்று பாரதியார் சொன்னதைத் தப்பர்த்தம் பண்ணிக்கொண்டு யாருக்கு என்ன கொடுத்தானோ, என்ன எழவோ? ஒரு ஆசாமியைப் பிடித்துவிட்டார்கள்.

Search Bloc என்கிற படைப்பிரிவு எதற்காகத் தயாரிக்கப்படுகிறது? என்னென்ன வேலைகள்? என்னென்ன சுதந்தரங்கள்? என்னென்ன சௌகரியங்கள்? யாருக்கு அவர்கள் ரிப்போர்ட் செய்யவேண்டும்?

அதைவிட முக்கியம், யாருக்கெல்லாம் ரிப்போர்ட் செய்ய வேண்டாம்?

அனைத்துவிதமான கேள்விகளுக்கும் க்ளீனாக டைப் செய்து பதில்கள் வந்து சேர்ந்துவிட்டன.

அத்தனை மெனக்கெட்டிருக்கவே வேண்டாம். ஒரு வரியில் சொல்லலாம். எஸ்கோபரைத் தீர்த்துக்கட்டு. அதற்குமுன் அவன் இருக்கும் இடத்தைக் கண்டுபிடி.

ஓஹோ, அப்படியா, சந்தோஷம் என்று எஸ்கோபர் சொன்னான். கொலம்பியாவின் இண்டு இடுக்குகள், சந்துபொந்துகள் அனைத்தும் பிறந்த தினத்திலிருந்தே அவனுக்கு அத்துபடி. சேரிகளில் புரண்டு எழுந்தவன் தானே? கார் திருட்டுக் காலங்களிலெல்லாம் பல சமயம் சாக்கடைச் சந்துகளில் பதுங்கி வாழ்ந்திருக்கிறான். உயர மலைகள், அகண்ட பெருங்கடல், ஓடும் ஆறுகள், எருமை ஊறும் குட்டைகள், மாட மாளிகைகள், மலிவுவிலை விபசார விடுதிகள், அட ஒரு சமயம் ஆறு தினங்கள் ஓடும் பேருந்திலேயே பதுங்கி இருந்து தப்பித்திருக்கிறான். நான்கு பாக்கெட் ரொட்டிகள் மட்டும் கைவசம் அப்போது இருந்தது. அதைக் கொஞ்சம் கொஞ்சமாகச் சாப்பிட்டுக்கொண்டு கொலம்பியாவின் வடக்கு தெற்கு திசைகளைப் பேருந்துப் பயணத்திலேயே அளந்தவன் எஸ்கோபர். மிக எளிய காரணம். ஒரே தினத்தில் ஒன்பது கார்களின் எஞ்சின்களைத் திருடி விற்றுவிட்டான்! வழக்கமான இடங்களில் பதுங்கினால் கண்டிப்பாக மாட்டிக்கொண்டுவிடுவோம் என்று அஞ்சி அப்படியொரு நூதன உத்தியைக் கண்டுபிடித்தான். இருபது கிலோமீட்டருக்கு ஒரு பஸ் மாறுவது. சரியாக ஆறு தினங்கள்! பிறகு பயம் தெளிந்து இறங்கியபிறகு, இறங்கிய இடத்தில் ஒரு காரைத் திருடி, அதனை ஓட்டிக்கொண்டே மெடேலினுக்கு சௌக்கியமாக வந்து சேர்ந்தது இதன் பின்குறிப்பு.

அது நிற்க. எஸ்கோபரைப் பிடிக்க சிறப்பு அதிரடிப்படை தயாராகிக்கொண்டிருந்த அதே சமயம், எஸ்கோபரை ஒழித்துக் கட்டிவிட்டுத்தான் மறுகாரியம் என்று வீரசபதம் செய்துவிட்டு இன்னொரு குழு களத்தில் இறங்கியிருந்தது. லொபெப்ஸ் (Los Pepes) என்று அதற்குப் பெயர்.

இந்தக் குழு ஒரு திடீர்க்குழு. எஸ்கோபராலும் அவனது கூட்டத்தாலும் கடுமையாக பாதிக்கப்பட்ட பலபேர் இணைந்து உருவாக்கிய குழு. எஸ்கோபரை ஒழிக்கக்காவல்துறை முழுமூச்சில் இறங்கிவிட்டது என்பது தெரிந்ததும், அந்தச் சந்தர்ப்பத்தைத் தங்களுக்கும் சாதகமாகப் பயன்படுத்திக்கொள்வதன்மூலம், அவனது நெட் ஒர்க் முழுவதையும் சர்வநாசம் செய்துவிடலாம் என்பது இவர்கள் திட்டம். கூடவே எஸ்கோபரையும் கொன்றுவிட முடிந்தால் சரித்திரம், புவியியல் எல்லாவற்றிலும் பெயர் நிலைக்கும் என்பது தவிர, கொலம்பிய போதை சாம்ராஜ்ஜியத்தையும் அலேக்காகத் தூக்கித் தம்வசம் கொண்டுவந்துவிடலாமே என்கிற பெருங்கனவு.

இந்தக் குழுவைப் பற்றிப் பலவிதமான யூகங்களும் வதந்திகளும் கொஞ்சம்போல் உண்மைகளும் உலகில் உலவுகின்றன என்றாலும் யாரும் மறுக்க முடியாத ஆதாரங்களுடன் கிடைத்திருக்கும் ஒரே உண்மை, இவர்களுக்குக் கொலம்பிய தேசிய பாதுகாப்புப் படையின் பரிபூரண ஆசீர்வாதம் இருந்தது என்பது.

கொலம்பிய தேசியப் பாதுகாப்புப் படை என்பது *Search Bloc* மாதிரி ஒரு சிறப்புப் படைப்பிரிவு. அவர்களுக்கு என்ன ஜோலி, எதைக் கவனித்தார்கள் என்பதெல்லாம் நமக்கு முக்கியமல்ல. ஆனால் எஸ்கோபரை ஒழிப்பதற்கு இந்த லொபெப்ஸ் குழு கணிசமாக உதவும் என்று அவர்கள் நம்பியிருக்கிறார்கள். பாம்பின் கால் பாம்பறியும் என்கிற ஊசிப்போன பழைய பழமொழியின்மீது அவர்கள் கொண்டிருந்த அசைக்க முடியாத நம்பிக்கைதான்.

லொபெப்ஸ் குழுவுக்கு ஃபைனான்ஸ் செய்துகொண்டிருந்தது எஸ்கோபரின் பழைய எதிரிகளான காலி கார்ட்டல்காரர்கள். அவன் சிறையிலிருந்து தப்பிவிட்டான் என்று தெரிந்ததுமே அவர்கள் இந்தத் திருப்பணியில் முழுமூச்சுடன் இறங்கிவிட்டார்கள். எஸ்கோபர் மீண்டும் முழுவீச்சில் தொழிலுக்குள் நுழைந்துவிட்டால் கொலம்பியாவில் வேறு யாரும் அதன்பின் பிழைப்பு நடத்த முடியாது என்பது முதல் காரணம். முன்பே பார்த்ததுபோல், அவன் சிறையிருந்த காலத்தில் மெடேலின் கார்ட்டல் ஆள்களில் சிலரை காலி கார்ட்டல் வளைத்துப் போட்டு தம் பிசினசுக்குப் பயன்படுத்திக்கொண்ட கோபம் அவனுக்கு இருக்கும் என்கிற அச்சம் இன்னொரு காரணம்.

இப்படி இரண்டு பக்கங்களில் ஒழித்துக்கட்டும் படைகள் தம் பணியைத் தொடங்கிய நேரத்தில் எஸ்கோபர் தலைமறைவாக இருந்த இடம் அவனது குழுவிலேயே பெரும்பாலானோருக்குத் தெரியாமல் இருந்தது. கண்டிப்பாக அவன் மெடேலின் நகரத்தை விட்டு நகர்ந்திருக்க மாட்டான் என்பது தெரியும். ஆனால் எங்கே? வழக்கமாக அவன் பதுங்கும் இடங்கள் எதிலும் இல்லை. நகரத்தில் ஒரு வீடு விடாமல் புகுந்து விசாரித்தாகிவிட்டது. ம்ஹூம். ஆளைக்காணோம். மிகவும் குயுக்தியாக யோசித்து, எம்மாதிரியான இடங்களை அவன் தேர்ந்தெடுக்கக்கூடும் என்று ஆலோசித்துப் பார்த்தும் பிரயோஜனமில்லாமல் போனது. ஒரு அவசர ஆத்தரத்துக்கு தகவல் சொல்ல / பெறக்கூட வழியில்லாமல் இருந்தது.

இந்தச் சந்தர்ப்பத்தை லொபெப்ஸ் மிகச் சரியாகப் பயன்படுத்திக் கொண்டது. மெடேலின் கார்ட்டலின் முக்கியஸ்தர்கள் ஒவ்வொருவராகத் தேடிப்பிடித்துக் கொலை செய்ய ஆரம்பித்தார்கள் அவர்கள். வீடு அல்லது அலுவலகம். இரண்டில் ஓரிடத்தில் ஓர் ஆள் காத்திருப்பான். எதிர்பார்க்கும் பிரகஸ்பதி கண்ணில் பட்டதும் சற்றும் யோசிக்காமல் படபடபடவென்று சுட்டுத் தீர்த்துவிடுவது. உடனே எங்கிருந்தோ பறந்துவரும் பைக்கில் பாய்ந்து ஏறித் தப்பித்துவிடுவது.

சினிமாக் காட்சிகள் மாதிரிதான் இந்தக் கொலைகள் நடந்தன. ஒன்றல்ல, இரண்டல்ல. கிட்டத்தட்ட முன்னூற்று எழுபது கொலைகள். தடுக்கவோ, தவிர்க்கவோ முடியாத சூழ்நிலை. ஏனெனில், எஸ்கோபரின் மிக முக்கியத் தளபதிகள் என்று சொல்லப்பட்ட நான்கைந்து பேர் அவனுடன் இருந்தார்கள். வெளியே இருந்த பிறர் அனைத்தும் இரண்டாம் நிலை ஆள்கள். அவர்கள் அதுகாறும் சுயமாக எந்த முடிவும் எடுத்ததில்லை. மேலிடம் என்ன சொல்கிறதோ அதைச் செயல்படுத்துவது ஒன்றுதான் தம் கடன் என்று எண்ணி இருந்தவர்கள்.

எனவே, அடுத்தடுத்தப் படுகொலைகளில் மெடேலின் கார்ட்டல் சற்று வெலவெலத்துப் போனது என்பது உண்மை. அதுவும் ஆறு மாத இடைவெளியில் இந்த முன்னூற்று எழுபது கொலைகள் நடந்தன என்பது இங்கே கவனிக்கப்படவேண்டிய விஷயம்.

இன்னொரு முக்கிய விஷயம், இந்தக் கொலைகள் நடந்த விவரங்கள் உள்ளூர் தினசரிகளில் வெளியானதே தவிர, ஒரு கொலை கேஸூம்

காவல் நிலையத்தில் பதிவாகவில்லை. போலீஸ் விசாரணை என்ற ஒரு சடங்கு இருப்பதற்கான அறிகுறியே காணோம்.

தெளிவாகவே தெரிந்தது. இறுதி ஆட்டம் தொடங்கிவிட்டது. களையெடுக்கும் பணியில் காவல் துறை தீவிரமாக இருக்கிறது. லொபெப்ஸ் இதில் ஒரு பகடைக்காய். இன்றைக்கு எஸ்கோபரை ஒழித்துவிட்டு, நாளைக்குக் காரியம் முடிந்ததும் அவர்களையும் தீர்க்கத்தான் போகிறார்கள்.

யாரும் எதுவும் பேசவில்லை. பேசக்கூடிய சந்தர்ப்பமாகவும் அது இல்லை. எஸ்கோபர் எங்கே? காவல் துறை அதைத்தான் கேட்டது. லொபெப்ஸ் அதைத்தான் கேட்டது. எஸ்கோபரின் ஆள்களும் அதையேதான் கேட்டார்கள். அட, அவன் ஆசை மனைவிகூட அதனைத்தானய்யா கேட்டாள்.

எங்கே எஸ்கோபர்?

நம்பித்தான் ஆகவேண்டும். அவன் தன் சொந்த வீட்டுக்குள்ளேயே தான் இருந்தான். பாத்ரூமுக்குள் - தரையில் இரண்டு மொசைக் கற்களை நகர்த்தி, கீழே ஒரு குட்டி ரெஸ்ட் ரூம் உருவாக்கியிருந்தான் எஸ்கோபர். அந்தக் கட்டுமானம் எப்போது நடைபெற்றது என்பது அவன் மனைவிக்குக் கூடத் தெரியாது. ஒரு கட்டில். இரண்டு நாற்காலிகள். ஒரு சின்ன மேசை. ஒரு ஏர் கூலர். ஒரு ஹீட்டர். ஓர் அலமாரி நிறைய பிரெட் பாக்கெட்டுகள், மதுவகைகள், சுருட்டுகள். அவ்வளவுதான். ஒரு மனிதன் வாழ இது போதாது?

எஸ்கோபர் அந்த நிலவறையில் அதற்குமுன் தங்கியதில்லை. என்றைக்காவது பயன்படலாம் என்று எண்ணிக் கட்டியிருக்கக் கூடும். அது பயன்படும் காலம் அந்த 1992ம் ஆண்டுதான் வந்திருந்தது.

இராக்கில் சதாம் உசேன் பதுங்கியிருந்த நிலவறை நினைவிருக்கிறதா? அதே மாதிரிதான். ஆனால் கொஞ்சம் பெரிசு. ஒரே வித்தியாசம் உண்டு. இந்த நிலவறையிலிருந்து எஸ்கோபர் விரும்பினால் மேலே ஏறி வராமலேயே வெளியேறி நகரின் எல்லை வரை போக முடியும்! அப்படியொரு மெகா சுரங்கப்பாதையே அங்கே இருந்தது!

29. ரேடியோ டிரையாங்குலேஷன்

தன்னம்பிக்கை இருந்தது. அசாத்தியத் தெனாவெட்டு இருந்தது. என்ன ஆனாலும் மெடேலின் நகரத்து மக்கள் தன்னையும் தன் ஆள்களையும் காவல் துறை சுட்டு வீழ்த்தவோ, கைது செய்யவோ அனுமதிக்கமாட்டார்கள் என்கிற உறுதியான எண்ணம் இருந்தது. எல்லாவற்றுக்கும் மேலாக - அதனை ஓர் உள்ளுணர்வு என்று சொல்லலாமா? அல்லது மனத்தின் ஏதோ ஓர் ஓரத்தில் அச்சத்தின் மாற்று வடிவமாக உருவாகி வளர்ந்துகொண்டிருந்த ஆங்காரம் என்றும் சொல்லலாம் - அது இருந்தது.

எந்த நெருக்கடி வந்தாலும் மெடேலின் நகரத்தை விட்டு மட்டும் தாம் நகரக்கூடாது என்று தீர்மானம் கொண்டிருந்தான் எஸ்கோபர். எல்லை தாண்டினால் தொல்லைதான் என்பது அவனுக்கிருந்த எண்ணம். அதனால்தான் நகரம் முழுவதையும் காவல் படைகளும் எதிரிப் படைகளும் வளைத்துவிட்டிருந்த போதிலும் தன் வீட்டை விட்டு அவன் வெளியே வரவேயில்லை.

அத்தனை முன்னேறியவர்கள் வீட்டுக்கு வரமாட்டார்களா? சல்லடை போட்டுத் தேடமாட்டார்களா?

தேடத்தான் செய்தார்கள். ஆனால் எஸ்கோபரின் அதிர்ஷ்டம், அவன் பதுங்கியிருந்த நிலவறை அவர்கள் கண்ணில் படவில்லை. அப்படியொரு தரையடி தளத்தை அவர்கள் எண்ணிப் பார்க்கவோ, எதிர்பார்க்கவோ இல்லை என்பதுதான் விஷயம்.

முன்னதாக எஸ்கோபர் தன் குடும்பத்தினரைப் பாதுகாப்பாக ஏதாவது ஒரு ஐரோப்பிய நாட்டுக்கு அனுப்பிவிட மிகவும் முயற்சி செய்தான். குறிப்பாக ஜெர்மனிக்கு. முன்பே பார்த்தபடி அவனுக்கு ஒரு மனைவியும், இதுவரை பார்க்காத இரண்டு மகன்களும் அவனுக்கு உண்டு.

ரகசிய இடத்தில் இருந்தபடியே அதற்கான ஏற்பாடுகளைச் செய்யத் தொடங்கினான். எப்படியும் பெரியதொரு யுத்தம் இருந்தே தீரும். வெகு நாள்களுக்குத் தரையடித் தளத்திலேயே தான் இருந்துவிடவும் முடியாது. வெளியே வரும்போது தன் ஆள்கள் எத்தனை பேர் இருப்பார்கள், எத்தனை நாளுக்குப் போராட முடியும், யார் தனக்கு அப்போதும் உதவிக்கு முன்வருவார்கள் எதுவுமே சரியாகத் தெரியாத நிலைமை. எதற்கும் இருக்கட்டும் என்றுதான் குடும்பத்தை ஜெர்மனிக்கு அனுப்ப விரும்பினான். தன் பொருட்டு அவர்கள் ஏன் கஷ்டப்படவேண்டும்?

ஒரு நாள் நள்ளிரவு எஸ்கோபர் மிகவும் ரகசியமாக அந்த பாத்ரூம் டைல்ஸை நகர்த்திவிட்டு மெல்ல எழுந்து மேலே வந்தான். வீடு அமைதியாகத்தான் இருந்தது. (அன்றைக்குத்தான் ரெய்டு வந்து போயிருந்தார்கள். அது எஸ்கோபருக்குத் தெரியாது.) மனைவியும் மகன்களும் முன்னதாக அவன் ஏற்பாடு செய்திருந்த இடத்தில் பத்திரமாக இருக்கிற செய்தியை ஒரு தொலைபேசி அழைப்பின்மூலம் உறுதி செய்துகொண்டான். எப்படியும் தொலைபேசி ஒட்டுக்கேட்கப்படும் என்பது அவனுக்குத் தெரியும். எனவே சம்பந்தமில்லாத உரையாடல்கள் மூலம், எதிர்த்தரப்பில் அவர்களுடைய குரல்களை மட்டும் கேட்டுக்கொண்டான். அப்படியே சங்கேதமாக, தன் ஆள் ஒருவன் வருவான்; டிக்கெட் கொண்டு தருவான் என்கிற செய்தியையும் சொல்லிவிட்டு போனைத் துண்டித்தான்.

வீட்டுக்கு வெளியே வேலையாள்கள் காவலுக்கு இருப்பார்கள். ஒற்றர்களும் நிற்பார்கள். எனவே யாரையும் அழைக்க முடியாது. என்ன செய்யலாம் என்று யோசித்தான். மெல்ல பூனை போல் நடந்து மாடிக்குச் சென்றான். இரண்டாம் தளம். அங்கே அவனுக்குத் தனியே ஒரு படுக்கையறை உண்டு. ஒற்றைக் கட்டில் போட்ட படுக்கையறை. யாரும் எந்தக் காலத்திலும் உபயோகப்படுத்தியிராத ஒரு ரகசியத் தொலைபேசி அங்கே உண்டு. டைரக்டரியில் பதிவாகாத

எண் கொண்ட தொலைபேசி. அதில் தன் நண்பன் ஒருவனை அழைத்தான்.

உறக்கம் கலைந்த அந்த நண்பன் (அவன் பெயர் ஹெரேரா) எஸ்கோபரின் குரலைக் கேட்டதும் பதற்றமடைந்தான்.

'ஏய், நீ எங்கே இருக்கிறாய்?'

'விவரம் பேச நேரமில்லை. எனக்கு ஒரு உதவி செய். உடனடியாக என் குடும்பம் ஜெர்மனிக்குப் போகவேண்டும். அதற்கு ஏற்பாடு செய். போய் இறங்கியதும் அரசாங்கத்திடம் அடைக்கலம் கேட்கவேண்டும். சிறைப்படுத்தினாலும் சிக்கல் வராத தேசம் அதுதான். கொலம்பிய போலீசிடம் பிடித்துக் கொடுக்கமாட்டார்கள். செய்துவிட்டுக் காத்திரு. நானே திரும்பவும் அழைக்கிறேன். நன்றி.'

போன் துண்டிக்கப்பட்டது. எஸ்கோபர் அந்தக் கருவியைத் திரும்பவும் ரகசிய இடத்தில் வைத்துவிட்டுப் பழையபடியே கீழே இறங்கி, பாத்ரூமுக்குள் நுழைந்து கல்லை நகர்த்தி, தன் ரகசிய இடத்துக்குப் போய்விட்டான்.

எஸ்கோபரின் நண்பன் ஏற்பாட்டின்படி, அப்போது போகாடோ சர்வதேச விமான நிலையத்துக்கு வெகு அருகில் ஒரு ஹோட்டலில் பதுங்கியிருந்த அவனது குடும்பத்தினர், புனைபெயர்களில், மாறு வேடங்களில் ஜெர்மனிக்கு விமானம் ஏறினார்கள்.

ஆனால் துரதிருஷ்டவசமாக ஜெர்மானிய அரசாங்கம் அவர்களுக்கு அடைக்கலம் தர மறுத்துவிட்டது. மட்டுமல்லாமல், விமானத்திலிருந்து கீழே இறங்கவும் அனுமதி மறுத்தது. எஸ்கோபர் என்கிற ஒரு நபரால் ஐரோப்பா முழுதும் பாதிக்கப்பட்டிருப்பதாக அவர்கள் மனமார நம்பியதுதான் காரணம்.

ஐயா, இறங்கி, வேறு விமானம் ஏறிப் போய்விடுகிறோம் என்று கெஞ்சிப் பார்த்தார்கள். ம்ஹூம். கூடவே கூடாது; நீங்கள் கொலம்பியாவுக்குத்தான் திரும்பிப் போகவேண்டும் என்று சொல்லிவிட்டார்கள். தம் வழக்கப்படி விமான நிலைய அதிகாரிகளுக்கும் குடியேற்றத்துறை அதிகாரிகளுக்கும் லஞ்சம் கொடுக்கும் முயற்சிகள் சிலவற்றை எஸ்கோபரின் மனைவி மேற்கொள்ளப் பார்த்தாள். (பெண் என்று பரிதாபம்

பார்க்கமுடியாத பெண்மணி அவள். ஹவாலா வழக்குகளில் சிக்கி இப்போது அர்ஜண்டைனா சிறையில் இருக்கிறாள்.) ஒன்றும் வேலைக்கு ஆகவில்லை. எனவே விதியைச் சபித்தபடி மீண்டும் கொலம்பியாவுக்கு வந்து இறங்கி மாட்டிக்கொண்டார்கள். (பிறகு தப்பித்து, கொஞ்சகாலத்துக்குக் காணாமல் போய்விட்டார்கள். எஸ்கோபர் இறந்தபிறகு, தம் வீடு, சொத்து சுகங்களைத் திரும்பக் கொடுக்கும்படிக் கேட்டு கொலம்பிய அரசுடன் போராடினார்கள். சான்சே இல்லை என்று சொல்லிவிட்டது கவர்மெண்டு. அதன்பிறகுதான் போலி அடையாளங்களுடன் அர்ஜெண்டைனாவுக்குத் தப்பிச் சென்றதும், அங்கே பிடிபட்டு, கம்பி எண்ணுவதும்.)

இதனிடையில், எஸ்கோபர் வேட்டையில் தீவிரமாக இறங்கிவிட்டிருந்தது *Search Bloc*. லொபெபப்ஸ் படையின் உறுப்பினர்கள் தம் பங்குக்கு ஒரு தற்கொலைப் பிரிவை உண்டாக்கினார்கள். எஸ்கோபர் புழங்கக்கூடிய இடங்கள் என்று தெரிந்த அனைத்துப் பகுதிகளையும் சல்லடை போட்டார்கள். அவனுடன் நேரடியாகவோ, மறைமுகமாகவோ தொடர்புடைய அத்தனை பேரையும் லிஸ்ட் வைத்துக்கொண்டு தேடித்தேடித் தீர்த்தார்கள். காவல் துறையினரிடம் அகப்பட்டால் கைது, சிறை. லொபெபப்ஸிடம் மாட்டினால் உடனடி மரணம். கிட்டத்தட்ட எஸ்கோபரின் முழு நெட் ஒர்க்கையுமே எட்டு மாத இடைவெளியில் சின்னாபின்னப்படுத்தினார்கள்.

இந்தக் காலகட்டத்தில் எஸ்கோபர் மூன்று முறை மெடேலின் நகரத்தை விட்டு வெளியே சென்று தங்கினான். அவனுக்குச் செய்தி அளிப்போரின் எண்ணிக்கையும் நாளுக்கு நாள் குறைந்துகொண்டே வந்தது. ஆயிரக்கணக்கான வீரர்களையும் மூலைக்கு மூலை தன் பிரத்தியேக ஒற்றர்களையும் வைத்துக்கொண்டு ஒரு சுல்தான் மாதிரி வாழ்ந்துகொண்டிருந்த எஸ்கோபர், 1993ம் ஆண்டின் மத்தியில் நிராதரவானான். எப்போதும் உடனிருந்த உதவியாளர்கள் அப்போது இல்லை. தனது சொந்த பாதுகாப்புப் பணிக்கென்று அவன் நியமித்திருந்த எட்டு பேர் அடங்கிய குழு முழுதுமாகச் சிதைந்து இருந்தது. அவன் மெடேலினை விட்டு வெளியேறி, திரும்பிய ஒவ்வொரு தருணத்திலும் அந்தக் குழுவில் இரண்டு பேர் இறந்துபோக நேர்ந்தது.

மெடேலின் கார்ட்டல் அலுவலகங்களும் கொடோன்களும் பிற முக்கியப் பிரதேசங்களும் அரசுவசம் போய்விட்டிருந்தது. எஸ்கோபருடன் தொடர்புடைய அத்தனை பேரும் சிறையில் இருந்தார்கள்.

தனி மனிதன். மிகச் சில நண்பர்கள். நம்பகமான ஏழெட்டு உதவியாளர்கள் மட்டும் உயிருடன் மிச்சம் இருந்தார்கள்.

என்ன செய்யலாம் என்று எஸ்கோபர் யோசித்தான். வெளிப்படையாக வெளியே வந்து காவல் படையை எதிர்கொள்வது என்பது சாத்தியமாகத் தோன்றவில்லை. வெளிநாடு எதற்காவது தப்பித்துச் செல்லலாம் என்றால் அதற்கும் வசதியில்லாமல் இருந்தது. அவனுக்குத் தப்பித்துப் போவதைக் காட்டிலும் இப்படிப் பதுங்கி வாழ்வது பெரும் சுமை என்று தோன்றியது. எங்காவது அவன் தப்பித்துவிடப் போகிறானே என்கிற அச்சத்தில் அவனது போட்டி கார்ட்டல்கள் அத்தனையும் ஆளுக்குப் பத்து நூறு பேரை நியமித்து கொலம்பியாவின் அத்தனை விமான, கடல் வழிப் பாதைகளையும் இருபத்திநாலு மணிநேரமும் கண்காணித்துக்கொண்டிருந்தன.

கொலம்பிய போலீசும் ஒரு முடிவுடன் தான் இருந்தது. எஸ்கோபர் அகப்படுகிற வரைக்கும் வேறு எந்த போதைக் கடத்தல் கும்பல் மீதும் கைவைப்பதில்லை. யார் எந்த விதத்தில் இப்போது உதவுவார்கள் என்றே சொல்லமுடியாது. எல்லோருடைய உதவியும் அவசியம் வேண்டியிருக்கிறது. எஸ்கோபரைத் தவிர தங்களுக்கு வேறு நோக்கமில்லை என்பதை மிக வெளிப்படையாகவே அவர்கள் பிற போதை கும்பல்களுக்குத் தெரியப்படுத்தியிருந்தார்கள்.

உங்களால் முடிந்த உதவியைச் செய்யுங்கள். யார் செய்தாலும் சந்தோஷம். என்ன உதவியானாலும் சந்தோஷம். முதலில் எஸ்கோபரை உயிருடனோ, பிணமாகவோ பிடிப்போம். பிறவற்றை அப்புறம் பார்த்துக்கொள்ளலாம். அதற்குப் போதிய அவகாசம் இருக்கிறது.

கொலம்பிய கிரிமினல்கள் அத்தனை பேருக்கும் அந்த அனுபவம் மிகவும் புதிதாக இருந்தது. அவர்களால் வெளிப்படையாக வெளியே வரமுடிந்தது. ரைட் ராயலாக ஒரு போலீஸ் ஸ்டேஷனுக்குள் நுழைந்து, என்ன மாமே என்று இன்ஸ்பெக்டருடன் சல்லாபம்

செய்ய முடிந்தது. கூடவே எவ்வித இடைஞ்சலும் இன்றித் தங்கள் சரக்குகளை அனுப்பி வாங்கவும் முடிந்தது. எந்த செக்யூரிடி பிரச்னையும் கிடையாது. யாருக்கும் பயப்படவேண்டிய அவசியமும் கிடையாது. அதைவிட முக்கியம், எஸ்கோபர் வேட்டை நடந்துகொண்டிருந்த நாள்களில் காலி உள்ளிட்ட கொலம்பியாவின் அத்தனை கார்ட்டல்களும் பத்து பைசா கூட யாருக்கும் லஞ்சம் கொடுக்காமல் தம் பணியை வெண்ணெய் போல் வழுக்கிக்கொண்டோடச் செய்ய முடிந்தது!

கண்டிப்பாக எஸ்கோபர் பிடிபட்டதும் அரசாங்கத்தின் பூரண கவனிப்பு தங்களுக்குத்தான் என்பது அவர்களுக்குத் தெரியாததல்ல. அதற்குள் முடிந்த அளவுக்குச் சம்பாதித்து பணத்தைப் பாதுகாத்து விட முடியுமானால் பெரிய பிரச்னை இருக்காது. எப்படியும் ஒருநாள் மாட்டிக்கொண்டுதான் தீரவேண்டும். அதற்குள் இப்படியொரு சுதந்தர வாசம் சித்திக்கிறது என்றால் கசக்கிறதா? அவர்கள் ராஜவீதிகளில் பவனி வரும் திரிபுவனச் சக்கரவர்த்திகள் போல் கொலம்பியா முழுதும் சந்தோஷக் களிப்புடன் அலைந்து திரிந்துகொண்டிருந்தார்கள்.

மறுபுறம் எஸ்கோபரின் இறுதி நாள்களை *Search Bloc* அதிகாரிகள் எண்ணத் தொடங்கியிருந்தார்கள். அவர்களுக்கு அதுநாள் வரை உதவி செய்துகொண்டிருந்த அமெரிக்கப் படை, அப்போது தமது உதவியில் ஒரு புதுப்பரிமாணம் சேர்த்திருந்தார்கள்.

தொழில்நுட்ப சப்போர்ட்.

அப்படியென்றால்?

அமெரிக்க ராணுவம் போர்க்களங்களில் பயன்படுத்தும் உளவறியும் கருவிகள், ரேடியோ அலைவரிசைகளைத் திருடி தகவல் திரட்டும் உத்திகள், இன்ஃப்ராரெட் தொழில்நுட்பத்தைப் பயன்படுத்தி இரவில் வேட்டையாடும் அதிநவீன சௌகரியங்கள் போன்றவற்றைக் கொலம்பிய காவல் படையினருக்கு அளிக்கத் தொடங்கினார்கள்.

இந்தத் தொழில்நுட்ப உதவிகளில் முக்கியமானதாகக் கருதப்பட்டது, 'ரேடியோ ட்ரையாங்குலேஷன்' என்கிற *(Radio Triangulation)* என்கிற தொழில்நுட்பம்.

இதன் உள்ளே ரொம்ப தூரம் நாம் போகவேண்டாம். மண்டை காய்ந்துவிடும். மிக மேலோட்டமாக என்ன விவரம் என்று மட்டும் தெரிந்துகொள்ளலாம்.

ட்ரையாங்கிள் என்றால் முக்கோணம். அது தெரியுமல்லவா? போதும். ஒலி அலைகளை ஒரு முக்கோண வடிவில் பெரும்போது ஒரு குறிப்பிட்ட திசையிலிருந்து வரும் ஒலியின் நீளத்தை மட்டும் அளந்து மற்ற இரண்டு இடங்களின் இருப்பையும் தொலைவையும் கண்டுபிடிப்பதுதான் ரேடியோ ட்ரையாங்குலேஷன்.

பத்து, பன்னெண்டாங்கிளாஸ்களில் ட்ரிக்னாமெட்ரி, ஜாமெட்ரியெல்லாம் படித்திருப்பீர்களே? அதில் வரும்.

வந்துவிட்டுப் போகட்டும். நமக்கென்ன? எஸ்கோபரைப் பிடிக்கும் காண்டம் இது. வெத்துக்கு இந்தக் கணக்குப் பாடமெல்லாம் வேண்டாம்.

மேற்படித் தொழில்நுட்பம் கைவரப்பெற்றதும் கொலம்பிய போலீசுக்கு பீமபலம் வந்துவிட்டதுபோலிருந்தது. அவர்களுக்கு ஒரு பிரச்னை இருந்தது. எஸ்கோபர், மெடேலின் நகரத்துக்குள்ளிருந்து பலபேரைத் தொடர்புகொள்கிறான் என்கிற சந்தேகம் கொலம்பிய போலீசின் தொழில்நுட்பப் பிரிவுக்கு இருந்தது. ஆனால் நகரத்துக்குள் அவன் இல்லை என்று களம் சென்று தேடிவரும் வீரர்கள் அடித்து சத்தியம் செய்துகொண்டிருந்தார்கள். நகரம் முழுதையும் காவல் துறை தன்வசப்படுத்தி இண்டு இடுக்கு விடாமல் தேடியும் மனுஷன் அகப்படுகிறபடியாக இல்லை. களவீரர்கள் சொல்லுவது சரியா, தொழில்நுட்பர்கள் சொல்வது சரியா?

அதுதான் புரியவில்லை. அதைத்தான் இந்தத் தொழில்நுட்பம் புரியவைக்க ரெடி என்றது.

அன்றைக்கு டிசம்பர் இரண்டாம் தேதி. 1993ம் வருஷம். மெடேலின் நகரத்தின் எல்லையில் முகாமிட்டிருந்த கொலம்பிய போலீஸின் மின்னணு விற்பன்னர்கள் பிரிவுக்கு ரேடியோ அலைவரிசையில் என்னவோ கரபுர சத்தம் வித்தியாசமாகக் கேட்டது. யாரோ யாருக்கோ தொலைபேசுகிற வழக்கமான அழைப்புச் சத்தம்தான் என்று லேசில் விட்டுவிடமுடியாது.

குரல் எஸ்கோபருடையது மாதிரி இல்லை?

ஆமாம். கவனி. பிடி, விடாதே. எங்கிருந்து வருகிறது பார்.

அத்தனை பேரும் அலர்ட் ஆனார்கள். எஸ்கோபருடைய வாழ்க்கைத் திரைக்கதையின் கிளைமாக்ஸ் காட்சியை எழுதும் பணியில் அந்த ரேடியோ ட்ரையாங்குலேஷன் கருவி மும்முரமாக இருந்தது.

30. கூரைக்கு மேலே

ரேடியோ டிரையாங்குலேஷன் மூலம் முதல்முறை சர்ச் ப்ளாக் டெக்னீஷியன்களுக்குக் கிடைத்த குரல் உண்மையில் எஸ்கோபருடையதல்ல. அவனுடைய மெய்க்காப்பாளர்களுள் ஒருவனான ஜூலியோ விகாரிடஸ் என்பவனுடையது. எப்படி அவர்கள் அந்தக் குரலை எஸ்கோபரின் குரலாக நினைத்தார்கள் என்பது புரியாத புதிர். உண்மையில் எஸ்கோபர் அப்போது தூங்கிக்கொண்டிருந்தான்.

அது மெடேலின் நகரம் இல்லை. மெடேலினுக்குத் தென் கிழக்காக போகாடோ நகருக்கு வட மேற்காக நட்ட நடு செண்டரில் இருந்த ஒரு புறநகர்ப்பகுதி. அதிக மக்கள் நடமாட்டம் இல்லாத பகுதி. வெகு நிச்சயமாக எஸ்கோபர் அங்கேதான் இருந்தான்.

மெடேலினுக்குள் அவன் இருப்பான் என்கிற யூகத்துடன் எல்லையில் முகாமிட்டிருந்த காவல் படைக்கு இந்தக் குரல் வந்த திசை பற்றி மிகுந்த குழப்பம் இருந்தது. மெடேலினுக்கு வெளியிலிருந்தல்லவா சிக்னல் வருகிறது?

உடனே விஷயத்தை மேலதிகாரிகளிடம் தெரிவித்தார்கள். மேலும் ஒன்றரை மணிநேரம் காத்திருந்து, அந்தத் திசையில்தான் எஸ்கோபர் இருக்கிறான் என்பதை உறுதிப்படுத்திக்கொண்டார்கள். என்ன இருந்தாலும் அந்தக் கருவி அமெரிக்கத் தொழில்நுட்பம். கண்டிப்பாகச் சொதப்பாது என்பதில் அவர்களுக்கு ஆழ்ந்த

நம்பிக்கை இருந்தது. எனவே, ஒரு பெரும்படையை சிக்னல் வந்த திசை, தொலைவைக் குத்துமதிப்பாகக் கணக்கிட்டு ரகசியமாக நகரும்படி உத்தரவிட்டார்கள்.

நூறு பேர் சிவிலியன் டிரெஸ்ஸில் பஸ்ஸேறிப் போனார்கள். இன்னொரு நூற்றைம்பது பேர் ஒரு மண் லாரியில் கூலி ஆள்கள் போல் புறப்பட்டார்கள். போகாடோ காவல் துறைத் தலைமை அலுவலகத்திலிருந்து ஆயுதப் பிரிவொன்று உடனடியாகப் புறப்பட்டு அந்தப் புறநகர்ப்பகுதிக்கு வந்து சுற்றி வளைத்து நின்றுகொண்டது.

இருட்டு. குளிர். ஆளரவமற்ற சமயம். சுற்றி வளைத்திருக்கும் இடம் சரியானதுதானா என்பது மட்டும்தான் இருக்கிற ஒரே வினா. அதுமட்டும் சரியாக இருந்துவிடும் பட்சத்தில் நாளை பொழுது விடிந்ததும் நூறு ஆடு அடித்து பிரியாணி விருந்து வைத்துவிடலாம். கொலம்பியா முழுவதுக்கும் தேசிய விடுமுறை அறிவித்து கொண்டாடித் தீர்த்துவிடலாம்.

அதற்குமுன் கொலம்பிய போலிஸ் அம்மாதிரி ஒரு தொழில்நுட்ப உபகரணத்தின் உதவியை மட்டும் நம்பி ஒரு காரியம் செய்ததில்லை. அவர்களுக்கு அது பரிச்சயம் இல்லை என்பதைக் காட்டிலும் அப்படிப்பட்ட நடவடிக்கைகளின்மீது அவர்களுக்கு மேலதிக நம்பிக்கை இருந்ததில்லை. என்றைக்குமே. தமது திறமையின்மீது அவர்களுக்கு நம்பிக்கை இருந்தது. எப்படியும் எஸ்கோபரைப் பிடித்துவிட முடியும் என்கிற நம்பிக்கை. ஆனால் காவல் துறையினரிலேயே நூற்றுக்கணக்கானவர்கள், ஆயிரக்கணக்கானவர்கள் அவனிடம் விலை போயிருக்கிறார்கள் என்கிற செய்தி தான் உத்தம அதிகாரிகளை மிகுந்த மனச்சோர்வடையவைத்திருந்தது. தாங்கள் என்ன செய்தாலும் மக்கள் சந்தேகத்துடன் மட்டுமே பார்ப்பார்கள் என்கிற எண்ணம் கொடுத்த மனச்சோர்வு அது.

அந்த அவமானம், தலைகுனிவுக்கெல்லாம் ஒரு பதில் சொல்லியாக வேண்டிய கட்டாயம் இருக்கிறது. எஸ்கோபரை உயிருடன் அல்லது பிணமாகப் பிடிப்பதுதான் அது. வேறு என்ன செய்தாலும் மதிப்பில்லை. பெருமையில்லை. கௌரவமில்லை.

படை சூழ்ந்திருந்தது. எஸ்கோபர் அப்போது இருந்த இடத்திலிருந்து சரியாக இருநூறு மீட்டர் தொலைவில் அவர்கள் இருந்தார்கள். சுற்றி வளைத்துத்தான் இருந்தார்கள் என்றாலும் கண்டிப்பாக அவன் அங்கேதான் இருப்பானா என்கிற சந்தேகம் ஒவ்வொருவருக்கும் இருந்தது.

எஸ்கோபருக்கு இந்த விவரம் தெரியாது. தான் குறிவைக்கப் பட்டுவிட்ட விவரம். அவனுக்கு அப்போது இரண்டு பிரச்னைகள் இருந்தன. தன் குடும்பத்தாருக்குச் சரியான பாதுகாப்பு அளிக்கக்கூடிய ஒரு நபரைத் தேர்ந்தெடுத்து எப்படியாவது அவர்களை அர்ஜண்டைனா அல்லது பெருவுக்கு அனுப்பிவிட வேண்டும் என்பது முதலாவது. இரண்டாவது பிரச்னை, அந்த நேரத்தில் அவன் போலந்துக்கு அனுப்பியிருந்த ஒரு பெட்டிச்சரக்கு வழியில் காணாமல் போய்விட்டதாகத் தகவல் வந்திருந்தது.

கிட்டத்தட்ட ஒன்பது கோடி ரூபாய் மதிப்புள்ள கொகெயின் அது. காணாமல் போவது என்பது அவனது பிசினஸில் அதற்குமுன் நடந்ததில்லை. தொழில் பெருமளவு முடங்கிவிட்டிருந்த தருணத்தில் படாதபாடுபட்டு அந்தச் சரக்கை ரெடி பண்ணி அனுப்பிவைத்திருந்தான். அதனைத்தான் இப்போது காணோம் என்று சொல்லியிருக்கிறார்கள். அவனது தொழில் பார்ட்னர்களில் மாட்டாமல் எஞ்சியிருந்த சிலர் மூலம் இந்தக் கடைசிக் கடத்தலுக்கு அவன் ஏற்பாடு செய்திருந்தான்.

கொலம்பியாவிலிருந்து ஈக்வடாருக்கு அனுப்பி அங்கிருந்து கடல் மார்க்கமாக கோஸ்டரீகா. அங்கே ஒரு விமானம் பிடித்து ஜமைக்கா, ஜமைக்காவில் ஒருவாரம் தங்கி இளைப்பாறிவிட்டு வேறு ஃப்ளைட்டில் ஸ்பெயின் எல்லையைத் தொட்டு, அங்கிருந்து சாலை வழியே பொடி நடையாகப் போலந்து வரை கொண்டுபோக ஒரு பிரம்மாண்டமான குழப்ப வரைபடமும் அளித்து இருந்தான். உலகத்தில் எந்த ஒரு போதைச் சரக்கும் இப்படியொரு கேடுகெட்ட ஊர் சுற்றி வழியில் போனதாகச் சரித்திரம் இல்லை. கொலம்பியாவிலிருந்து ரஷ்ய எல்லைக்கு ஒரு சரக்கு போகவேண்டுமானால் கண்டிப்பாக ஐரோப்பிய வழியை எந்தக் கடத்தல்காரர்களும் தேர்ந்தெடுக்கவே மாட்டார்கள். கோயிலில் பிரதட்சிணம் பண்ணுவது போல தென்னமெரிக்காவின் இடப்புறம் கப்பல் அல்லது விமான வழியில் தூரக்கிழக்கு தேசங்களைத்

தொட்டு, மங்கோலியா, சீனா வழியாக கஜகஸ்தான் பார்டர் வரை சாலை வழியில் பயணம் செய்துதான் போலந்தைத் தொடுவார்கள்.

தனது நேரம் மற்றும் தொழிலில் ஏற்பட்டிருந்த அடுத்தடுத்த அடிகளை மனத்தில் கொண்டு எப்படியாவது பாதுகாப்பாக அந்தச் சரக்கு போய்ச் சேரவேண்டுமே என்று பார்த்துப்பார்த்து மேற்படி வழியை எஸ்கோபர் தேர்ந்தெடுத்திருந்தான்.

அப்படிப் போன சரக்கு ஸ்பெயின் எல்லையைத் தாண்டவில்லை என்று தகவல் வந்திருந்தது.

இந்தக் குழப்பங்களால் நிம்மதி குலைந்து நாளெல்லாம் குடித்துக் கொண்டிருந்தான். முற்றுகை இட்டிருந்த காவல் படை மெல்ல மெல்ல முன்னேறி, கிட்டத்தட்ட எஸ்கோபர் இருந்த குடியிருப்புப் பகுதிவரை வந்துவிட்டிருந்தது. நேரம் நள்ளிரவு தாண்டி நாற்பது நிமிடங்கள்.

அதுவரை எஸ்கோபரின் மெய்க்காப்பாளர்களுக்கு வித்தியாசமாக ஏதும் தென்படவில்லை. காவல் படையின் அசைவுகள் மிகவும் அமைதியாகவே இருந்தன. ஒரு சிறு சலனமும் இல்லாமல் தான் முன்னேறிக்கொண்டிருந்தார்கள். மிகவும் அருகில் நெருங்கியபோதுதான் எஸ்கோபரின் ஆள்கள் பார்த்தார்கள்.

காலம் கடந்துவிட்டிருந்தது. உடனடியாக உள்ளே குடித்துக் கொண்டிருந்த எஸ்கோபருக்குத் தகவல் தெரிவிக்கப்பட்டது. நாம் சூழப்பட்டுவிட்டோம்.

எப்படி? எஸ்கோபர் கேட்ட முதல் கேள்வி அதுதான். அந்த இடத்தை போலீஸ் குறிவைப்பதற்கான சிறு வாய்ப்பும் கிடையாது. எவ்வித முக்கியத்துவமும் இல்லாத சாதாரணப் பகுதி அது. சராசரி போக்குவரத்து வசதிகள், கீழ் மத்தியதர வர்க்கத்தினர் மட்டுமே வசிக்கிற இடம், பொதுவில் கெட்ட காரியங்கள் எதுவும் அரங்கேறாத பிராந்தியம். நண்பர்கள் சிலரது ஏற்பாட்டின்படி அங்கே ஒரு தொகுப்பு வீட்டின் ஒரு சிறு பகுதியில் அன்றைய ஒரு தினத்தைக் கழிக்க எஸ்கோபர் வந்திருந்தான். ஒரே நாள்தான். விடிவதற்கு முன்னால் கிளம்பிவிடும் உத்தேசம்தான் அவனுக்கு இருந்தது. அப்படித்தான் அந்தக் காலங்களில் அவன் தினமொரு இடம் பெயர்ந்துகொண்டிருந்தான். எப்படிக் கண்டுபிடித்திருப்பார்கள்? புரியவில்லை.

சரி, வருவது வரட்டும் என்று துப்பாக்கியைக் கையில் எடுத்துக் கொண்டான். தனது மெய்க்காப்பாளர்களை எண்ணினான். இருபத்தியொரு பேர் இருந்தார்கள். இதுதான். இவ்வளவுதான். இவ்வளவேதான். இந்த இருபத்தியொரு பேரின் துணையுடன் தான் தப்பிக்க முடிந்தால் பெரிய காரியம். ஆனால் முடியுமா?

தாக்கத் தொடங்குங்கள் என்று அவர்களுக்கு உத்தரவிட்டான். இருந்தவர்களுள் ஒரு பகுதியினர் அவசர அவசரமாக வீட்டின் பின் பக்கத்துக்குப் போய் சரசரவென்று கூரையின் மீதேறினார்கள். படுத்த வாக்கில் அப்படியே தவழ்ந்து நகர்ந்து வந்து நான்கு திசைகளிலும் துப்பாக்கிகளை நீட்டிக் குறிபார்க்கத் தொடங்கினார்கள்.

இன்னொரு பகுதியினர் எஸ்கோபரைச் சுற்றி முக்கோண வடிவில் நின்றுகொண்டார்கள். தாக்குதல் தொடங்கியவுடன் அப்படியே அடைகாத்து அவனை வெளியே அழைத்துச் சென்று விடுவது. வாசலில் நிற்கும் ஜீப் வரை போவதுதான் பிரச்னை. ஜீப்பில் ஏறிவிட்டால் பேய் வேகத்தில் எப்படியும் தப்பித்துவிடலாம் என்று சொன்னார்கள்.

என்ன சொன்னாலும் கேட்டே ஆகவேண்டிய நேரமாக இருந்தது. எஸ்கோபர் முகம் கழுவிக்கொண்டான். பல நாள்களாக அவன் ஷேவ் செய்யாததில் அவனது கம்பீரமான, இளமை கொப்பளிக்கும் முகம் புதைந்துவிட்டிருந்தது. ஒரு பிச்சைக்காரன் போலத்தான் அப்போது இருந்தான். தவிரவும் பயத்தின் பவுடர் கோட்டிங் அவன் கண்களின்மீது படர்ந்துவிட்டிருந்ததை அவனது மெய்க்காப்பாளர்கள் கண்டார்கள். தங்களது அவநம்பிக்கையை மறைத்துக்கொண்டு அவனுக்கு தைரியம் சொன்னார்கள். கவலைப்படாதீர்கள். எப்படியும் நீங்கள் தப்பிக்கிறீர்கள்.

துப்பாக்கிகள் வெடிக்கத் தொடங்கிவிட்டன.

உண்மையில் தாங்கள் குறிவைத்து முன்னேறிக்கொண்டிருந்த இடத்திலிருந்து துப்பாக்கிச் சத்தம் கேட்டபிறகுதான் அங்கே எஸ்கோபர் இருப்பது அவர்களுக்கு உறுதியானது. ஒருவேளை அவர்கள் சும்மா சுற்றி வந்துவிட்டுப் போயிருக்கலாம். வீடு வீடாகப் போய் ரெய்டு போகும் உத்தேசமெல்லாம் அவர்களுக்கு இல்லை. ஒருவகையில் அது எஸ்கோபர் வலிய மாட்டிக்கொண்ட சம்பவம் என்றும் சொல்லலாம்.

எஸ்கோபரின் ஆள்கள் சுடத்தொடங்கியதும் காவலர்கள் உஷார் ஆனார்கள். அதுநாள் வரை அடக்கிவைத்திருந்த கோபம், துவேஷம், வெறுப்பு, ஆங்காரம் அனைத்தும் பீறிட படு உக்கிரமாகத் திருப்பிச் சுடத் தொடங்கினார்கள். ''எங்களுக்கு அன்றைக்கு வேறு வழியே இல்லை. ஒன்று அவன். அல்லது நாங்கள். ஒரு முடிவோடுதான் யுத்தத்தைத் தொடங்கினோம்'' என்று பின்னாளில் ஒரு பேட்டியில் சொன்னார், அகுலார் *(Aguilar)* என்கிற கர்னல். பிறகு வெகுகாலம் கழித்து இவர் கொலம்பிய அரசியலிலும் ஈடுபட்டவர்.

''முதலில் நாங்கள் அங்கே காவலுக்கு இருந்த வீரர்களை ஒழிப்பதில்தான் கவனமாக இருந்தோம். அந்த வீடு சிறியது. எனக்குச் சந்தேகமில்லாமல் தெரிந்தது. மிஞ்சிப்போனால் முப்பது பேர் அங்கே பதுங்கியிருக்கமுடியும். பெரிய படைகளுக்கு வாய்ப்பில்லை. எனவே அவனது ஆள்களை முதலில் கொன்று, அவனைத் தனிமைப்படுத்திவிட முடிவு செய்தோம். அதே சமயம் அந்தப் பிராந்தியத்தில் இருந்த அத்தனை வாகனங்களையும் இயங்கவிடாமல் முடக்கிவிடுவதும் எங்களுக்கு முக்கியமாக இருந்தது. தப்பிப்பதற்கான சிறு வாய்ப்பையும் அவனுக்கு வழங்க நாங்கள் தயாராக இல்லை''

அப்படித்தான் ஆனது. எஸ்கோபருடன் இருந்த அத்தனை பேரையும் சுட்டுக்கொன்றார்கள். எப்படி வெளியேறுவது என்று தெரியாமல் தவித்த எஸ்கோபர், இறுதியில் தன் படையில் சிலர் முதல் முதலில் வெளியே போன அதே பின்வாசல் வழியே வெளியேறி, அதேமாதிரி வீட்டின் மேல் பகுதிக்கு வந்தான். கூரையில் தவழ்ந்தபடி நகர்ந்து அந்த இடத்தைவிட்டு வெளீயேறிவிட முடியுமானால், பிறகு தப்பிப்பது சுலபமாக இருக்கும் என்று நினைத்திருக்கவேண்டும்.

ஆனால் காவல் படையினர் அவன் ஏறுவதற்கு முன்னால் கூரையிலும் ஏறி நிரம்பிவிட்டிருந்தார்கள்.

வேறு வழியில்லாமல் எஸ்கோபர் தன் கைத்துப்பாக்கியால் தனக்கு எதிரே இருந்தவர்களைச் சுடத் தொடங்கினான். வாழ்வின் மிக அபத்தமான கணம் அது. ஆறு குண்டுகள். அது தீர்வதற்கு ஆறு வினாடிகள். துரதிருஷ்டம், அவன் சுட்ட ஒரு குண்டும் ஒரு காவலரையும் வீழ்த்தவில்லை. பயத்தில் அத்தனையும் குறி பிசகிவிட்டன. காவல் படையினர் கொலைவெறியின் உச்சத்தில்

இருந்தனர். அன்றைக்கு அவர்களுக்கு தீபாவளி. மாபெரும் பரிசு ஒன்று கிடைத்திருக்கிறது. பசியில் பலகாலம் தவித்துக்கிடந்த புலிக்குப் பெருந்தீனி கிடைத்தமாதிரி.

சுற்றி நின்று கண்ணை மூடிக்கொண்டு சுட்டார்கள். படபடபடபடபடவென்று சத்தம் விண்ணைப் பிளந்தது. ஒரு குண்டு அவன் தோள் பட்டையில் பாய்ந்தது. இன்னொன்று காதுப்பகுதியில். வேறொன்று அதே காதுப்பகுதி வழியே பாய்ந்து தலையைத் துளைத்தது.

ஒன்பது மில்லிமீட்டர் பிஸ்டல் மூலம் அந்த இறுதிக்குண்டைச் செலுத்தி எஸ்கோபரை வீழ்த்தியவர், நாம் மேலே பார்த்த கர்னல் அகுலார்.

கொலம்பியா முழுவதையும் ஆட்டிப்படைத்து சுமார் பத்தாண்டு காலத்துக்கும் மேலாக கொலம்பிய காவல் துறைக்கும் அரசாங்கத்துக்கும் அமெரிக்காவுக்கும், அகில உலகத்துக்குமே சிம்ம சொப்பனமாக விளங்கிய எஸ்கோபர் அந்தக் குண்டை வாங்கிக்கொண்டு அந்த வீட்டின் கூரையில் பிணமாக விழுந்தான்.

கூடியிருந்த அத்தனை காவலர்களும் ஒருவரை ஒருவர் கட்டியணைத்து ஆனந்தக் கண்ணீர் சொரிந்தார்கள்.

31. யார் காரணம்?

எழுபதுகளின் தொடக்கத்தில் இருந்து இன்றைய தினம் வரை கொலம்பியாவில் நூற்றுக்கணக்கான போதைக் கடத்தல்காரர்கள் பிடிபட்டிருக்கிறார்கள், கொல்லப்பட்டிருக்கிறார்கள், ஆயுள் தண்டனைக்கு உள்ளாகி, கொலம்பிய, அமெரிக்கச் சிறைகளில் அடைக்கப்பட்டிருக்கிறார்கள். எஸ்கோபரின் மெடேலின் தொடங்கி எத்தனையோ கார்ட்டல்கள் அழிக்கப்பட்டிருக்கின்றன. பல்லாயிரக்கணக்கான ஏக்கர் போதைத் தோட்டங்கள் எரிக்கப்பட்டிருக்கின்றன. மூட்டை மூட்டையாக கொகெயினும் மரிஜ்ஜுவானாவும் இன்னபிற வஸ்துக்களும் பிடிபட்டிருக்கின்றன. இன்னும் பிடித்துக்கொண்டேதான் இருக்கிறார்கள்.

எஸ்கோபரின் மரணம், ஒரு நீண்ட கதையின் ஓர் அத்தியாயம் மட்டுமே. இன்னும் குறிப்பாகச் சொல்லுவதென்றால் போதைக் கும்பல்களுக்கு எதிராகக் கொலம்பிய அரசின் தொடர் யுத்தத்துக்கு ஒரு சாம்பிள். டிரெய்லர் மாதிரி என்று வைத்துக்கொள்ளலாம். தனிப்பட்ட முறையில் பொதுமக்களிடம் அவன் கொண்டிருந்த நெருக்கம், அவனுடைய ஏழைப்பங்காளன் இமேஜ், மெடேலினுக்குள் அவனை அந்த ஊர் மக்கள் அடைகாத்த விதம் எல்லாம் சேர்ந்து அவனைப் பிரபலமாக்கிவிட்டன. மற்றவர்களுக்கு அம்மாதிரியான ஹீரோ இமேஜ் கிடையாதென்பதால் பல பேருடைய சரித்திரம் வெளியே வராமலேயே போய்விட்டது.

எஸ்கோபர் கொல்லப்பட்ட கணத்துடன் கொலம்பியாவில் போதை சாம்ராஜ்ஜியமே அழிந்துவிட்டது என்று தமிழ் சினிமா

மாதிரி சுபம் போட்டு முடித்துவிடக்கூடிய விஷயமல்ல இது. அவனது இறுதி ஊர்வலம் மற்றும் சவ அடக்கத்தில் கலந்துகொண்ட கூட்டத்தைப் பார்த்தாலே புரியும். பலபேர் 'மக்களுக்கு உதவுவதற்காக' எஸ்கோபர் விட்டுச்சென்ற 'புனிதப் பணிகளை'த் தொடர்ந்து மேலெடுத்துச் செல்வோம் என்று வாக்குறுதியெல்லாம் எடுத்துக்கொண்டார்கள்! இதில் வயிற்றெரிச்சல், அப்படிச் செய்தவர்களுள் பலபேர் அப்போது கல்லூரி மாணவர்களாக இருந்தவர்கள்.

கொலம்பியாவின் அரசியல் மற்றும் சமூக சூழலும் இதற்கு ஒரு முக்கியக் காரணம். பல்லாண்டுகாலம் வலதுசாரி சர்வாதிகார ஆட்சியாளர்களால் அல்லல்பட்ட தேசம் அது. ஸ்பெயினின் காலனியாக இருந்து சுதந்தரம் அடைந்தது முதல் வளர்ச்சிக்காக அவர்கள் தீட்டிய திட்டமெல்லாம் அரசியல்வாதிகளின் வளர்ச்சிக்கு என்று ரகசியமாகத் திருத்தி எழுதப்பட்டது. ஏராளமான சிறு சிறு இனக்குழுக்கள் நிறைந்த அங்கே இன்றுவரை இனக்குழுக்கள் ரீதியில் ஒரு கணக்கெடுப்பு எடுக்கப்பட்டதில்லை. படித்தவர்கள் சதவீதம் என்னவென்று யாராவது கேட்டால் நகர்ப்புற மக்கள் தொகையிலிருந்து ஒரு பர்சண்டேஜ் உருவி எடுத்துக் கொடுத்துவிடுவார்கள். கிராமப்புறங்களையே கணக்கில் எடுத்துக்கொள்வதில்லை என்னும்போது அடர்த்தியும் நெருக்கமும் மிக்க மிக நீண்ட மலைத்தொடர்ப் பகுதிகளில் வசிப்போரை யார் கண்டார்கள்?

கொலம்பியாவில் பெரும்பாலான மக்கள் ஐரோப்பிய அமெரிக்கக் கலப்புப் பழங்குடிகளாவார்கள். சுமார் இருபது சதவீதம் பேர் ஐரோப்பியப் பழங்குடிகள். பத்து முதல் பதினான்கு சதவீதம் பேர் அங்கே 'முலாட்டோ' என்று அழைக்கப்படும் கறுப்பு ஆப்பிரிக்க - ஐரோப்பிய கலப்பு வம்சாவழியைச் சேர்ந்தவர்கள். இதுதவிர ஆப்பிரிக்க, ஜாம்பியப் பழங்குடிகளும் கணிசமாக இருக்கிறார்கள். கொலம்பிய மண்ணிலேயே பிறந்து வளர்ந்தவர்கள் இன்னொரு கணிசம்.

தொடக்கத்தில் இவர்கள் பேசிய மொழிகளைக் கொண்டு இனத்தை அடையாளம் கண்டுகொண்டிருந்தார்கள். காலப்போக்கில் பல மொழிகள் இருந்த சுவடுகளே தெரியமால் அழிந்து ஸ்பானிஷ் மட்டுமே நிலைத்தது. உள்நாட்டு யுத்தங்களிலும் குழு

மோதல்களிலும் கொத்துக்கொத்தாக மக்கள் கொல்லப்பட, பல இனங்கள் இருந்த சுவடே இல்லாது போகுமளவுக்கெல்லாம் பேரழிவுகள் ஏற்பட்டிருக்கின்றன.

மக்களையும் அவர்களது மொழி மற்றும் கலாசாரம் போன்றவற்றையும் காப்பாற்ற அரசாங்கங்கள் உருப்படியாக ஏதும் செய்ய முன்வராத நிலையில், அவர்களுக்குச் சரியான வேலை வாய்ப்புகளை உருவாக்கித்தர இயலாத சூழலில் அவரவர் தமக்கு சௌகரியமான கெட்ட காரியங்களில் ஆத்மசுத்தியுடன் இறங்கத் தொடங்கிவிட்டார்கள். கொலம்பியாவின் தட்பவெப்பமும் மலைப்பாங்கான நில அமைப்பும் அங்கே போதை விளைவதற்குப் பேருதவியாக இருந்ததால், அது அங்கே அறிவிக்கப்படாத தேசியத் தொழிலாகிப் போனது.

எல்லா தேசங்களிலும் போதைப் பயிர் உண்டு. எல்லா தேசங்களிலும் போதைக் கடத்தல்காரர்கள் என்னும் கும்பல் உண்டு. அவர்கள் தொடர்பான கதைகளும் அவசியம் இருக்கும். ஆனால் கொலம்பியா ஏன் முக்கியத்துவம் பெறுகிறது?

ஒரே காரணம், இந்தத் தொழில் அளவுக்கு அங்கே வேறு எந்தத் தொழிலும் பெருகவில்லை என்பதுதான்.

ஓர் உதாரணத்துக்கு நாம் பார்த்த எஸ்கோபரின் மெடேலின் கார்ட்டலையே மீண்டும் எடுத்துக்கொள்ளலாம். எஸ்கோபரின் மரணத்துடன் மெடேலின் கார்ட்டல் ஒழிந்துவிட்டதா என்றால் இல்லை. அதன் வீரியம் கணிசமாகக் குறைந்தது என்பது உண்மையே. ஆனால் முற்றிலுமாக அந்தக் கூட்டம் நசுக்கப்படுவதற்கு மேலும் ஐந்தாண்டுகள் பிடித்தன. அதன் சமகால போட்டி கார்ட்டல்களான காலி உள்ளிட்ட பிற அனைத்து கும்பல்களுமே இப்படித்தான்.

இந்தப் பழம்பெருச்சாளிகளையெல்லாம் ஒருவழியாக ஒழித்து விட்டு காவல் துறை நீண்ட பெருமூச்சுடன் நிமிர்ந்த நேரத்தில் இன்னும் புதிய, இன்னும் ஹைடெக் கும்பல்கள் பல முளைக்கவே செய்தன. வானம் பொழிகிறது, பூமி விளைகிறது. உனக்கேன் வயிற்றெரிச்சல் என்று கொலம்பிய கட்டபொம்மன்கள் காலம்தோறும் கேட்டுக்கொண்டுதான் இருக்கிறார்கள். இவர்களுக்கெல்லாம் எஸ்கோபரும் அவனுடைய மெடேலின்

கார்ட்டலும் ஐயம்பெருமாள் கோனார் கெய்டு மாதிரி. ஒவ்வொரு நெருக்கடி சமயத்திலும் எஸ்கோபர் என்ன செய்தான், அவனது அடிப்பொடிகள் என்னமாதிரி நடந்துகொண்டார்கள் என்று சரித்திரத்தைப் புரட்டிப் புரட்டிப் பார்த்து, தேடியெடுத்து, காலத்துக்கேற்ப மெருகூட்டிப் பின்பற்றுவது வழக்கம்.

எஸ்கோபரின் மரணத்துக்குப் பிறகு, அது அளித்த அதிர்ச்சிக்குப் பிறகு மெடேலின் கார்ட்டல் கிட்டத்தட்ட இல்லை என்றே சொல்லுமளவுக்கு பிசினஸ் வீழ்ந்துவிட்டது. ஆனால் எஞ்சியிருந்த கார்ட்டல் உறுப்பினர்களுக்குத் தொழிலை அப்படியே விட்டுவிட்டு தேயிலைத் தோட்டம் போட்டுப் பிழைப்பு நடத்த இஷ்டமில்லை. எஸ்கோபரின் கூட்டாளியும் மெடேலின் கார்ட்டலின் மூத்த உறுப்பினர்களுள் ஒருவனுமான ஜார்ஜ் ஜேக்கப் ஜங் *(George Jacob Jung)* என்பவனின் வழிகாட்டுதலில் கொஞ்சம் தலையெடுக்க விரும்பினார்கள். அதிகம் எதுவும் எதிர்பார்க்கவில்லை. இருக்கிற நெட் ஒர்க் போதும். குறைந்த அளவு பிசினஸ் போதும். ஈரேழு பதினாலு உலகங்களிலும் கொடிகட்டிப் பறக்கும் விருப்பமெல்லாம் இல்லை. மெடேலினைச் சுற்றி சுமார் பத்தாயிரம் ஏக்கரில் போதைப் பயிர் பயிரிடப்பட்டிருக்கிறது. அதன்மூலமான வருமானம் மட்டுமேகூடப் போதும். இறக்குமதிகள் வேண்டாம். பிசினஸ் கொலாபரேஷன்கள் வேண்டாம். ஜாயிண்ட் வென்ச்சர்கள் வேண்டாம். எதுவும் வேண்டாம். கிராமிய சிறுதொழிலாகச் செய்தாலே போதும். இது தேயிலைப் பயிர் செய்து சம்பாதிப்பதைக் காட்டிலும் குறைந்தது பத்தாயிரம் மடங்கு பலன் கொடுக்கும்.

ஆண்டவனாகப் பார்த்துக் கொடுத்த சௌகரியம் ஒன்றும் கூடிவந்திருக்கிறது. எஸ்கோபரைக் கொன்ற சூட்டோடு காவல்துறை தனது கவனத்தை காலி கார்ட்டல்மீது திருப்பியிருக்கிறது. இனி கொஞ்சநாள் அங்கே சூடு பறக்கும். பல தலைகள் உருளும். காலியை காலி செய்வதற்கு வேறு பல உதிரிக் கூட்டங்களுடன் கூட்டணி வைப்பார்கள். கொஞ்ச நாளைக்கு யாருடைய கவனமும் மெடேலின் கார்ட்டல் மீது குவியாது. அதற்கு நியாயமும் இல்லை. ஜங் போன்ற மிகச் சிலர் இன்னும் உயிருடன் வெளியே இருக்கிற விஷயமே அரசுத்தரப்பில் பலருக்குத் தெரியாது. எல்லோரும் யுத்தத்தில் கொல்லப்பட்டுவிட்டதாகவே நினைத்துக்கொண்டிருக்கிறார்கள்.

நல்லது. சூழல் இப்போதும் நமக்குச் சாதகமே. ஏன் இன்னொரு ஆட்டம் ஆடிப்பார்க்கக்கூடாது?

இப்படித்தான் அவர்கள் மீண்டும் தலையெடுக்கத் தொடங்கினார்கள். இதே மாதிரிதான் காலி அழிந்தபிறகு மீண்டும் அங்கே ஒரு சிறு தலையெடுப்பு தோன்றியது. மற்ற அத்தனை போதைக் கூட்டங்களிலும் இதே மாதிரிதான் ஆனது. போலியோவை முழுக்க ஒழித்தாகிவிட்டது, காசநோயை ஒழித்தாகிவிட்டது என்று அறிவிப்பது போல போதைக் கடத்தலை ஒழித்தாகிவிட்டது என்று அறிவித்துவிட முடியாது. மக்களின் அடிப்படைத் தேவைகள் பூரணமாக அரசாங்கத்தால் நிறைவேற்றப்படும்வரைக்கும் இந்தக் கூட்டணிகளுக்கு அவர்கள் அளிக்கும் ஆதரவு தொடர்ந்தபடிதான் இருக்கும்.

நவீன உலகில், குறிப்பாகக் கொலம்பியாவில் அரசாங்கத்தை வெறுப்பேற்றும் விதமான காரியங்களில் ஈடுபடுவதில் மக்களுக்கு அலாதியான ஆனந்தம் ஒன்று உருவாகியிருக்கிறது. தாங்கள் வோட்டுப்போட்டுத் தேர்ந்தெடுத்த அரசாங்கம்தானே என்றெல்லாம் இல்லை. தங்களுக்கு எதுவும் செய்யாத, செய்ய முன்வராத அரசாங்கம்தானே என்கிற கோபம்தான் முதன்மையானது.

2006ம் ஆண்டு எஸ்கோபரின் நெடுநாள் கேர்ள் ஃப்ரெண்டான விர்ஜீனியா வாலெஜோ என்பவள் தன் 'மலரும் நினைவு'களை ஒரு வீடியோவாக வெளியிட்டாள். எஸ்கோபருடன் தனக்கு ஏற்பட்ட அனுபவங்களையும் அவனது தொழில் சூட்சுமங்கள், போட்டியாளர்கள், எதிரிகள் குறித்தும் எஸ்கோபர் செய்த கொலைகள் குறித்தும் பல புதிய பூகம்பங்களை உள்ளடக்கியதாக இருந்த அந்த வீடியோ கேசட்டை வெளி மார்க்கெட்டில் கிடைக்காமல் செய்யக் கொலம்பிய அரசாங்கம் என்னென்னவோ குட்டிக்கரணங்கள் அடித்துப் பார்த்தது.

ம்ஹூம். கொலம்பியாவில் மட்டும் நாற்பது லட்சம் கேசட்டுகள், அது வெளியான முதல் வாரத்திலேயே விற்றுத்தீர்ந்தது. இத்தனைக்கும் டாக்குமெண்டரி. ஒரு பெண்மணி உட்கார்ந்து ராபணாவென்று மணிக்கணக்கில் பேசிக்கொண்டிருக்கிறாள். நடுநடுவே சில க்ளிப்பிங்ஸ். அவ்வளவுதான்.

இந்த ஒரு கேசட் என்றில்லை. எஸ்கோபர் மற்றும் கொலம்பிய போதைத்தொழில் மன்னர்கள் யாரைப் பற்றி என்ன புத்தகம், கேசட், சினிமா வெளியானாலும் மக்கள் திருவிழா போலக் கொண்டாடுவதை ஒரு வழக்கமாகவே அங்கே வைத்திருக்கிறார்கள். எஸ்கோபரைப் பற்றி மட்டுமே சுமார் எண்ணூறு புத்தகங்கள் எழுதப்பட்டிருக்கின்றன! ஹாலிவுட் வரைக்கும் பரவிய அவனது புகழுக்குச் சாட்சியாக இதுவரை பத்தொன்பது திரைப்படங்கள்!

அடிமனத்தில் அரசாங்கம் மீதான கடும் வெறுப்பு ஒன்று இல்லாதபட்சத்தில் எந்த தேசத்து மக்களும் இத்தனை உக்கிரமாக ஒரு கிரிமினலைக் கொண்டாடமாட்டார்கள்.

இது ஏன் அந்த அரசாங்கத்துக்குப் புரியவில்லை?

ஜீரணிப்பதற்குக் கஷ்டம்தான் என்றாலும் இந்த போதைத் தொழிலில் இருப்போர் மூலம் அரசாங்கம் பெறும் லஞ்சத் தொகை இந்த விஷயத்தில் கணிசமாக விளையாடுகிறது என்பதை மறுக்க முடியாது. வெளிப்பார்வைக்கு போதை ஒழிப்பு மிகத் தீவிரமாக நடைபெறுவதுபோலத் தெரிந்தாலும் உள்ளுக்குள் கொலம்பிய அரசின் மிகப்பெரிய பலவீனமாகவும் அதுதான் இருக்கிறது. அவர்களுடைய போதை ஒழிப்பு முயற்சிகள் எத்தனை நேர்மையானதோ, அதே அளவு உண்மையானது - போதைக்கடத்தல் கூட்டங்களிடமிருந்து அவர்கள் பெறும் லஞ்சத்தொகை.

இது சம்பளமாக வாங்கிக் கட்டுப்படியாகாத தொகை. ஒரு வாழ்நாள் முழுதும் கொலம்பிய அரசு ஊழியர் பெறக்கூடிய தொகையைக் கூட்டினாலும் எட்டாத தொகை. வெகு அலட்சியமாகத் தூக்கிப் போட்டுவிடுவார்கள் அவர்கள். என்ன வேண்டுமானாலும் கிடைக்கும். எவ்வளவு வேண்டுமானாலும் கிடைக்கும். எத்தனை பேருக்கு வேண்டுமானாலும் கிடைக்கும்.

நிரந்தரமாக நீ என் பக்கம் வராதே என்று காவல் துறையை அவர்கள் சொல்லுவதே இல்லை. இப்போதைக்கு நெருங்காதே என்று மட்டுமே கேட்டுக்கொள்வார்கள். ஒவ்வொரு நாடகத்துக்கும் கிளைமாக்ஸ் என்று ஒன்று உண்டு என்பது அவர்களுக்கு மிக நன்றாகத் தெரியும். வாழ்க்கையே ஒரு நாடகமேடைதானே? இடையில் ஆடக்கிடைத்தவரை ஆடிப்பார்க்கும் மனோபாவம்தான்

இன்றுவரை ஆயிரம் அழிவுகளுக்குப் பிறகும் கொலம்பிய போதைக் கடத்தல் கூட்டங்களை வெற்றிகரமாகச் செயல்பட வைத்துக்கொண்டிருக்கிறது.

எஸ்கோபரைவிடவும் தொழிலில் அதிகம் சம்பாதித்தவர்கள் பலர் அங்கே உருவாகிவிட்டார்கள். அவனைக் காட்டிலும் ராஜ வாழ்க்கை வாழ்வோர் எண்ணிக்கையும் அதிகரித்துவிட்டது. ஃபோர்ப்ஸ் பத்திரிகையால் இப்போதெல்லாம் துல்லியமாகக் கணக்குப் போடமுடிவதில்லை. ரோட்ரிகுவே காச்சாவா, ஜார்ஜ் ஜங்கா வேறு யாரும் இருக்கிறார்களா என்று வருடம்தோறும் சிண்டைப் பிய்த்துக்கொள்கிறார்கள். யாரைச் சொன்னாலும் வேறு நாலுபேர் என்னை ஏன் விட்டாய் என்று சண்டைக்கு வருகிறார்கள்.

வெளிப்படையாக, நான் போதைத்தொழிலில்தான் இருக்கிறேன், சௌக்கியமாகச் சம்பாதித்துக் கொழிக்கிறேன், என் சொத்து விவரங்கள் இந்தா, பார் என்று எடுத்துப்போடும் கலாசாரம் அங்கே மலிந்துவிட்டது.

முடிந்தால் காபிரியேல் கார்சியா மார்க்குவேஸின் *News of a Kidnapping* நாவலையும் மார்க் பவ்டனின் *killing pablo* என்னும் புத்தகத்தையும் படித்துப் பாருங்கள். இன்னும் தெளிவாக, இன்னும் ஆழமாக கொலம்பிய போதைக் கூட்டங்களைப் பற்றித் தெரிந்துகொள்ள முடியும்.

***

www.ingramcontent.com/pod-product-compliance
Ingram Content Group UK Ltd.
Pitfield, Milton Keynes, MK11 3LW, UK
UKHW041629190726
13854UKWH00006B/2392

9 788194 973591